D1763472

மதுரை நாயக்கர்கள்

எஸ். கிருஷ்ணன்

மொழிபெயர்ப்பாளர், எழுத்தாளர், வரலாற்று ஆர்வலர். தமிழர் நாகரிகம், மரபு, கல்வெட்டு ஆராய்ச்சி போன்ற துறைகளில் தொடர்ந்து எழுதி வருபவர். பெங்குவின் வெளியிட்ட இந்திய வணிகத் தொடர் நூல்களின் வரிசையில் ‘அர்த்தசாஸ்திரம்’, ‘கிழக்கிந்தியக் கம்பெனி’, ‘பழந்தமிழ் வணிகர்கள்’ போன்ற நூல்களை மொழிபெயர்த்துள்ளார். ‘சீக்கியர்கள்’, ‘சேரர் - சோழர் - பாண்டியர்’, தமிழ்நாட்டுப் போர்க்களங்கள்’, ‘விஜயநகரப் பேரரசு’, ‘குப்தப் பேரரசு’ஆகிய நூல்களைத் தொடர்ந்து இந்நூல் வெளி வருகிறது.

மதுரையைச் சேர்ந்த கிருஷ்ணன் நிதித்துறை மேலாண்மையில் முதுகலைப் படிப்பை முடித்தவர். தற்போது தனியார் மென்பொருள் நிறுவனமொன்றில் பணியாற்றி வருகிறார்.

ஆசிரியரின் நூல்கள்

சீக்கியர்கள்: மதம் - அரசியல் - வரலாறு
தமிழ்நாட்டுப் போர்க்களங்கள்
சேரர் - சோழர் - பாண்டியர்: மூவேந்தர் வரலாறு
விஜயநகரப் பேரரசு
குப்தப் பேரரசு

மொழிபெயர்த்த நூல்கள்

அர்த்தசாஸ்திரம் (தாமஸ் டிரவுட்மேன்)
கிழக்கிந்திய கம்பெனி (தீர்த்தங்கர் ராய்)
பழந்தமிழ் வணிகர்கள் (கனகலதா முகுந்த்)
வேண்டாம் மரண தண்டனை (கோபாலகிருஷ்ண காந்தி)
பாயும் தமிழகம்: தமிழகத் தொழில்துறை வளர்ச்சியின் வரலாறு
(சுசிலா ரவீந்திரநாத்)
தென்னிந்தியாவில் இஸ்லாமியப் படையெடுப்புகள்
(எஸ். கிருஷ்ணஸ்வாமி ஐயங்கார்)

மதுரை நாயக்கர்கள்

எஸ். கிருஷ்ணன்

கிழக்கு

மதுரை நாயக்கர்கள்
Madurai Nayakargal

S. Krishnan ©

First Edition: December 2024
232 Pages
Printed in India.

ISBN: 978-81-983563-8-3
Kizhakku - 1390

Kizhakku Pathippagam
177/103, Ambal's Building, Lloyds Road,
Royapettah, Chennai - 600 014.
Email : support@nhm.in Website : www.nhm.in
Ph: +91-44-4200-9603 | WhatsApp: +91-95000 45609

◼ kizhakku.books ◼ kizhakku_nhm

Author's email id: kirishts@gmail.com

Photos and Illustrations: Wikimedia Commons Library

All illustrations, photos and images are for informational purposes only and are copyrighted by their respective owners.

Kizhakku Pathippagam is an imprint of New Horizon Media Private Limited

The views and opinions expressed in this book are the author's own and the facts are as reported by the author, and the publishers are not in any way liable for the same.

All rights reserved. No part of this publication may be reproduced, stored in a retrieval system, or transmitted, in any form or by any means, electronic, mechanical, photocopying, recording or otherwise, without the prior permission of the publishers.

சடைமறைத்துக் கதிர் மகுடந்தரித்து நறுங்
    கொன்றையந்தார் தணந்து வேப்பந்
தொடைமுடித்து விடநாகக் கலன் அகற்றி
    மாணிக்கச் சுடர்ப்பூ ணேந்தி
விடைநிறுத்திக் கயலெடுத்து வழுதிமரு
    மகனாகி மீன நோக்கின்
மடவரலை மணந்து உலக முழுதாண்ட
    சுந்தரனை வணக்கஞ் செய்வாம்

உள்ளே

1. நுழைவாயில் | 9
2. அரசின் தோற்றம் | 14
3. விஸ்வநாத நாயக்கர் | 26
4. கிருஷ்ணப்ப நாயக்கர் | 45
5. வீரப்ப நாயக்கர் | 55
6. இரண்டாம் கிருஷ்ணப்பர் | 63
7. முத்து கிருஷ்ணப்ப நாயக்கர் | 66
8. முத்து வீரப்ப நாயக்கர் | 72
9. திருமலை நாயக்கர் | 80
10. இரண்டாம் முத்து வீரப்ப நாயக்கர் | 166
11. சொக்கநாத நாயக்கர் | 170
12. மூன்றாம் முத்து வீரப்ப நாயக்கர் | 192
13. மங்கம்மாளின் ஆட்சி | 198
14. விஜயரங்க சொக்கநாதரும் ராணி மீனாட்சியும் | 207
15. நாயக்கர்களின் அரசாட்சி | 214
16. நிறைவாக | 227

அத்தியாயம் 1

நுழைவாயில்

சித்தி விநாயகனே தென் கூடல் வாழ்பவனே
பக்தியுடனம்மானை பாட வரமருள்வாய்
வெற்றி விநாயகனே வேலவற்கு முன்னோனே
சித்த மிரங்கி திருவாக்குத் தந்தருள்வாய்

- ராமப்பையன் அம்மானை

தமிழகத்தில் உள்ள நகரங்களில் இரண்டாயிரம் ஆண்டுகளுக்கு மேலான தொன்மையை உடையது மதுரை. பாண்டியர்களின் தலைநகராக சங்க காலத்திலிருந்தே இருந்து வரும் மதுரை இடை இடையே மற்ற அரசர்களின் ஆட்சிக்கும் உட்பட்டு இருந்திருக்கிறது. சங்க காலத்தை அடுத்து மதுரையைக் கைப்பற்றிய களப்பிரர்கள் கிட்டத்தட்ட இருநூறு ஆண்டுகள் ஆட்சி செய்தனர். அதன்பின் மதுரையில் மீண்டும் பாண்டியர்களின் ஆட்சியை கடுங்கோன் நிலைநிறுத்திய பிறகு இடைக்காலப் பாண்டியர்களின் ஆட்சிக்காலத்தில் மதுரை பெரும் மேன்மையை அடைந்தது. பொயு 10 நூற்றாண்டில் சோழர்களின் எழுச்சியை அடுத்து, ராஜராஜசோழனாலும் அதன்பின் ராஜேந்திர சோழனாலும் வெல்லப்பட்ட மதுரை நூறாண்டுகள் சோழர்களின் வசம் இருந்தது. அவர்களிடமிருந்து மதுரையை மீட்ட முதலாம் மாறவர்மன் சுந்தரபாண்டியனும் ஜடாவர்மன் சுந்தரபாண்டியனும் மதுரையையும் பாண்டியப் பேரரசையும் உச்சத்திற்குக் கொண்டு

சென்றனர். செல்வச் செழிப்பு மிக்க நகரமாக மதுரை அக்காலத்தில் இருந்தது என்று மார்க்கோ போலோ போன்ற பயணிகள் குறிப்பிட்டிருக்கின்றனர்.

மதுரையின் இந்தச் செல்வச் செழிப்பு டெல்லி சுல்தான்களின் கண்களை உறுத்தியதை அடுத்து மும்முறை மதுரையின் மீது சுல்தான்களின் படையெடுப்பு நிகழ்ந்தது. பொயு 1311ல் அலாவுதீன் கில்ஜியின் தளபதியான மாலிக்கபூர், மாறவர்மன் குலசேகர பாண்டியனின் புதல்வர்களான சுந்தரபாண்டியனுக்கும் வீர பாண்டியனுக்கும் இடையில் ஏற்பட்ட வாரிசுரிமைப் போரைப் பயன்படுத்திப் பாண்டிய நாட்டில் நுழைந்தான். மதுரையைச் சூறையாடிய மாலிக்கபூர் அங்கிருந்து கொள்ளையடிக்கப்பட்ட பெரும் செல்வத்தோடு டெல்லி திரும்பினான். அதன்பின் மதுரையின் ஆட்சிப்பொறுப்பை ஏற்ற பராக்கிரம பாண்டியன் மதுரையின் மீது அடுத்து நிகழ்ந்த குஸ்ரூ கானின் படையெடுப்பை ஓரளவு சமாளித்தான். ஆனால் மூன்றாம் முறையாக பொயு 1323ம் ஆண்டு மதுரையின் மீது படையெடுத்த உலூக்கான் என்ற முகமது பின் துக்ளக், பராக்கிரம பாண்டியனை வீழ்த்தியது மட்டுமல்லாமல் அவனைச் சிறைப்பிடித்துக் கொன்றும் விட்டான். அத்தோடு மதுரைப் பாண்டியர் வம்சம் முடிவுக்கு வந்தது. பாண்டியர்களின் தாயாதியர் தமிழகத்தின் தெற்கில் திருநெல்வேலியிலும் தென்காசியிலும் இருந்து கொண்டு ஆட்சி செய்ய ஆரம்பித்தனர்.

டெல்லி திரும்புவதற்கு முன் மதுரையில் ஆசன்கான் என்பவனை தனது பிரதிநிதியாக நியமித்துவிட்டுச் சென்றான் உலூக்கான். ஆனால் சில ஆண்டுகளிலேயே மதுரையைத் தன்னாட்சி பெற்ற சுல்தானகமாக அறிவித்தான் ஆசன்கான். சுல்தான்களின் ஆட்சிக் காலத்தில் முன் எப்போதும் இல்லாத பேரழிவைச் சந்தித்தது மதுரை. மக்கள் கூட்டம் கூட்டமாக ப்ளேக் போன்ற நோய்களால் மடிந்தனர். நாட்டில் கொடுங்கோன்மை நிலவியது. மதுரையின் முக்கியக் கோவில்களான மீனாட்சி அம்மன் கோவில், கூடலழகர் கோவில் போன்ற கோவில்களில் வழிபாடுகள் நிறுத்தப்பட்டன. சுல்தான்களை அகற்ற ஹொய்சாளர்களின் அரசனான மூன்றாம் வல்லாளன் எடுத்த முயற்சியும் தோல்வியடைந்து, அவர் மதுரைக் கோட்டை வாசலில் தோலை உரித்துத் தொங்க விடப்பட்டார்.

இந்நிலையில் துங்கபத்திரை ஆற்றங்கரையில் தோன்றிய விஜயநகரப் பேரரசு, தமிழகத்தின் மீது தன் கவனத்தைச் செலுத்த ஆரம்பித்தது. அதைத் தோற்றுவித்த அரசர்களின் ஒருவரான புக்கரின் மகன், குமார கம்பண்ணர் மதுரையின் மீது படையெடுத்து

மதுரை சுல்தானாக இருந்த சிக்கந்தர் ஷாவைத் தோற்கடித்து சுல்தானகத்தை ஆட்சியிலிருந்து அகற்றினார். தமிழகத்தில் நிர்வாகம் சீரமைக்கப்பட்டு மீண்டும் நல்லாட்சி நிறுவப்பட்டது.

பொயு 1371லிருந்து விஜயநகரப் பிரதிநிதிகள் மதுரையை ஆட்சி செய்ய ஆரம்பித்தனர். அவர்களில் முதலாமவரான குமார கம்பண்ணரின் கல்வெட்டுகள் தமிழகத்தில் பரவலாகக் கிடைப்பதிலிருந்து தமிழகத்தின் பெரும்பகுதி அவரது ஆட்சியின் கீழ் இருந்தது என்பது தெளிவு. ஆனால், பாமினி சுல்தான்களுக்கும் விஜயநகர அரசர்களுக்கும் போர் மும்முரமானதை அடுத்து கம்பண்ணர் நாடு திரும்பவேண்டியதாயிற்று. அடுத்ததாக கம்பண்ணரின் மகன் எம்பண்ண உடையார் மதுரையின் ஆட்சிப் பொறுப்பை ஏற்றார். மதுரைத் தலவரலாறு தெரிவிக்கும் செய்திகளிலிருந்து கம்பண்ணரின் மகனான எம்பண்ணரும் மருமகனான பொற்காசு உடையாரும் முப்பத்து மூன்று ஆண்டுகள் ஆட்சி செய்தனர் என்று தெரிகிறது.

இதற்கிடையில் விஜயநகரப் பேரரசில் ஏற்பட்ட குழப்பங்கள் காரணமாக மதுரையின் மீதான அவர்களின் பிடி தளர்ந்துகொண்டே வந்தது. பொயு 1405ல் இரண்டாம் தேவராயரின் அமைச்சரான லக்கண உடையார் என்பவர் மதுரையின் அரசப் பிரதிநிதியாக ஆட்சிசெய்தார் என்று மதுரை ஸ்தானிகர் வரலாறு கூறுகிறது. அவரை அடுத்து அவரது சகோதரர் மாடண்ணா ஆட்சி செய்தார். இவர்கள் இருவரின் ஆட்சிக்காலம் 48 ஆண்டுகள் நீடித்தது. லக்கண்ணாவின் ஆட்சிக்காலத்தின்போது அவர் இலங்கையின் மீது படையெடுத்து வென்றார். அதன் பிறகு விஜயநகர அரசர்கள் தங்களை தக்ஷிண சமுத்ராதிபதி என்று அழைத்துக்கொள்ளத் தொடங்கினர்.

வாணாதிராயர்கள்

லக்காணாவின் ஆட்சிக்காலத்தின்போது அவர் முன்பு பாண்டியர்களின் சிற்றரசர்களாக இருந்த வாணாதிராயர்களை மதுரை ஆட்சிக்கட்டிலில் அமர்த்தினார். பிற்காலப் பாண்டியர்களின் ஆரம்ப காலத்திலிருந்தே பாண்டியர்களுக்கு உதவி செய்தவர்கள் வாணாதிராயர்கள். முதலாம் மாறவர்மன் சுந்தரபாண்டியன் சோழர்களுக்கு எதிராகப் போர் செய்தபோது அவனோடு சேர்ந்து போரிட்டதால், சோழநாட்டின் ஒரு பகுதியை அவர்களுக்கு அளித்தான் சுந்தரபாண்டியன். அதன்பின் பாண்டியர்களின் பல கல்வெட்டுகள் வாணர்களைப் பற்றிக் குறிப்பிடுகின்றன.

என்ன காரணத்தால் லக்கண்ணா இவர்களைத் தேர்ந்தெடுத்து விஜயநகரின் பிரதிநிதிகளாக நியமித்தார் என்பது தெரியவில்லை. ஆனால், பதினைந்தாம் நூற்றாண்டின் பிற்பகுதியில் மதுரை, ராமநாதபுரம் பகுதிகளை வாணாதிராயர்களும் தெற்கே பாண்டியர்களும் ஆட்சி செய்து வந்தனர்.

வடக்கிலிருந்து வந்த தொல்லைகளைச் சமாளிக்க வேண்டியிருந்ததால், விஜயநகர அரசர்கள் மதுரையின் ஆட்சிப் பொறுப்பை வாணாதிராயர்களிடமே முற்றிலுமாக ஒப்படைத்து விட்டனர். பொயு 1453 லிருந்து ஆட்சி செய்யத் தொடங்கிய வாணாதிராயர்கள் அழகர் கோவிலில் உள்ள கள்ளழகரைத் தங்கள் குலதெய்வமாகக் கொண்டவர்கள். அவர்களின் முதல் அரசரான உறங்காவில்லிதாசன் என்ற மஹாபலி வாணாதிராயருக்கு திருமாலிருஞ்சோலை நின்ற மாவலிவாணாதிராயன் என்ற பெயரும் இருந்ததாகத் தெரிகிறது. வாணர்களின் குறிப்பிடத்தக்க அரசர்களில் ஒருவர் தன்னை மதுராபுரி மகாநாயகன் என்றும் விஜயநகர அரசரின் சிற்றசர் என்றும் குறிப்பிட்டுக்கொள்கிறார்.

ஆனால் இந்த நிலை நீண்ட நாள் நீடிக்கவில்லை. விஜயநகரை ஆண்ட சங்கம வம்ச அரசர்களின் கடைசி அரசர்களான மல்லிகார்ஜுன ராயரும் விரூபாக்ஷ ராயரும் வலிமை குன்றியவர்களாக இருந்ததால், வாணாதிராயர்கள் தன்னாட்சி பெற முற்பட்டனர். அக்காலகட்டத்தில் ஆட்சி செய்த புவனேகவீரன் சமரகோலாகலன் என்ற வாணாதிராயர், வடக்கே காஞ்சி வரை படையெடுத்துச் சென்று அந்தப் பகுதி முழுவதையும் தன்னுடைய ஆட்சிக்கு உட்பட்டது என்று பிரகடனம் செய்துகொண்டார். தவிர விஜயநகர ஆட்சிக்குக் கட்டுப்பட்டவனாக தான் இல்லை என்றும் சுதந்தர நாட்டை ஆள்வதாகவும் புவனேகவீரன் குறிப்பிட்டுக் கொண்டார்.

சங்கம வம்சத்தை அடுத்து சாளுவ வம்சம் விஜயநகரில் ஆட்சிக்கு வந்தபோது அந்த வம்சத்தின் ஆட்சியைத் தோற்றுவித்த சாளுவ நரசிம்மர், காஞ்சியின் மீது படையெடுத்து புவனேகவீரனை அங்கிருந்து தெற்கு நோக்கித் துரத்திவிட்டு அந்தப் பகுதிகளை எல்லாம் விஜயநகரோடு இணைத்துக்கொண்டார். அதன்பின் அவரது மகனுடைய காலத்தில் விஜயநகர அரசின் காவலனாகப் பொறுப்பேற்ற நரச நாயக்கர் பாண்டிய நாட்டின் மீது படையெடுத்தார். ஸ்ரீரங்கத்தில் கலகத்தை ஏற்படுத்திய கோனேரிராஜனை பொயு 1499ல் வென்ற அவர், மதுரை மீது

தாக்குதல் நடத்தி அங்கே ஆட்சி செய்துகொண்டிருந்த மறவபூபன் என்ற மன்னனை வென்றதாகக் குறிப்பிட்டுக்கொள்கிறார். இந்த அரசன் வாணாதிராயர்களில் ஒருவராக இருக்கக்கூடும். அதன் பின் தெற்கு நோக்கிச் சென்றார நரசநாயக்கர். அப்போது தென்காசியைத் தலைநகராகக் கொண்டு மானாபூஷணன் என்ற ஜடாவர்மன் பராக்கிரம குலசேகர பாண்டியன் ஆட்சி செய்து வந்தான். அவனைத் தோற்கடித்து விஜயநகரப் பேரரசுக்கு அடங்கி கப்பம் கட்டச் செய்தபின், ராமேசுவரம் போன்ற புண்ணிய தலங்களைத் தரிசித்து விட்டு விஜயநகரம் திரும்பினார் நரசநாயக்கர். (இந்த விவரங்களை எல்லாம் அடியேன் எழுதிய விஜயநகரப் பேரரசு என்ற நூலில் விரிவாகத் தெரிந்துகொள்ளலாம்.)

இந்தப் படையெடுப்பு விஜயநகர அரசாங்காத்தில் ஒரு பெரும் தாக்கத்தை ஏற்படுத்தியது. நிரந்தரமாக தங்களுடைய அரசப் பிரதிநிதிகள் தமிழகத்தில் இல்லாத வரை அங்கிருந்து தொடர்ந்து தொல்லைகள் வரும் என்பதை அவர்கள் உணர்ந்தனர். அதற்கான முயற்சிகள் நரசநாயக்கரின் மகனான கிருஷ்ண தேவராயரின் காலத்தில் எடுக்கப்பட்டன.

அத்தியாயம் 2

அரசின் தோற்றம்

விஜயநகரப் பேரரசின் இளவரசரான குமார கம்பண்ணர் மதுரையின் மீது படையெடுத்து அங்கே ஆட்சி செய்து கொண்டிருந்த சுல்தான்களைத் தோற்கடித்து விரட்டிய பிறகு, அவரும் அவருடைய மகனும் சிறிது காலம் விஜயநகர அரசின் பிரதிநிதியாக இருந்து ஆட்சி செய்துகொண்டிருந்தனர் என்று பார்த்தோம். ஆனால் விஜயநகரத்தின் மீது தொடர்ந்து போர் தொடுத்துக்கொண்டிருந்த பாமினி சுல்தான்களின் தொல்லையால் கம்பண்ணரும் எம்பண்ணரும் அவர்களைத் தொடர்ந்து அரசப் பிரதிநிதியாக இருந்த லக்கண்ணா போன்றவர்களும் விரைவிலேயே மதுரையை விட்டுச் செல்லவேண்டியிருந்தது என்பதையும் பார்த்தோம். வாணாதிராயர்களிடம் வந்த மதுரையின் ஆட்சி, விஜயநகரத்தின் பிடி தளர்ந்தது காரணமாக தன்னாட்சி பெற முயன்றது. அது மட்டுமல்லாமல், தெற்கே தென்காசிப் பாண்டியர் களும் போர்க்கொடி தூக்கியதால், விஜயநகரத் தளபதியான நரச நாயக்கர் தமிழகத்தின் மீது படையெடுத்து ஸ்ரீரங்கம், மதுரை, தென்காசி ஆகிய இடங்களில் தலைதூக்கிய புரட்சிகளை அடக்கி அப்பகுதிகளை மீண்டும் விஜயநகரின் கீழ்க் கொண்டுவந்தார். ஆயினும், நேரடிப் பிரதிநிதி இல்லாமல் இன்னொருவரிடம் ஆட்சியை ஒப்படைப்பது குழப்பத்திற்கே வழிவகுக்கும் என்பதை விஜயநகரத்தின் ஆட்சியாளர்கள் உணர்ந்தனர். வடக்கிலிருந்து விஜயநகரப் பேரரசுக்குத் தொடர்ந்து பிரச்சனைகளை

ஏற்படுத்திக்கொண்டிருந்த வலுவான பாமினி சுல்தான்களைச் சமாளிக்க வேண்டிய நிலையில் தெற்கிலும் தொடர்ந்து சிக்கல்கள் வந்தால் அது அரசை நிலைகுலையச் செய்துவிடும் என்பதை அறிந்த நரச நாயக்கர், மதுரையில் வாணாதிராயர்களுடன் சேர்ந்து ஆட்சி செய்ய விஜயநகரப் பிரதிநிதிகளை நியமிக்கலானார்.

தமிழகத்தின் மீது நரச நாயக்கரின் படையெடுப்பு பொயு 1497ல் நடந்தது. அந்த ஆண்டைச் சேர்ந்த கல்வெட்டு ஒன்று நரச நாயக்கருடன் இம்மடி காசப்ப நாயக்கர், சேதுபந்த ராமேஸ்வரம் சென்றதாகவும் அங்கே வழிபாடுகள் நடத்தியதாகவும் குறிப்பிடுகிறது. 1498ம் ஆண்டுக் கல்வெட்டு ஒன்று மதுரை கொண்ட ராயரின் பெயரால் வரி வசூலிக்கப்பட்டதைக் குறிக்கிறது. அதைத் தொடர்ந்து சாளுவ வம்சத்தைச் சேர்ந்த அரசரான இம்மடி நரசிம்மரின் பெயரால் மதுரைப் பகுதியில் கிடைக்கும் கல்வெட்டுகள் விஜயநகரின் நேரடிக் கண்காணிப்பில் இந்தப் பகுதி வந்ததை உணர்த்துகிறது. மதுரைத் தலவரலாறும் அக்காலகட்டத்திலிருந்து தொடர்ந்து மதுரையின் பிரதிநிதிகளாக ஆட்சி செய்த விஜயநகரத்தின் அதிகாரிகளின் பெயர்களைக் குறிப்பிடுகிறது. அவர்களில் சிலர்,

- தென்ன நாயக்கர் (1500 - 1512)
- நாச்சியப்ப பிள்ளை (1513 - 1517)
- ராயவாசல் திம்மப்ப நாயக்கர் (1517 - 1521)
- கட்டியம் காமைய்ய நாயக்கர் (1521 - 1523)
- சின்னப்ப நாயக்கர் (1524 - 1527)

இவர்களில் ராயவாசல் திம்மப்ப நாயக்கர் காலத்துக் கல்வெட்டுகள் அவரை மதுரையின் நிர்வாகி என்றே குறிப்பிடுகின்றன. திருவேடகத்தில் கிடைத்த 1526ம் ஆண்டைச் சேர்ந்த சின்னப்ப நாயக்கரின் கல்வெட்டு ஒன்று அவரை அரசரின் வாசல் காரியம் என்று குறிக்கிறது. இந்தக் குறிப்புகளிலிருந்து தொடர்ந்து விஜயநகரப் பிரதிநிதிகள் மதுரையின் ஆட்சிப் பொறுப்பைக் கவனித்து வந்தனர் என்பது தெளிவாகிறது.

இதற்கிடையில், பதினாறாம் நூற்றாண்டின் ஆரம்பத்தில் விஜயநகரத்தின் ஆட்சி சாளுவ வம்சத்திலிருந்து துளுவ வம்சத்தின் கைக்கு மாறியது. அதைத் தோற்றுவித்த வீர நரசிம்மர் நான்கு ஆண்டுகளிலேயே இறந்து படவே, அவரது தம்பியான கிருஷ்ண தேவராயர் ஆட்சிக்கு வந்தார். பெரும் வீரரும் அறிவாளியுமான

கிருஷ்ண தேவராயரின் ஆட்சிக்காலத்தை விஜயநகரப் பேரரசின் பொற்காலம் என்று சொல்லலாம். அவர் சென்ற இடமெல்லாம் அவருக்கு வெற்றி கிட்டியது. ஆட்சியிலும் அமைதி நிலவி செல்வச் செழிப்பு மிகுந்தது. விஜயநகரப் பேரரசின் நிலையும் உன்னதத்தை எட்டியது. ஒரு பெரும் பேரரசை வெல்வது சுலபம் ஆனால் அதைக் கட்டிக்காப்பது கடினம் என்பதை அறிந்தவர் கிருஷ்ணதேவராயர். தமிழகத்திற்குப் பலமுறை வந்த அவர், தமிழகத்தின் மீதான தங்களது ஆட்சியதிகாரத்தை மேலும் கட்டுக்கோப்பாக ஆக்க வேண்டியதன் அவசியத்தை உணர்ந்தார். அதன் காரணமாக, தமிழகப் பகுதிகளை மூன்றாகப் பிரித்து செஞ்சியைத் தலைநகராகக் கொண்டு வட பகுதியையும், மத்தியத் தமிழகத்திற்குத் தஞ்சாவூரையும் தென் தமிழகத்திற்கு மதுரையையும் தலை நகர்களாக உருவாக்கி அங்கே வலிமையான அரசப் பிரதிநிதிகளை அனுப்பினார்.

அதன்படி கிருஷ்ணதேவராயரின் அடைப்பமாக* ஆரம்பகால கட்டத்தில் இருந்த வையப்ப நாயக்கர் செஞ்சியின் பிரதிநிதியாக நியமிக்கப்பட்டார். தஞ்சையில் செல்லப்பா என்ற சாளுவ நாயக்கர் மகாமண்டலேஸ்வரராகப் பதவியேற்றார். தமிழகத்தினுடைய நாயக்க வம்ச வரலாற்றில் முக்கியமான திருப்பத்தை ஏற்படுத்திய இவரைப் பற்றிப் பின்னால் பார்ப்போம். மதுரையில் தனக்கு மிக நெருக்கமானவரும் அடைப்பக்காரராக இருந்தவருமான விஸ்வநாத நாயக்கரைப் பிரதிநிதியாக நியமித்தார் கிருஷ்ண தேவராயர். பொயு 1529ம் ஆண்டிலிருந்து மதுரையின் விஜயநகர அரசின் பிரதிநிதியாக ஆளத் தொடங்கினார் விஸ்வநாதர்.

இனி, விஸ்வநாதர் மதுரைக்கு வந்தது பற்றி ஒரு பிரபலமான கதை உலவுகிறது. ‘தஞ்சாவூரி ஆந்திரராஜுலு சரித்தரமு’ என்ற நூலில் குறிப்பிடப்பட்டிருக்கும் இந்தக் கதை, சரித்திரப் புனைவுகள், திரைப்படங்கள் என்று பிரபலமாகி அதுவே வரலாறு என்று இப்போது சொல்லப்படுகிறது. அது என்ன என்பதைப் பார்ப்போம்.

★ ‘அடைப்பம்’ என்பது அரசருக்குத் தாம்பூலம் தயாரித்துக் கொடுக்க வேண்டிய பதவி. ஏதோ வெற்றிலை மடித்துக்கொடுக்கும் பதவிதானே என்று நினைத்து விடவேண்டாம். அரசருக்கு மிக நம்பிக்கையானவர்களே இந்தப் பதவியில் நியமிக்கப்பட்டனர். எப்போது அரசருக்கு அருகிலேயே இருப்பதால் அவருக்கு ஆலோசனை சொல்லக்கூடிய அறிவும் தகுதியும் படைத்தவர்தான் இந்தப் பதவிக்கு வர முடியும். விஜயநகர அரசின் செல்வாக்கு மிக்க பதவிகளில் ஒன்று இது.

கிருஷ்ண தேவராயரின் ஆட்சிக்காலத்தில் மதுரையில் சந்திரசேகர பாண்டியர் என்பவர் ஆட்சி செய்துகொண்டிருந்தார். அப்போது சோழநாட்டை ஆட்சி செய்துகொண்டிருந்த வீர சோழன் என்பவன் மதுரையின் மீது படையெடுத்து வந்து சந்திரசேகர பாண்டியரைத் தோற்கடித்து ஆட்சியைக் கவர்ந்து கொண்டான். அவனைச் சமாளிக்க முடியாத சந்திரசேகர பாண்டியர், விஜயநகரம் சென்று கிருஷ்ணதேவராயரிடம் முறையிட்டார். அவருடைய நியாயமான கோரிக்கையை ஏற்ற கிருஷ்ண தேவராயர், தன்னுடைய படைத்தலைவர்களில் சிறந்தவரான நாகம நாயக்கர் என்பவரின் தலைமையில் ஒரு படையை அனுப்பினார்.

நாகம நாயக்கர் ஒரு சிறந்த வீரர். அவருடைய தாக்குதலை வீரசோழனால் தாக்குப் பிடிக்க முடியாமல் மதுரையை விட்டு ஓடிவிட்டான். ஆனால் அதற்குப் பிறகும் மதுரையின் ஆட்சியை சந்திரசேகர பாண்டியரிடம் கொடுக்காமல் நாகம நாயக்கர் காலம் தாழ்த்தினார். இதனால் வெகுண்ட சந்திரசேகர பாண்டியர், மீண்டும் கிருஷ்ணதேவராயரிடம் சென்று முறையிட்டார். அறமற்ற இந்தச் செயலைச் செய்த நாகம நாயக்கரிடம் சினமடைந்த கிருஷ்ண தேவராயர், இன்னும் ஒரு படையை அனுப்பி நாகமரைப் பிடித்து வர முடிவு செய்தார். அதற்குத் தலைமை ஏற்க யார் செல்கிறீர்கள் என்று தன்னுடைய மற்ற படைத்தலைவர்களிடம் கேட்டார். அவர்களுக்கு நாகம நாயக்கரின் வீரத்தைப் பற்றித் தெரியும். ஆனானப்பட்ட பாமினி சுல்தான்களுக்கே தண்ணீர் காட்டிய நாகம நாயக்கரைத் தோற்கடிப்பது முடியாத விஷயம் என்பதால் அவர்கள் தயங்கினர்.

கிருஷ்ணதேவராயரின் சினம் எல்லை மீறியது. அப்போது படைக்குத் தலைமை தாங்க ஒருவர் ஒப்புக்கொண்டார். அவர் வேறு யாருமல்ல. நாகமநாயக்கரின் மகனான விஸ்வநாத நாயக்கர்தான். முதலில் கிருஷ்ணதேவராயர் விஸ்வநாதரை நம்பவில்லை. ஆனால் விஸ்வநாதர் இந்தச் செயலை கட்டாயம் நிறை வேற்றுவதாக சத்தியம் செய்து கொடுத்த பிறகு அவரை ஒரு படையோடு மதுரை அனுப்பினார் கிருஷ்ணதேவராயர். மதுரை சென்ற விஸ்வநாதர், தன் தந்தை என்றும் பாராமல் நாகமரைத் தோற்கடித்து, சிறைப்படுத்தி மதுரை அரசை மீண்டும் சந்திரசேகர பாண்டியரிடம் ஒப்படைத்துவிட்டு விஜயநகரம் திரும்பினார். விஸ்வநாதரின் விஸ்வாசத்தைக் கண்டு பெருமகிழ்ச்சி அடைந்த கிருஷ்ணதேவராயர், அவரையே மதுரைக்கு தன் பிரதிநிதியாக அனுப்பி வைத்தார். சிறிது காலம் கழித்து சந்திரசேகர பாண்டியர்

வாரிசு இல்லாமல் மறையவே, விஸ்வநாதரே அரசின் பொறுப்பை ஏற்று அன்றுமுதல் மதுரையின் அரசராகத் தொடர்ந்தார்.

இப்படிச் செல்லும் இந்தக் கதைக்கு எந்தவிதமான சரித்திர ஆதாரங்களும் இல்லை என்பதை நினைவில் கொள்ளவேண்டும். உலூக்கானின் படையெடுப்பிற்குப் பிறகு தென்பகுதிக்குச் சென்ற பாண்டியர்கள் மீண்டும் மதுரையை ஆட்சி செய்ததற்கான ஆதாரம் எதுவும் இல்லை. போலவே சோழன் ஒருவன் சோழநாட்டை அக்காலகட்டத்தில் ஆட்சி செய்தான் என்பதற்கும் தரவு ஏதும் இல்லை. மதுரையின் வரலாற்றைப் பற்றிக் குறிப்பிடும் எல்லா நூல்களும் வாணாதிராயர்களும் விஜயநகரப் பிரதிநிதிகளும் மதுரையை ஆட்சி செய்ததாகக் குறிக்கின்றனவே தவிர சந்திரசேகர பாண்டியர் என்பவரைப் பற்றி அவற்றில் தகவல் ஏதும் இல்லை. ஆகவே, மேலே குறிப்பிட்ட நிகழ்வுகள் புனைவாகவே இருக்கக் கூடும் என்ற முடிவுக்கு வரவேண்டியிருக்கிறது.

அப்படியானால் உண்மை வரலாறு என்ன? மேற்குறிப்பிட்டபடி தமிழகத்தின் மூன்று பகுதிகளிலும் பிரதிநிதிகளை கிருஷ்ண தேவராயர் நியமித்து ஆட்சி செய்யும்படி 1520களில் பணித்திருக் கிறார். அப்படி மதுரையை ஆட்சி செய்ய வந்தவர்தான் விஸ்வநாத நாயக்கர். மதுரை ஸ்தானிகர் வரலாறு என்ற நூலில், மதுரையில் கலகங்கள் தோன்றியதால் நாகம நாயக்கரும் அவரது மகன் விஸ்வநாத நாயக்கரும் மதுரைக்கு 13000 குதிரைகளோடு வந்து அந்தக் கலகத்தை அடக்கியதாக ஒரு குறிப்பு உள்ளது. இந்தக் கலகம் வாணாதிராயர்களால் ஏற்பட்டிருக்கச் சாத்தியங்கள் உள்ளன. எப்படியிருந்தாலும் கிருஷ்ணதேவராயருடைய இறுதிக்காலத்தில் மேற்குறிப்பிட்ட மூவரும் அரசப் பிரதிநிதிகளாக ஆட்சி செய்திருக் கின்றனர் என்பது கல்வெட்டுகளின் மூலம் தெரியவருகிறது.

ஆனால் அக்காலகட்டத்திலேயே இவர்கள் அனைவருக்கும் ‘நாயக்கர்’ என்ற பதவி வழங்கப்பட்டுவிட்டது என்று சிலர் குறிப்பிடுகின்றனர். இது தவறான செய்தி என்பதைச் சில வரலாற்று ஆதாரங்கள் மூலம் பார்க்கலாம்.

அமர நாயக்கர்கள்

நாயக என்ற பெயர் பொதுவாக படைத்தலைவர்களுக்கு விஜயநகரப் பேரரசின் காலத்தில் வழங்கப்பட்டிருந்தாலும், நாயன்கரா அல்லது அமர நாயக்கர் என்ற சிறப்புப் பகுதி சிலருக்குத்தான் வழங்கப்பட்டிருந்தது. இது காகதீய அரசில்

பிரதாப ருத்திரன் என்ற அரசன் கொண்டுவந்த முறையாகும். இம்முறையைச் சிறிது திருத்தி விஜயநகர அரசர்கள் தங்களது ஆட்சியில் அமல்படுத்தினர். இந்த முறையில் நாயக்கர் தானத்தை அளித்து ஒரு குறிப்பிட்ட பகுதியை ஒருவரிடம் அரசர் ஒப்படைத்து விடுவார். அப்பகுதியில் உள்ள நிலங்கள் அனைத்தும் அவருக்கே சொந்தமாகிவிடும். இப்படி அரசிடம் இருந்து பெற்ற நிலங்கள் 'அமரம்' என்ற அழைக்கப்பட்டன. அந்த நிலத்தில் உழவு செய்யும் உழவர்கள், அதிலிருந்து கிடைக்கும் வருமானத்தில் குறிப்பிட்ட பகுதியை இந்த நாயக்கர்களிடம் கொடுத்துவிடவேண்டும். அந்த வருமானத்தில் கிட்டத்தட்ட சரிபாதியை நாயக்கர்கள் அரசருக்கு அளிக்கவேண்டும்.

இதைத் தவிர நாயக்கர்களுக்கு ஒரு குறிப்பிட்ட அளவு படைகளை வைத்துக்கொள்ள அனுமதி வழங்கப்பட்டிருந்தது. அரசுக்கு வெளிநாடுகளிலிருந்து போர் அபாயம் நேரும்போது, நாயக்கர்கள் தங்கள் படைகளைக் கொடுத்து உதவ வேண்டும். ஒவ்வொருவரின் தகுதிக்கு ஏற்ப இந்த நிலங்களின் அளவு மாறுபடும். இப்படிக் கொடுக்கப்பட்ட நிலங்களை கூட்டவும் குறைக்கவும் மாற்றியமைக்கவும் அரசருக்கு அதிகாரம் இருந்தது. வரலாற்று ஆசிரியரான நூனிஸ், விஜயநகரப் பேரரசில் நாயக்கத்தானம் பெற்ற இருநூறுபேர் இருந்ததாகவும் அவர்களிடம் ஆறு லட்சம் காலாட்படைகளும் 24000 குதிரைப் படைகளும் இருந்ததாகக் கூறுகிறார்.

தங்களது ஆட்சிக்கு உட்பட்ட பகுதிகளில் நீதி வழங்கும் அதிகாரம் இந்த நாயக்கர்களிடம் இருந்தது. அங்கேயெல்லாம் நீர்ப்பாசன வசதியைப் பெருக்கி நிலங்களை வளப்படுத்தும் கடமையும் அவர்களுக்கு இருந்தது. சிலருக்கு கோட்டை கட்டிக்கொள்ளும் உரிமையை அரசர் அளித்திருந்தார். கடமையிலிருந்து தவறும் நாயக்கர்களுக்கு கடும் தண்டனை விதிக்கப்பட்டு அவர்களின் பதவியும் பறிக்கப்பட்டது.

கிருஷ்ணதேவராயரால் நியமிக்கப்பட்ட பிரதிநிதிகள் அரசரின் ஆணைப்படி ஆட்சி செய்தனரே தவிர அவர்களுக்கு நாயக்கத்தானம் வழங்கப்படவில்லை என்பதைக் கல்வெட்டுகள் தெளிவுபடுத்து கின்றன. உதாரணமாக திருமலையில் உள்ள கல்வெட்டு ஒன்று அடைப்பம் வையப்ப நாயக்கர், கிருஷ்ணதேவராயர் நலம் பெற வேண்டி திருமலை வேங்கடப்பனுக்கு அளித்த அறக்கொடை ஒன்றைப் பற்றிக் குறிப்பிடுகிறது. அதில் வையப்பர், நாயக்கர்

பதவியடைந்ததைப் பற்றிய குறிப்புகள் ஏதுமில்லை. தென் ஆற்காடு ஜம்பையில் உள்ள வையப்பரின் 1530ம் ஆண்டுக் கல்வெட்டு காசிப கோத்திரத்து திம்மப்ப நாயக்கரின் மகனான ‘அடைப்பம்’ வையப்ப நாயக்கர் அவ்வூர்க் கோவிலுக்கு அறக்கொடை அளித்த செய்தி உள்ளது. இப்படி தொடர்ந்து அடைப்பம் என்ற பெயரிலேயே வையப்ப நாயக்கர் 1532ல் கிடைத்த பல கல்வெட்டுகளில் குறிப்பிடப்படுகிறார். இவற்றிலிருந்து அவர் அதுவரை நாயக்கத்தானத்தைப் பெறவில்லை என்பது தெளிவு.

போலவே, விஸ்வநாத நாயக்கரின் பொயு 1532ம் ஆண்டைச் சேர்ந்த அழகர்கோவில் கல்வெட்டு அவரை அச்சுதராயரின் ஊழியம் என்றே குறிக்கிறது.

1. [illegible] தேவமஹாராயர் [illegible]யிவிராஜ[illegible] [illegible] அருளாநின்ற [illegible] [illegible]சாருய
2. ச ன் மேல் செல்லா நின்ற நந்தன ஸம்வத்ஸரத்து உத்ராயநத்த [illegible] [illegible](வி) [illegible]
3. [illegible]த்த [illegible]யனையும் [illegible]யவாரமும் [illegible]தி நக்ஷத்ரமும் விஷ்கம்ப யோகமும் ஸிம்ஹ
4. [illegible]ணமும் பெற்ற [illegible] [illegible] கா[illegible]த்தில் [illegible] [illegible] தேவமஹாராயர் ஊழி

யத்த சிறுநாஉடக(ம) நாயக்கர் [illegible] சுவாமி வி[illegible]நாத நாயக்கர் அழகற்கு ஸஹிர

ணொ[illegible] [illegible] சேத்துக்குடுத்த திருவிடையாட்டத்துக்குக் குடுத்த பட்டையம் பாண்டி மண்டலத்து வைய்கைக்கரைப் பற்று வடகரையில் குன்றத்தூர் சீர்மையில் அடஞ்சி ஊர் . . . னிலம் உட்பட [illegible] ஒன்றுக்குப் பெருநான்கெல்லைக் குட்பட்ட பூவேந்தி வாய்க்காலுக்கு வடக்கு (ெ)சக்குடி

அழகர் கோவில் கல்வெட்டுகள் - தமிழகத் தொல்லியல் துறை வெளியீடு

ஊழியம் என்பதற்கு அதிகாரி என்பதே பொருள். ஆகவே அதுவரை விஸ்வநாத நாயக்கரும் மதுரையின் நாயன்காரராகப் பொறுப்பேற்க வில்லை என்பது தெரிகிறது. இந்த இடங்கள் நாயக்கத்தானம் பெற்றது எப்போது என்பதைத் தெரிந்து கொள்ள சற்றுப் பின்னால் செல்லவேண்டும்.

•

விஜயநகரப் பேரரசின் அரசப் பிரதிநிதிகளாக தமிழகத்தை ஆட்சி செய்துகொண்டிருந்தவர்கள் எப்போது நாயக்கத்தானம் பெற்று

அமர நாயக்கர்களாகப் பதவி உயர்வு அடைந்தனர் என்பது பற்றி வரலாற்று அறிஞர்களிடையே பல்வேறு கருத்துகள் உலவுகின்றன. ஆங்கிலேயர் ஆட்சியின்போது மதுரையில் பணிபுரிந்தவரும் 'The Madura Country' என்ற புத்தகத்தில் மதுரை வரலாற்றின் பல பகுதிகளை ஆவணப்படுத்தியவருமான நெல்சன், பொயு 1559ல்தான் மதுரை நாயக்கராக விஸ்வநாத நாயக்கர் பொறுப் பேற்றதாகக் குறிப்பிடுகிறார். பாண்டியர் வரலாற்றுக் குறிப்புகளில் இருந்தும் ம்ருத்யுஞ்சய ஓலைச்சுவடிகளில் உள்ள குறிப்புகளின் அடிப்படையிலும் இந்த முடிவுக்கு அவர் வந்ததாகவும் நெல்சன் தெரிவிக்கிறார்.

வி. ரங்காச்சாரி என்ற ஆய்வாளரும் நெல்சனின் இந்தக் கருத்தை ஏற்றுக்கொண்டு பொயு 1559ம் ஆண்டே மதுரை நாயக்கர் வம்சம் தோன்றிய ஆண்டு என்று கூறுகிறார். ஆனால் இதற்கான ஆதாரமாக அவர் நாகமர் கிருஷ்ணதேவராயருக்கு எதிராக நடத்திய கிளர்ச்சியை அவர் எடுத்துக்கொள்கிறார். அதாவது நாகம நாயக்கர் பொயு 1557ல் விஜயநகர அரசை எதிர்த்துப் புரட்சி செய்திருக்க வேண்டும் என்றும் அவரது மகனான விஸ்வநாத நாயக்கர் பொயு 1558ல் அவரைத் தோற்கடித்து அதற்கு அடுத்த ஆண்டு மதுரையின் அரசராகப் பொறுப்பேற்றிருக்க வேண்டும் என்றும் அவர் குறிப்பிடுகிறார். ஆனால் பொயு 1557ல் கிருஷ்ணதேவராயர் மட்டுமல்ல அதற்கு அடுத்தப் பதவிக்கு வந்த அச்சுத தேவராயரும் மறைந்து சதாசிவ ராயரின் ஆட்சியே விஜயநகரில் இருந்தது என்பது வரலாறு நமக்குச் சொல்லும் செய்தி. தவிர, இந்தக் கதைக்கான வரலாற்று ஆதாரங்கள் ஏதுமில்லை என்பதையும் நாம் ஏற்கனவே பார்த்தோம். ஆகவே இந்த வாதமும் அடிபட்டுப் போகிறது.

தென் தமிழக வரலாற்றை ஆய்வு செய்த கால்டுவெல்லோ பொயு 1520ம் ஆண்டிலேயே மதுரை நாயக்கர்கள் ஆட்சி செய்யத் தொடங்கியதாகக் குறிப்பிடுகிறார். ஆனால் பொயு 1532ம் ஆண்டு அழகர் கோவில் கல்வெட்டில் விஸ்வநாத நாயக்கர் தன்னை ஊழியம் என்று குறிப்பிட்டுக்கொள்வதைப் பார்த்தோம். ஆகவே அந்த ஆண்டுக் கணக்கும் அர்த்தமற்றதாக ஆகிவிடுகிறது.

ஆட்சியின் தொடக்கத்தைப் பற்றி இப்படி மாறுபட்ட கருத்துகள் இருந்தாலும், தமிழகத்தின் மூன்று நாயக்கர் அரசுகளும் கிட்டத்தட்ட ஒரே காலகட்டத்தில் தோன்றின என்பதை மறுக்க முடியாது. அதற்கான உந்துதல் என்ன என்பதை அறிய அப்போது நிகழ்ந்த வரலாற்று நிகழ்வுகளை ஆராய வேண்டும்.

பொயு 1529ல் கிருஷ்ணதேவராயர் மறைந்ததை அடுத்து விஜயநகர அரசில் பெரும் குழப்பம் நிலவியது. தனக்கு அடுத்தபடியாக தன் சகோதரரான அச்சுதராயர்தான் பதவி ஏற்க வேண்டும் என்று கிருஷ்ணதேவராயர் தெரிவித்திருந்தார். ஆனால் அவருடைய மாப்பிள்ளையான ராமராயர், கிருஷ்ணதேவராயரின் ஒன்றுவிட்ட சகோதரரான ரங்கதேவராயரின் மகனும் சிறுவனுமான சதாசிவராயரை அரியணையில் அமர்த்திவிட்டு அவருக்குப் பொறுப்பாளராக தான் ஆட்சி செய்ய முயன்றார். அந்த சமயத்தில் அச்சுதராயர் சந்திரகிரிக் கோட்டையில் ஆட்சி செய்து கொண்டிருந்தார். அவர் விஜயநகரம் வருவதற்குள் சதாசிவ ராயருக்கு முடிசூட்ட ராமராயர் முயன்றார். ஆனால் அச்சுத ராயருடைய மைத்துனர்களான சலக்கராஜு சகோதரர்கள் இந்தச் சதியை முறியடித்தனர். தஞ்சையின் அரசப் பிரதிநிதியாக இருந்த செல்லப்பா ஒரு படையோடு சென்று அச்சுதராயர் அரியணையில் அமர பேருதவி செய்தார்.

காஞ்சிபுரம் ஏகாம்பர நாதர் கோவிலில் தேவகன்மியாக (அர்ச்சகராக) பணிபுரிந்த தழுவக் குழைந்தான் பட்டர் என்பவரின் மகன்தான் இந்தச் செல்லப்பா. தந்தையைப் போல கோவில் அர்ச்சகராக சிறிது காலம் பணி புரிந்தாலும், சந்திரகிரியின் ஆட்சிப் பொறுப்பை வகித்த அச்சுதராயருக்கு நெருங்கிய நண்பரானார். அதன் காரணமாக கிருஷ்ணதேவராயரின் ஆட்சியின்போது பொயு 1510ல் விஜயநகரத்தின் அலுவலர் பணியிலும் அமர்ந்தார். தனது பதவியில் மேலும் மேலும் உயர்ந்து காலப்போக்கில் சாளுவச் செல்லப்ப நாயக்கர் என்ற சிறப்புப் பெயரோடு தஞ்சையின் மகாமண்டலேஸ்வரராகவும் பணிபுரியலானார். ஒரு சிறிய படையை வைத்துக்கொள்ளவும் அவருக்கு அனுமதி அளிக்கப் பட்டிருந்தது.

ராமராயர் ஆட்சியைக் கைப்பற்றச் செய்த சதிவேலையை முறியடித்து அச்சுதராயர் விஜயநகரத்தின் அரசராகப் பொறுப்பேற்ற பின்னர், அவரோடு சிறிது காலம் தங்கியிருந்தார் செல்லப்பா. ஆனால் அரசில் அச்சுதராயரின் மைத்துனர்களான சலக்கராஜு சகோதரர்களின் கை ஓங்கத் தொடங்கியது. தான் மெள்ள மெள்ள ஒதுக்கப்படுவதைப் புரிந்து கொண்ட செல்லப்பா, மன வருத்தத்தோடு தஞ்சை திரும்பினார். அத்தோடு அந்தப் பகுதியைத் தன்னாட்சி பெற்ற இடமாக அறிவித்து பேரரசுக்கு எதிராகப் புரட்சிக் கொடியையும் தூக்கினார். அவருக்கு உதவியாக பரமக்குடியின் தலைவராக இருந்த தும்பிச்சி நாயக்கர் என்பவர் இருந்தார். ஆனால்

மதுரையின் விஸ்வநாத நாயக்கரும் செஞ்சியின் வையப்ப நாயக்கரும் இந்தப் புரட்சியில் கலந்துகொள்ள மறுத்துவிட்டனர்.

இது ஒருபுறம் இருக்க, திருவடி தேசம் என்று அழைக்கப்பட்ட திருவிதாங்கூரின் அரசனாக இருந்த உதயமார்த்தாண்டவர்மன் என்பவன் தென்காசியின் மீது படையெடுத்து அங்கே அரசாண்டு கொண்டிருந்த ஸ்ரீவல்லபப் பாண்டியனைத் தோற்கடித்தான். அம்பாசமுத்திரம், களக்காடு, வேப்பங்குளம் ஆகிய பகுதிகளைக் கைப்பற்றிக் கொண்டு அதுவரை செலுத்திக்கொண்டிருந்த திறையை விஜயநகர அரசுக்குச் செலுத்த மறுத்தும் விட்டான். நாட்டை இழந்த தென்காசிப் பாண்டியரான ஸ்ரீவல்லபர், விஜயநகர அரசிடம் உதயமார்த்தாண்ட வர்மன் செய்த இந்த அடாத செயலைப் பற்றி புகார் செய்தார்.

தமிழகத்தில் ஏற்பட்ட இந்தக் கலகங்களை அடக்குவதற்காக தன் மைத்துனரான சலக்கரஜு சின்ன திருமலையோடு ஒரு படையை நடத்திக்கொண்டு அச்சுதராயர் விஜயநகரத்திலிருந்து கிளம்பினார். காஞ்சி, ஸ்ரீரங்கம் ஆகிய தலங்களைத் தரிசித்துவிட்டு ஸ்ரீரங்கத்திலேயே அவர் தங்கிவிட்டார். இதற்கிடையில் விஜயநகரப் படை வரும் செய்தியைக் கேட்ட செல்லப்பா, தும்பிச்சி நாயக்கருடன் சேர்ந்து கொண்டு கேரள நாட்டை நோக்கி ஓடிவிட்டார். சின்ன திருமலை விஜயநகரப் படைகளோடு தென் தமிழகத்தை நோக்கிச் சென்றார். அவருக்கு உதவியாக விஸ்வநாத நாயக்கரும் ஒரு படையோடு கலகம் செய்தவர்களை அடக்கக் கிளம்பினார். பொயு1532ம் ஆண்டு ஆரல்வாய்மொழிக் கணவாயில் இருதரப்புக்கும் கடுமையான போர் மூண்டது.

திருவிதாங்கூர்ப் படையோடு சேர்ந்து கொண்டு செல்லப்பாவும் தும்பிச்சி நாயக்கரும் விஜயநகரப் படைகளை எதிர்த்துப் போர் செய்தனர். முடிவில் பெருவெற்றி அடைந்த விஜயநகரப் படைகள், கலகம் செய்த மூவரையும் சிறைப் பிடித்தன. உதயமார்த்தாண்ட வர்மன் மன்னிப்புக் கேட்டுக்கொண்டு, தான் கைப்பற்றிய பகுதிகளை தென்காசிப் பாண்டியரிடம் திரும்ப அளிப்பதாக உறுதியளித்தான். மீண்டும் திறை செலுத்துவதாகவும் ஒப்புக் கொண்டான். போலவே செல்லப்பாவும் தும்பிச்சி நாயக்கரும் சரணடைந்ததை அடுத்து அவர்களும் மன்னிக்கப்பட்டனர். ஸ்ரீவல்லபப் பாண்டியர் தன் மகளை அச்சுதராயருக்குத் திருமணம் செய்துகொடுத்தார். இந்த விவரங்கள் எல்லாம் அச்சுதராய அப்யூதம் என்ற நூலிலும் காஞ்சியிலும் ஸ்ரீரங்கத்திலும் உள்ள கல்வெட்டு களிலும் காணப்படுகின்றன.

விஸ்வநாத நாயக்கர் திருவடி தேசத்திற்கான இந்தப் போர்களில் பங்குபெற்றது பின்னாளில் விஜயநகர அரசராக வந்த வீர வேங்கடப்ப நாயக்கரின் வேலங்குடிச் செப்பேடுகளிலும் குமார கிருஷ்ணப்ப நாயக்கரின் செப்பேடுகளிலும் குறிப்பிடப் பட்டுள்ளது. ஆகவே அக்காலத்திலிருந்தே பெரும் செல்வாக்குப் பெற்றவராக விஸ்வநாதர் இருந்தது இதன் மூலம் தெளிவாகிறது.

இப்படித் தமிழகத்தில் தோன்றிய கலகங்களை அடக்கினாலும், அங்கே தனக்கு விசுவாசமான அரசர்கள் இல்லையென்றால் சிக்கல்கள் தீவிரமாகும் என்பதை உணர்ந்த அச்சுதராயர் அதற்கான முயற்சிகளில் இறங்கினார். துரோகம் செய்த செல்லப்பாவைப் பதவியிலிருந்து நீக்கி அவருக்குப் பதிலாக தன் மனைவியின் சகோதரியான மூர்த்திமாம்பாவின் கணவரும் தமிழ்நாட்டின் நெடுங்குன்றம் என்ற பகுதியைச் சேர்ந்தவருமான செவ்வப்ப நாயக்கரை தஞ்சையின் அமரநாயக்கராக, நாயக்கத் தானம் அளித்து அமரவைத்தார் அச்சுதராயர். மூன்று முக்கியமான இடங்களில் ஒருவருக்கு மட்டும், அதுவும் தன் உறவினருக்குப் பதவியை அளிப்பது பிரச்சனைகளை உருவாக்கும் என்று நினைத்ததாலோ என்னவோ, மற்ற இரண்டு நாயக்கர்களின் பதவியையும் உயர்த்தினார் அச்சுதராயர். தனக்கு விசுவாசமாக இருந்த விஸ்வநாத நாயக்கரையும் வையப்பநாயக்கரையும் மதுரை, செஞ்சிப் பகுதிகளின் அமரநாயக்கர்களாக முறையே அமர்த்தினார் அச்சுதர்.

இதற்கான ஆதாரங்கள் என்ன? பொயு 1536ம் ஆண்டில் குடவாசல் ஸ்ரீகோணேஸ்வரர் கோவிலில் உள்ள கல்வெட்டு ஒன்று அச்சுதராயர் காலத்தைச் சேர்ந்தது. இதில் செவ்வப்ப நாயக்கர் மற்றும் வையப்ப நாயக்கர் ஆகியோரின் தாய் தந்தையருக்குப் புண்ணியமாக ஒரு கட்டளை ஏற்படுத்தப்பட்டுள்ளது. இதே கோவிலில் காணப்படும் இன்னொரு கல்வெட்டும் செவ்வப்ப நாயக்கரைப் பற்றிக் குறிப்பிடுகிறது. இந்தக் கல்வெட்டுகளைக் கண்டறிந்த வரலாற்று ஆய்வாளர் குடவாயில் பாலசுப்பிரமணியன் இவற்றை வைத்து செவ்வப்ப நாயக்கரின் ஆட்சி தஞ்சைப் பகுதியில் ஏற்பட்டதை உறுதிசெய்கிறார்.('தஞ்சை நாயக்கர் வரலாறு', குடவாயில் பாலசுப்பிரமணியன்.) போலவே, சித்தூர் மாவட்டத்தின் கலவகுண்டா என்ற இடத்தில் காணப்படும் பொயு 1535ம் ஆண்டுக் கல்வெட்டு வையப்ப நாயக்கரை அச்சுதநாயக்கரின் 'மகாநாயன்கார' என்று குறிப்பிடுகிறது.

தற்போதைய சிவகங்கை மாவட்டத்தில் உள்ள திருப்பத்தூரில் உள்ள ஒரு கல்வெட்டு பொயு 1535ம் ஆண்டில், அச்சுதராயர் சில

கிராமங்களை விஸ்வநாத நாயக்கருக்கு நாயக்கத்தானமாக வழங்கியதைப் பேசுகிறது. இந்தக் கல்வெட்டு ஆதாரங்களை வைத்துப் பார்க்கும்போது பொயு 1535ம் ஆண்டில் தொண்டை மண்டலம், சோழ மண்டலம், பாண்டி மண்டலம் ஆகிய பகுதிகளில் அதுவரை அரசப் பிரதிநிதிகளாக இருந்தவர்கள் நாயக்கர்களாகப் பதவி உயர்வு பெற்றதை அறிய முடிகிறது. பொயு 1529ம் ஆண்டு வாக்கில் மதுரைக்கு வந்த விஸ்வநாத நாயக்கர், பொயு 1535ல் அமரநாயக்கராக உயர்ந்து மதுரை நாயக்கர் வம்சத்தைத் தோற்றுவித்தார் என்பது இந்த ஆதாரங்களால் உறுதி செய்யப்படுகிறது.

இனி விஸ்வநாத நாயக்கரைப் பற்றிய செய்திகளைக் கொஞ்சம் விரிவாகக் காணலாம்.

அத்தியாயம் 3

விஸ்வநாத நாயக்கர்

மதுரை நாயக்கர்கள் என்றதுமே அவர்கள் ஏதோ விஜயநகரத்தைப் பூர்விகமாகக் கொண்டவர்கள் என்றும் அங்கிருந்து இங்கே வந்து குடியேறியவர்கள் என்றும் ஒரு கருத்து நிலவுகிறது. ஆனால் அது உண்மையல்ல. மதுரை நாயக்க வம்சத்தவர்கள் தமிழகத்தைச் சேர்ந்தவர்கள்தான். கொட்டியம் நாகம நாயக்கர் காஸ்யப கோத்திரத்தைச் சேர்ந்தவர் என்றும் காஞ்சியிலிருந்து வந்தவர் என்றும் பல கல்வெட்டுகள் குறிப்பிடுகின்றன. சதாசிவராயரின் கிருஷ்ணாபுரம் செப்பேடுகள் மதுரை கிருஷ்ணப்ப நாயக்கரை 'காஞ்சிபுரத்தின் தலைவர்' என்று புகழ்கின்றன.

(Vv. 46-57.) **By Krishṇabhûpati,** of sacred fame, the ocean of mercy; who was the jewel of the family of **Kâśyapa**; on whom much wealth was conferred by (the god) **Viśvanâtha,** who was pleased with his devotion; who know the truth about duty; who was always studying the art of protecting others; who was a wise man; whose mind was purified by truthfulness; who shone by his desire to do good actions; who possessed great wealth; who was endowed with the virtues of a wise man; who bore the title 'the lord of **Kâñchipura**;' who was also the recipient of the famous title '**Môkâlipaṭṭavardhana**;' who was also known as the '**Samayadrôhara-gaṇḍa**;' whose policy was like that of Manu; ...

கிருஷ்ணாபுரம் செப்பேடுகள்

மதுரை நாயக்கர்கள் வம்சத்தின் சிறந்த அரசரான திருமலை நாயக்கரின் அரசவையில் மீனாட்சியம்மை பிள்ளைத் தமிழை இயற்றியவரான தமிழ்ப் புலவர் குமரகுருபரர், தாம் பாடிய மீனாட்சியம்மை குறம் என்ற நூலில்,

நீர்வாழி தென்மதுரை நின்மலனார் அருள்வாழி
கார்வாழி அங்கயற்கண் கன்னிதிரு வருள்வாழி
சீர்வாழி கச்சிநகர்த் திருமலைபூ பதிவாழி
பேர்வாழி யவன்செல்வம் பெரிதூழி வாழியவே

என்று திருமலை நாயக்கரை 'கச்சிநகர் திருமலை பூபதி' என்று குறிப்பிட்டுப் பாடுகிறார். இவற்றிலிருந்து காஞ்சிபுரத்தைப் பூர்விகமாகக் கொண்டவர்கள் மதுரை நாயக்கர்கள் என்பது உறுதியாகிறது. அங்கே பிறந்த நாகம நாயக்கர் பணிபுரிவதற்காக விஜயநகருக்குச் சென்றிருக்கக் கூடும். சாளுவ வீர நரசிம்மரின் காலத்திலேயே அங்கே நாகம நாயக்கர் பணியில் அமர்ந்துவிட்டார் என்பதற்குப் பல சான்றுகள் உண்டு. பொயு 1484ம் ஆண்டைச் சேர்ந்த கல்வெட்டு ஒன்று நாகம நாயக்கரை சாளுவ நரசிம்மரின் முதன்மைப் பணியாளனாகக் குறிப்பிடுகிறது.

விஜயநகரப் பேரரசில் பண்டகசாலைக் காப்பாளர் (கொட்டியம் என்ற பெயருக்குப் பொருள்), கஜானா அதிகாரி, படைத்தலைவர் போன்ற பல பொறுப்புகளையும் அவர் ஏற்று நடத்தினார். அதன் காரணமாக சாளுவ நரசிம்மரின் தளபதியாக இருந்த நரச நாயக்கரின் அன்பைப் பெற்று அவருடைய படையில் ஒரு முக்கியப் பொறுப்பையும் வகித்தார் நாகம நாயக்கர். அடுத்ததாக விஜயநகரப் பேரரசின் தலைமையை துளு வம்சத்தினர் ஏற்பதற்கு தன்னுடைய உதவியையும் நாகம நாயக்கர் அளித்திருக்கிறார். இதனால் கிருஷ்ணதேவராயரின் பிரதான படைத்தலைவர்களில் ஒருவராகவும் நாகம நாயக்கர் இருந்தார்.

இப்படிப் பல சிறப்புகளைப் பெற்று பெரும் பதவியில் இருந்தபோதிலும் நாகம நாயக்கருக்குத் தன் வம்சம் விளங்க ஒரு மைந்தன் இல்லயே என்பது பெரும் குறையாக இருந்தது. அதன் காரணமாக அவர் காசிக்குச் சென்று பல்வேறு விதமான பூஜைகளைச் செய்து, தானங்களை அளித்திருக்கிறார். அவர் காசிக்குச் சென்றபோது தம்முடைய பணிகளை ராமபத்திர நாயக்கர் என்பவரிடம் விட்டுச் சென்றார் என்று ஆவணங்கள் குறிப்பிடு கின்றன. காசி விஸ்வநாதரிடம் அவர் செய்த பிரார்த்தனைகளில் விளைவாக அவருக்கு ஒரு மகன் பிறந்ததாக இரண்டாம் வேங்கடரின் குனியூர்ச் செப்பேடுகள் குறிப்பிடுகின்றன.

(V. 49.) *(The son)* of the glorious prince **Nâga,**— who was a descendant of the **Kâśyapa** *(gôtra)*, the object of the spontaneous favour of *(the god)* **Viśvêśvara** who was pleased by *(his)* severe austerities, a treasury of virtues, *(and)* the best of those who grant the object of *(their)* desires to the crowd of scholars,— was **Viśvanâtha**, a Saṁkrandana (Indra) on earth, who was honoured on earth as the foremost of great heroes.

அதன் காரணமாக, தன் மகனுக்கு விஸ்வநாதன் என்ற பெயரை வைத்து அவனுக்குச் சிறுவயதிலிருந்தே பல்வேறு விதமான போர்ப்பயிற்சிகள் அளித்து வளர்த்தார் நாகம நாயக்கர். விஸ்வநாதன் பிறந்த வருடம் சரிவரத் தெரியவில்லை என்ற போதிலும், தோராயமாக பொயு 1500ம் ஆண்டு அவர் பிறந்திருக்கக் கூடும் என்று ஆய்வாளர்கள் கருதுகின்றனர். விஸ்வநாதனுக்குப் பதினாறு வயதானபோது அவனை கிருஷ்ணதேவராயரிடம் அறிமுகப் படுத்தி வைத்தார் நாகமர்.

வீரத்தின் உருவமாக இருந்த விஸ்வநாதனைப் பார்த்ததும் கிருஷ்ண தேவராயருக்கு மிகவும் பிடித்துப் போயிற்று. ஆகவே அவனைத் தன் அடைப்பக்காரனாக அருகிலேயே அமர்த்திக்கொண்டார். வெறும் வெற்றிலை மடித்துக் கொடுப்பவனாக மட்டும் இல்லாமல், அரசு ரகசியங்கள் பலவற்றையும் அறிந்து அரசருக்கு ஆலோசனை தரும் அந்தப் பணியை மிக இளம் வயதிலேயே பெற்ற விஸ்வநாதன், தன் திறமையால் விஜயநகருக்கும் ஒடிசாவின் கஜபதி அரசருக்கும் இடையில் நடந்த போரில் பங்கேற்றான். அதில் தன்னுடைய வீரத்தைக் காட்டவே, விஜயநகரப் படையில் ஒரு படைப்பிரிவின் தலைவனாக அவன் நியமிக்கப்பட்டான். அதன்பின், கிருஷ்ணதேவராயரோடு ரெய்ச்சூர் போரிலும் பங்கேற்று விஜயநகரம் அந்தப் போரில் வெற்றி பெறுவதில் முக்கியப் பங்கு வகித்தான்.

இப்படித் தொடர்ந்து தன் திறமையை நிரூபித்த காரணத்தால்தான், தொடர்ந்து தொல்லைகளைத் தந்துகொண்டிருந்த மதுரையின் அரசப் பிரதிநிதியாக விஸ்வநாதனை கிருஷ்ணதேவராயர் நியமித்தார். அந்தக் கடினமான பதவியை ஏற்பதற்காக தன் படையுடன் மதுரை சென்ற விஸ்வநாதன், தன் நெருங்கிய நண்பனான அரியநாதனையும் கூட்டிச் சென்றான்.

அரியநாதர்

காஞ்சிபுரத்தின் அருகே உள்ள மெய்ப்பேடு (மப்பேடு) என்ற கிராமத்தைச் சேர்ந்தவர் அரியநாதர். அவரைப் பற்றி பல்வேறு கதைகள் சொல்லப்படுகின்றன. நண்பர்களோடு அவர் தெருவில் விளையாடிக்கொண்டிருந்தபோது, அங்கே ஒரு சோதிடர் வந்தாராம். அவர் அரியநாதரைப் பார்த்து, இங்கே பொழுதை வீணாக்காமல் விஜயநகரம் செல். அங்கே உனக்குப் பெரும் பதவிகள் காத்திருக்கின்றன என்று சொன்னார். அதுமட்டு மல்லாமல், அப்படிப் பெரும் பதவி அடைந்தவுடன், உன் சொத்தில்

பாதியை எனக்குத் தருவாயா என்று அவர் கேட்க, இது ஏதோ விளையாட்டு என்று முதலில் நினைத்த அரியநாதரும் அதற்கு ஒப்புக்கொண்டார். விடாக்கண்டரான சோதிடர், அதை ஒரு ஓலைச்சுவடியில் எழுதி வாங்கிக் கொண்டு நடையைக் கட்டினார். இவ்வளவு நம்பிக்கையுடன் சோதிடன் சொன்னதைப் பார்த்த அரியநாதர், விஜயநகரம் சென்றுதான் பார்ப்போமே என்று அன்றே தன் பெற்றோரிடம் சொல்லிக்கொண்டு விஜயநகரத்திற்குக் கிளம்பினார்.

அவர் அங்கே சென்றபோது விஜயநகரத்தில் நவராத்திரி விழா நடந்துகொண்டிருந்தது. விஜயநகரப் பேரரசின் பெருவிழா அது. நாடு முழுவதிலுமிருந்து அரசப் பிரதிநிதிகளும், நாயக்கர்களும், படைத்தலைவர்களும் வந்து அரசரிடம் தங்கள் பரிசுகளைச் சமர்ப்பிப்பார்கள். அரசர் தினமும் ஊர்வலம் வந்து அம்மனுக்குப் பூஜை செய்வார். இப்படிக் கோலாகலமாக நடந்து கொண்டிருந்த விழாவைப் பார்த்துக்கொண்டு நடந்த அரியநாதர், ஓரிடத்தில் பெரும் கூச்சல் எழும்பியதைக் கண்டு அங்கே சென்று வேடிக்கை பார்த்தார்.

அந்த இடத்தில் பெரிய எருமைகள் அம்மனுக்குப் பலி கொடுக்கப்பட்டுக்கொண்டிருந்தன. அந்த ஏற்பாடுகளை நாகம நாயக்கர் மேற்பார்வை பார்த்துக்கொண்டிருந்தார். அப்போது ஒரு சிக்கல் ஏற்பட்டது. பலிக்குக் கொண்டுவரப்பட்ட எருமை ஒன்றின் கொம்புகள் பக்கவாட்டில், அதன் கழுத்தோடு நீளமாகச் சென்றிருந்தன. அம்மனுக்குப் பலி கொடுக்கப்படும்போது ஒரே வெட்டில் அதன் தலை துண்டாகவேண்டும். ஆனால், கொம்புகள் கழுத்தோடு சென்றிருப்பதால், ஒரு வெட்டு அல்ல, பல வெட்டுகளாலும் அதன் கழுத்தைத் துண்டாக்க முடியாது. பலிக்கு என்று கொண்டுவந்த எருமையைத் திருப்பி அனுப்புவதும் அபசகுனம். என்ன செய்வது என்று எல்லோரு விழித்துக் கொண்டிருக்கும்போது அரியநாதர் ஒரு யோசனை சொன்னார்.

அதன்படி, பலிபீடத்தின் எதிரே ஒரு குழி கொஞ்சம் ஆழமாகத் தோண்டப்பட்டது. அதில் மாட்டுத்தீவனம் நிரப்பப்பட்டது. அதன் அருகே வந்த எருமை, தீவனத்தைச் சாப்பிடுவதற்காக நன்கு குனிந்தது. அப்போது அதன் கொம்பு நிமிர்ந்ததால், ஒரே வெட்டாக அதன் கழுத்து வெட்டப்பட்டு பலி நிறைவேற்றப்பட்டது. இப்படி ஒரு சமயோசிதமான யோசனையைச் சொன்ன அரியநாதரைப் பாராட்டிய நாகமர், அவரைப் பற்றிய விவரங்களைக் கேட்டறிந்தார். அதன்பின், தன்னோடு கணக்குப் பிள்ளையாக அமர்த்திக்

கொண்டார். அதன்காரணமாக, நாகம நாயக்கரின் மகனான விஸ்வநாதனோடு அரியநாதருக்கு நட்பு ஏற்பட்டது. பின்னாளில் விஜயநகரம் வந்த அந்த ஜோதிடரின் மகன், தன் தந்தை எழுதிய ஓலையைக் காட்டியவுடன் தன்னுடைய சொத்தில் பாதியைத் தர அரியநாதர் முன்வந்ததாகவும், ஆனால் அதை வாங்காமல் தனக்கு வேண்டியதை மட்டும் வாங்கிக்கொண்டு அவன் திரும்பியதாகவும் சொல்வதுண்டு.

இந்தக் கதை உண்மையோ இல்லையோ, அரியநாதரும் விஸ்வநாதரும் நெருங்கிய நண்பர்களாக இருந்தனர் என்பதில் எந்தச் சந்தேகமும் இல்லை. அரியநாதரின் வீரத்தையும் மதி நுட்பத்தையும் கண்ட விஸ்வநாதர், மதுரைக்குச் செல்லும்போது அவரையும் கூடவே அழைத்துச் சென்றார்.

மதுரையில் பிரதிநிதியாக அமர்ந்தவுடன், ஏற்பட்ட குழப்பங்களைச் சரி செய்த விஸ்வநாதர் கிருஷ்ணதேவராயருக்குப் பின் விஜயநகர அரசராக அமர்ந்த அச்சுதராயரிடம் விஸ்வாசமாக இருந்தார் என்பதையும் அதன் காரணமாக மதுரை நாயக்கப் பதவியை அடைந்தார் என்பதையும் பார்த்தோம். ஆரல்வாய்மொழிக் கணவாய்ப் போர் முடிந்த பிறகு உதயமான தஞ்சை நாயக்கரோடு சேர்ந்து மதுரை நாயக்க அரசுக்கான எல்லைகளை வகுத்தார் விஸ்வநாதர். அதன்படி வல்லம் தஞ்சைக்கு அளிக்கப்பட்டது. திருச்சி மதுரையிடம் வந்தது.

மதுரை சுல்தான்கள் ஆட்சி அகற்றப்பட்டு நூறு ஆண்டுகளுக்கு மேல் ஆனாலும் தொடர்ந்து மாறிக்கொண்டு வந்த ஆட்சி, உள்நாட்டுக்கலகங்கள் ஆகியவற்றால் சீரடையாத நிலையில் இருந்த நிர்வாகத்தைச் சீர்திருத்துவதில் விஸ்வநாதர் கவனம் செலுத்தினார்.

தன்னுடைய நண்பரும் வீரமும் விவேகமும் நிறைந்தவருமான அரியநாதரை தன்னுடைய தளவாயாகவும் (தளபதி) பிரதானி யாகவும் (பேரமைச்சர்) நியமித்தார் விஸ்வநாதர்.

அக்காலத்தில் திருச்சிப் பகுதியில் கள்வர்கள் தொல்லை அதிகமாக இருந்தது. தொண்டை மண்டலம், சோழ நாடு, மேற்கே கேரளம் ஆகியவற்றிற்குச் செல்லும் பெருவழிகளின் மையமாக இருந்ததால் வணிகர்கள் திருச்சியின் வழியே செல்வதை வழக்காமக் கொண்டிருந்தனர். காவிரியின் கரைகளில் உள்ள காடுகளில் வசித்து வந்த கொள்ளையர்கள் இந்த வணிகர்களுக்குப் பெரும் தொல்லையாக இருந்தனர்.

அந்தக் காடுகளைத் திருத்திக் கொள்ளையர்களை ஒழித்து சட்டம் ஒழுங்கை நிலைநாட்டினார் விஸ்வநாதர். அதையடுத்து இந்தப் பகுதிகளில் வணிகர்கள் பயமின்றிச் சென்று வந்தனர்.

திருச்சியையும் அதனைச் சுற்றியுள்ள பகுதிகளையும் சீர்படுத்தும் பணியில் விஸ்வநாதர் ஈடுபட்டிருந்தபோது தெற்கில் கயத்தாறு என்ற இடத்தில் ஒரு பிரச்சனை எழுந்தது. அங்கே ஆட்சி செய்துகொண்டிருந்த 'பஞ்ச பாண்டியர்கள்' மதுரை அரசை எதிர்த்துக் கலகம் செய்தனர். இந்தப் பஞ்ச பாண்டியர்கள், பாண்டிய அரசர்களின் தாயாதியர் என்று சிலர் கூறுகின்றனர். இன்னும் சிலரோ அவர்கள் பாண்டியர்களின் சிற்றரசர்களாக இருந்தவர்கள் என்று குறிப்பிடுகின்றனர். தென்காசியைத் தலைமையாகக் கொண்டு பாண்டிய அரச வம்சத்தினர் அக்காலத்தில் ஆட்சி செய்துகொண்டிருந்தனர் என்று பார்த்தோம். ஆகவே இந்தப் பஞ்சபாண்டியர்கள் பாண்டிய வம்சத்தினராக இருக்கும் வாய்ப்பு இல்லை என்றே தெரிகிறது.

இந்தக் கலகத்தை அடக்க அரியநாதர் மதுரையிலிருந்து புறப்பட்டார். இந்தப் பஞ்ச பாண்டியர்களோடு பேச்சுவார்த்தை நடத்தி, போரைத் தவிர்க்க அவர் செய்த முயற்சிகள் பலனளிக்க வில்லை. ஆகவே நாயக்கர்களுக்கும் பஞ்ச பாண்டியர்களுக்கும் இடயே போர் தொடங்கியது. இதற்கிடையில் திருச்சியில் இருந்த கயத்தாறு வந்த விஸ்வநாதர் தனது சாதுர்யமான முயற்சிகளினால் போரை முடிவுக்குக் கொண்டுவந்தார். பஞ்ச பாண்டியர்களுக்குத் தகுந்த கௌரவம் அளிப்பதாக பேச்சுவார்த்தையில் முடிவு எட்டப்பட்டிருக்கவேண்டும் என்று ஆய்வாளர்கள் கருதுகின்றனர்.

இப்படியாக மதுரை அரசின் தென்பகுதியிலும் அமைதி நிலை நாட்டப்பட்டது.

விஸ்வநாதரின் நிர்வாகச் சீர்திருத்தங்கள்

நாட்டின் தென்பகுதியில் தலைதூக்கிய பஞ்ச பாண்டியரின் கலகத்தை அரியநாதரோடு சேர்ந்து அடக்கிய விஸ்வநாதர் அவரோடு திருநெல்வேலியில் சிறிது காலம் தங்கியிருந்தார். ஆரல்வாய் மொழிப்போரில் ஏற்கனவே திருவடி தேசத்தை வென்றதால், அந்த அரசன் விஜயநகருக்குக் கப்பம் கட்டி அடங்கியிருந்தான். போலவே தென்காசிப் பாண்டியரான ஸ்ரீவல்லப பாண்டியரும் அச்சுத ராயருக்குத் தன் மகளைக் கொடுத்து விஜயநகரோடு சுமூக உறவு கொண்டிருந்தார். இந்தக்

காரணங்களால் தென்பாண்டிச் சீமையில் அமைதி நிலவியது. அதைப் பயன்படுத்திக்கொண்ட விஸ்வநாதர், அந்தப் பகுதி மக்களோடு தன்னுடைய உறவை பலப்படுத்திக்கொண்டார். அவர்களோடு உரையாடுவது, அவர்களது கோரிக்கைகளை நிறைவேற்றுவது என்ற செயல்களில் சிறிது காலம் கழிந்தது. அதனோடு திருநெல்வேலி நகரை விரிவுபடுத்திக் கட்டினார். புதிய கோட்டை கொத்தாளங்கள் ஏற்படுத்தப்பட்டன. தாமிரபரணி ஆற்றங்கரை பலப்படுத்தப்பட்டது. அதன் அருகில் இருந்த கிராமங்கள் புதிதாகக் கட்டப்பட்டன. புதிதாக கால்வாய்கள் வெட்டப்பட்டு நீர்ப்பாசனம் செம்மைப் படுத்தப்பட்டது. இந்தச் செயல்களினால் விஸ்வநாதரைப் பற்றிய மதிப்பு அப்பகுதி மக்களிடையே அதிகரித்தது.

இதற்கிடையில் புதிய பிரச்சனை ஒன்று முளைத்தது. கம்பம் - கூடலூர்ப் பகுதியிலிருந்து ஆட்சி செய்துகொண்டிருந்த சிலர் அரசுக்கு எதிராகப் போர்க்கொடி தூக்கினர். சோழ அரசன் ஒருவன் அவர்களது கோட்டைகளைக் கைப்பற்றிக்கொண்டதால் அவர்கள் மதுரை அரசுக்குக் கப்பம் கட்ட மறுத்ததாக நூல்கள் கூறுகின்றன. ஆனால் இதில் உண்மை இருப்பதாகத் தெரியவில்லை. மேற்குக் கோடியில் உள்ள இந்த இடங்களை யாரும் அறியாமல் எப்படி சோழ நாட்டிலிருந்து வந்த அரசன் ஒருவன் கைப்பற்றியிருப்பான்? தஞ்சைப் பகுதியில் ஆட்சி செய்துகொண்டிருந்த செவ்வப்ப நாயக்கருக்குத் தெரியாமல் இது நடந்திருக்குமா போன்ற கேள்விகள் எழுகின்றன அல்லவா. ஆகவே இது அரசுக்கு எதிராக எழுந்த இன்னொரு கலகம் என்றே கொள்ளவேண்டும். அங்கே எழுந்த இந்தக் கலகத்தை அடக்குவதற்குத் தன் தந்தையின் நண்பரான ராம்பத்திர நாயக்கரின் தலைமையில் ஒரு படையை அனுப்பினார். ராமபத்திரர் அந்தப் பகுதி ஆட்சியாளர்களைத் தோற்கடித்து கலகத்தை அடக்கி அங்கிருந்த கோட்டைகளை மீட்டார்.

அதன்பின் மதுரை திரும்பிய விஸ்வநாதர், மதுரையில் இருந்த பாண்டியர் கோட்டை வாயிலை இடித்துப் புதிதாகக் கட்டினார். விவசாயம் அப்போது படுமோசமாக வீழ்ச்சியடைந்திருந்ததைக் கண்ட விஸ்வநாதர், நீர்ப்பாசன வசதிகளை மேம்படுத்தி வைகை ஆற்று நீரை பல்வேறு பகுதிகளுக்கும் செலுத்த பல கால்வாய்களைக் கட்டினார். வைகையின் குறுக்கே கட்டப்பட்ட பேரணையும் சிற்றணையும் விஸ்வநாதர் காலத்தில் கட்டப் பட்டிருக்கவேண்டும் என்று நெல்சன் குறிப்பிடுகிறார்.

விஸ்வநாத நாயக்கரின் ஆட்சிக்காலத்தில் மதுரை அரசின் எல்லைகள் யாவை என்பதுபற்றி ம்ருத்யுஞ்சய ஓலைச் சுவடிகள் இவ்வாறு குறிக்கின்றன:

"நாட்டின் வடக்கு இல்லைகளாக உறட்டூரும் வாலிகொண்ட புரமும் (வால்கொண்டா) இருந்தன. கன்னியாகுமரி அதன் தெற்கெல்லையாக இருந்தது. மேற்கில் கோயம்புத்தூரும், ஈரோடும், தாராபுரமும் எல்லைகளாக இருந்தன, ராமேஸ்வரமும் அதை அடுத்த கடலும் கிழக்கு எல்லையாக இருந்தது".

இதை வைத்துப் பார்க்கும்போது தமிழகத்தின் பெரும்பகுதி மதுரை நாயக்கர்களிடம் இருந்தது தெரியவருகிறது.

இப்படி ஒரு பெரிய அரசை ஆட்சி செய்துகொண்டு நாட்டு நிர்வாகத்தை சீரமைத்துக் கொண்டிருந்தாலும், மதுரை அரசின் கீழ் இருந்த பல சிற்றரசர்கள் தமிழகத்தில் நீண்ட நாட்கள் வாழ்ந்து வருபவர்கள்; அவர்கள் நம்மை வெளியிலிருந்து வந்த அரசனாகவே கருதுவார்கள்; பல்வேறு சமுதாயத்தைச் சேர்ந்த இந்த அரசர்களை ஒன்றிணைப்பது கடினம் என்பதை விஸ்வநாதர் உணர்ந்தார். நாட்டில் அமைதியும் செல்வச்செழிப்பும் நிலவ அவர்கள் கலகம் செய்யாமல் இருப்பது முக்கியம் என்பதை நன்கு அறிந்தவர் அவர்.

காடுகள் அதிகம் உள்ள பகுதிகளைக் கொண்ட மதுரை அரசில் தொடர்ந்து கொள்ளையர்கள் தொல்லை இருந்தது. இதில் பலர் உள்ளூர் மக்களின் ஆதரவைப் பெற்றவர்கள். ஒரு பிளவுபட்ட நாடு இது போன்ற பிரச்சனைகளைக் கையாள்வது கடினம், ஆகவே பல்வேறு அரசர்களை ஒன்றிணைப்பது நாட்டின் முன்னேற்றத் திற்குத் தேவையான ஒன்று என்ற காரணத்தால் அதற்கான செயல்திட்டம் ஒன்றைத் தீட்டும் முயற்சியில் விஸ்வநாதர் ஈடுபட்டார்.

ஆகவே இங்கே ஏற்கனவே ஆட்சி செய்துகொண்டிருந்தவர்களுக்கு ஓரளவு சுதந்தரம் அளித்து, அதேசமயம் அவர்களை மதுரைக்கு அடங்கிய சிற்றரசர்களாகத் தொடர்ந்து செயல்படவைக்க ஒரு நிர்வாக முறையைக் கொண்டுவர விஸ்வநாதர் முடிவு செய்தார். தன் நண்பரும் பிரதானியுமான அரியநாதருடன் சேர்ந்து ஆலோசித்து அவர் கொண்டுவந்த திட்டம்தான் பாளையப்பட்டு முறை.

பாளையப்பட்டு முறை

எப்படி அமரநாயக்க முறையை விஜயநகர அரசு செயல் படுத்தியதோ, கிட்டத்தட்ட அதே அடிப்படைகளைக் கொண்டு செயல்படுத்தப்பட்டதுதான் இந்த பாளையப்பட்டு முறை. நாடு எழுபத்தியிரண்டு பாளையங்களாகப் பிரிக்கப்பட்டதாக பாளையங்களைப் பற்றிய நாட்டுப்புறப் பாடல்கள் குறிப்பிடு கின்றன. ராஜய்யன் போன்ற ஆய்வாளர்கள் இதை மறுத்து ஏற்கனவே பல பாளையங்கள் இருந்ததாகவும் எழுபத்தியிரண்டு என்ற எண்ணிக்கை தவறு என்றும் கூறுகின்றனர். ஆனால் விஸ்வநாதரின் காலத்திற்கு முன்பு பாளையங்கள் என்ற பிரிவு தமிழகத்தில் இல்லை என்பதால் விஸ்வநாதரே பாளையங்களை அரியநாதரின் துணைகொண்டு உருவாக்கினார் என்று உறுதி செய்துகொள்ளலாம். மேலும் நாயக்கர் காலம் முழுவதும் இந்தப் பாளையங்களின் எண்ணிக்கை மாறிக்கொண்டே வந்ததையும் நாம் காண்கிறோம். அதனால் எழுபத்தியிரண்டு என்ற எண்ணிக்கை பின்னால் வந்திருக்கவேண்டும். இருப்பினும் பாளையங்களின் நாட்டுப் பாடல்கள் தரும் அக்காலகட்டத்தில் இருந்த பாளையங்களின் பெயர்கள் பின்வருமாறு :

1. பாஞ்சாலங்குறிச்சி
2. எட்டயபுரம்
3. நாகலாபுரம்
4. ஏழாயிரம் பண்ணை
5. காடல்குடி
6. குளத்தூர்
7. மேல் மாந்தை
8. ஆற்றங்கரை
9. கொல்லப்பட்டி
10. கோலார்பட்டி
11. கடம்பூர்
12. மணியாச்சி
13. தலைவன் கோட்டை
14. நெற்கட்டும் செவ்வல்
15. சொக்கம்பட்டி
16. ஊற்றுமலை
17. சேற்றூர்
18. சிவகிரி
19. சிங்கம்பட்டி
20. அழகாபுரி
21. ஊர்க்காடு
22. கரண்டை
23. சந்தையூர்
24. எழுமலை
25. ராசக்க நாயனூர்
26. கோட்டையூர்
27. மருங்காபுரி
28. மன்னார்கோட்டை
29. பாவாலி
30. இலக்கையனூர்
31. முல்லையூர்
32. கடலூர்

33. இடையக் கோட்டை	34. நிலக்கோட்டை
35. தேவாரம்	36. ராமகிரி
37. கல்போது	38. கன்னிவாடி
39. தொட்டப்ப நாயக்கனூர்	40. கம்பம்
41. காசையூர்	42. வாராப்பூர்
43. தோகைமலை	44. படதூர்
45. ஆய்குடி	46. சமுத்தூர்
47. விருப்பாட்சி	48. படமாத்தூர்
49. கண்டவ நாயக்கனூர்	50. காமய நாயக்கனூர்
51. தும்பிச்சி நாயக்கனூர்	52. நத்தம்
53. வெள்ளியகுன்றம்	54. மலையப்பட்டி
55. வடகரை	56. அம்மையநாயக்கனூர்
57. போடிநாயக்கனூர்	58. சக்கந்தி
59. பதவள நாயக்கனூர்	60. ரோசலப்பட்டி
61. வீரமலை	62. பெரியகுளம்
63. குருவிக்குளம்	64. ஆத்திபட்டி
65. இளசை	66. மதுவார்பட்டி
67. கோம்பை	68. கூடலூர்
69. கவுண்டன் பட்டி	70. குமரவாடி
71. உத்தப்ப நாயக்கனூர்	72. கொல்ல கொண்டான்

இந்தப் பாளையங்களுக்குத் தலைவராக தெலுங்கர்களும் கன்னடர்களும் பாண்டியர் பரம்பரையைச் சேர்ந்தவர்களும் மற்ற தமிழ்ச் சிற்றரசர்களும் இருந்தனர். இந்தத் தலைவர்களுக்கு பாளையக்காரர்கள் என்ற பெயர் அளிக்கப்பட்டது. பாளையக் காரர்கள் சுயமாகப் படைகளை வைத்துக்கொள்ளும் உரிமை பெற்று தேவையானபோது மத்திய அரசுக்கு அந்தப் படைகளை அளித்து வந்தனர். அது தவிர தங்களுடைய ஆட்சிப் பகுதிகளில் வரிவசூலிக்கும் உரிமையையும் பாளையக்காரர்கள் பெற்றனர். வரும் வருவாயிலிருந்து மூன்றில் ஒரு பகுதியை அவர்கள் மதுரை நாயக்கர்களுக்கு அளித்துவிட வேண்டும். அமரநாயக்கர்களைப் போலவே தங்கள் பகுதிகளில் ஏற்படும் தகராறுகளைத் தீர்த்துவைக்கவும் நீதி வழங்கவும் பாளையக்காரர்கள் உரிமை பெற்றனர்.

இந்தப் பாளையப்பட்டு முறையை வரலாற்று ஆய்வாளர்கள் பல்வேறு விதமாக விமர்சித்திருக்கின்றனர். 'பாளையப்பட்டு முறை அக்காலகட்டத்தில் நிலவிய சூழலுக்கு ஏற்றவாறு உருவாக்கப்பட்ட சிறந்த முறை' என்று நெல்சன் குறிப்பிட்டிருக் கிறார். ஆனால் கால்டுவெல் இது சிறந்த முறை அல்ல என்கிறார். அ.கி. பரந்தாமனாரோ 'இதை அக்கால சூழ்நிலையைப் பொருத்து விமர்சிக்க வேண்டுமே அல்லாது, தற்போதைய நிலைமையை அதன் மேல் ஏற்றிப் பார்க்கக்கூடாது' என்கிறார்.

ஆனால் பாளையக்காரர்களின் வரலாற்றைத் தொகுத்துப் பார்க்கும் போது இதைவிடச் சிறந்த முறையை அரியநாதரும் விஸ்வநாதரும் ஏற்படுத்தியிருக்க முடியாது என்ற முடிவுக்கே வரவேண்டியிருக் கிறது. பல்வேறு மொழி பேசுபவர்கள், பல்வேறு சமுதாயத்தைச் சேர்ந்தவர்கள் என்று கலவையாக இருந்த ஒரு சமூகத்தை 'வெளியிலிருந்து' வந்து ஆள்வது அவ்வளவு எளிய விஷயம் அல்ல. அக்காலச் சமூகச் சூழ்நிலையில் எல்லா அதிகாரமும் மத்தியில் குவிந்திருக்கும் முறை நீண்ட காலம் நிலைத்து இருந்திருக்காது என்பது தெளிவு. அதன் காரணமாகவே பாளையப்பட்டு முறையை செம்மையான நிர்வாக முறை என்று கருதவேண்டியிருக்கிறது. விஸ்வநாதர் காலத்திலிருந்து நிலைத்திருந்த காரணத்தால், பின்னாளில் பிரிட்டிஷர் ஆட்சிக்கு வந்தபோது அவர்கள் கண்ணில் விரலை விட்டு ஆட்டியதும், இந்தியாவின் முதல் சுதந்தரப் போரை முன்னெடுத்ததும் இந்தப் பாளையக்காரர்கள்தான் என்பது குறிப்பிடத்தக்கது.

தமிழக வரலாற்றில் இப்படிப்பட்ட ஒரு நிர்வாகச் சீர்த்திருத்தமுறை ஒட்டுமொத்தமாக முதன்முறையாக ஏற்படுத்தப்பட்டது மதுரை நாயக்கர்கள் காலத்தில்தான். மற்ற இரு பகுதிகளை ஆட்சி செய்த நாயக்கர்கள்கூட இப்படி ஒரு முறையை ஏற்படுத்தவில்லை. ஒரு முறையை உருவாக்குவது என்பது வேறு, அதைச் சிக்கலில்லாமல் செயல்படுத்துவது என்பது வேறு. அந்த வகையில் பெரும் பிரச்சனைகள் ஏதும் இல்லாமல் அரியநாதர் இதைச் செயல் படுத்தினார். பெரும்பாலான சிற்றரசர்கள் இந்தப் பாளையக்காரர் முறையை எந்த மறுப்பும் இல்லாமல் ஏற்றுக்கொண்டனர். ஓரிரு இடங்களில் எதிர்ப்புக்குரல்கள் எழுந்தபோதும் அரியநாதர் அதைச் சாதுர்யமாக அடக்கிவிட்டார். அதன் காரணமாக முன்னேப் போதும் இல்லாத வகையில் மதுரை நாயக்கர்களின் ஆட்சிப் பகுதி ஒரு ராணுவ ஆட்சிமுறையை ஏற்றுக்கொண்டது. மதுரைக் கோட்டை வாயிலில் எழுபத்தியிரண்டு கொத்தளங்கள்

ஏற்படுத்தப்பட்டு ஒவ்வொன்றிற்கும் ஒவ்வொரு பாளையக்காரர் காவலாக நியமிக்கப்பட்டார்.

பாளையக்காரர்களாக பெரும்பாலும் அந்தந்தப் பகுதிகளைச் சேர்ந்த சிற்றரசர்களே நியமிக்கப்பட்டனர் என்றாலும் சில இடங்களில் தம்முடைய நிர்வாகிகளை பாளையக்காரர்களாக விஸ்வநாதர் நியமித்தார். உதாரணமாக கம்பம்-கூடலூர்ப் போரில் தனக்கு வெற்றியைத் தேடித்தந்த ராமபத்திர நாயக்கருக்கு வடகரை பாளையம் வழங்கப்பட்டது.

இந்த முறையால் விளைந்த நன்மைகள் என்ன என்பதை விரிவாகப் பார்ப்போம்.

பாளையங்கள்

மதுரை நாயக்கர்களின் ஆட்சிப்பகுதி எழுபத்தியிரண்டு பாளையங் களாகப் பிரிக்கப்பட்ட பின்னர், அவற்றிற்கான உரிமைகளையும் அதிகாரப் பகிர்வினையும் வரையறுக்கும் முயற்சியில் விஸ்வநாதரும் அரியநாதரும் இறங்கினர்.

முதலாவதாகப் பாளையங்களின் எல்லைகள் தெளிவாக வகுக்கப் பட்டன. சில பாளையங்கள் அளவில் மிகச் சிறியதாகவும் சில மிகப் பெரியதாகவும் இருந்தன. உதாரணமாக திண்டுக்கல் பகுதியில் மட்டும் பதினெட்டு பாளையங்கள் இருந்தன. மொத்தப் பாளையங்களில் நான்கில் ஒரு பகுதி இந்தப் பகுதியில் இருந்தது குறிப்பிடத்தக்க ஒன்றாகும். பல பாளையங்கள் ஒரு குறிப்பிட்ட சமூகத்தினரை அதிகமாகக் கொண்டு அமைந்திருந்தன.

தன்னுடைய ஆட்சிப் பகுதியில் வரி வசூலிக்கும் உரிமை முழுக்க பாளையக்காரர்களிடம் அளிக்கப்பட்டிருந்தது. சட்டம் ஒழுங்கைப் பாதுகாத்தல், நீதி நிர்வாகம், படைகளை வைத்திருத்தல் ஆகியவையும் பாளையக்காரர்களின் உரிமையாக இருந்தது. ஆனால் மத்திய அரசின் அனுமதியைப் பெறாமல், பாளையக்காரர் மரண தண்டனையை வழங்க இயலாது. வருவாயைப் பொருத்த அளவில் நிலவரியே முக்கிய வருமானத்தைத் தந்தது. விளைநிலத்தின் தரத்திற்கேற்ப நில வரி வசூலிக்கப்பட்டது. அதைத் தவிர சுங்க வரியும் காவல் வரியும் வசூலிக்கப்பட்டன. கிடைக்கும் வருவாயில் குறிப்பிட்ட பகுதியை மத்திய அரசுக்குப் பாளையக்காரர்கள் செலுத்தி வந்தனர். பெரும்பாலும் பணமாகவே இது செலுத்தப்பட்டது.

உள்நாட்டுப் பாதுகாப்பிற்காக காவல்காரர் என்போர் நியமிக்கப் பட்டனர். தானியங்களையும், கால்நடைகளையும் ஊர்மக்களின் சொத்துக்களையும் பொது இடங்களையும் பாதுகாக்கும் பொறுப்பு இந்தக் காவல்காரர்களிடம் இருந்தது. ஏதாவது திருட்டு நடந்தால், அதற்கான பொறுப்பை காவல்காரரே ஏற்றுக்கொள்ளவேண்டும். திருடனைக் கண்டுபிடிக்காமல் போனால், அதற்கு காவல்காரர் தன் சொந்த செலவிலிருந்து ஈடுகட்ட வேண்டும் என்ற முறை இருந்தது. இதன் காரணமாக காவல்காரர்கள் மிகுந்த முனைப்புடன் தங்கள் பணியை நிறைவேற்றினர். இரவில் ரோந்து செல்வது, வெளியூரிலிருந்து வரும் ஆட்களைக் கண்காணிப்பது, ஊரில் நடக்கும் சம்பவங்கள் அனைத்தையும் பதிவு செய்து தங்கள் தலைவர்களுக்குத் தகவல் அளிப்பது போன்ற பல வேலைகளைக் காவல்காரர்கள் செய்தனர்.

படைபலத்தைப் பொருத்தவரை, பாளையங்கள் பெரும்பாலும் காலாட்படைகளையே வைத்திருந்தன. சில பாளையங்களில் குதிரைப் படை இருந்தது. பல்வேறு விதமான ஆயுதங்களை அவர்கள் பயன்படுத்தினர். படைகளையும் ஆயுதங்களையும் வேகமாகக் கொண்டுசெல்ல மாட்டு வண்டிகள் பயன்படுத்தப் பட்டன. மத்திய அரசுக்குப் படைகள் தேவைப்படும்போதெல்லாம் தங்கள் படைகளை பாளையக்காரர்கள் கொடுத்து உதவினர்.

விஜயநகர அரசில் மாற்றங்கள்

இதுபோன்ற அதிகார மாற்றங்களும் நிர்வாகச் சீர்திருத்தங்களும் நடந்து கொண்டிருக்கும்போது, விஜயநகர அரசில் மீண்டும் ஒரு வாரிசுரிமைப் போர் ஏற்பட்டது. அச்சுத ராயர் மறைந்ததை அடுத்து அவரது மகனான வேங்கட தேவனைப் பெயரளவுக்கு அரியணையில் அமர்த்தி, அச்சுதரின் மைத்துனனான திருமலை தேவன் அரசாளத் தொடங்கினான். ஆனால் அச்சுதராயரின் மனைவிக்கும் அவனுக்கும் மோதல் ஏற்பட்டது. இந்த மோதலில் வேங்கட தேவன் கொல்லப்படவே, திருமலை தேவன் தானே அரசன் என்று பிரகடனப் படுத்திக்கொண்டான். ஆனால் கிருஷ்ண தேவராயரின் மாப்பிள்ளையான ராமராயர், அரசு அதிகாரிகளைத் தன்னுடன் சேர்த்துக்கொண்டு திருமலை தேவனைக் கொன்று விட்டு, சதாசிவராயரை பொயு 1542ம் ஆண்டு அரியணையில் அமர்த்தினார். ஆனால் சகல அதிகாரங்களையும் தன்னுடன் வைத்துக்கொண்டு ஆட்சியை நடத்தினார். தமிழகப் பகுதிகளை நிர்வகிக்க விட்டல ராயர் என்பவரை அவர் நியமித்தார்.

விஜயநகரப் பேரரசில் ஏற்பட்ட இந்தக் குழப்பம் தமிழகத்திலும் எதிரொலித்தது. கயத்தாறு பகுதியில் ஆட்சி செய்துகொண்டிருந்த வெட்டும் பெருமாள் என்பவர், தென்காசிப் பாண்டியர்கள் மீது போர் தொடுத்தார். திருவாங்கூர் சமஸ்தானத்தை ஆட்சி செய்து கொண்டிருந்த உன்னிக்கேரள வர்மன் என்ற அரசனும் விஜய நகரத்திற்குத் திறை செலுத்துவதை நிறுத்திவிட்டுக் கலகம் செய்ய ஆரம்பித்தான். இவர்களை அடக்குவதற்கு விட்டல ராயர் ஒரு படையோடு வந்தார். விஸ்வநாதரும் அவரோடு சேர்ந்து கொண்டார். விஜயநகரப் படை வெட்டும் பெருமாளை கயத்தாரில் தோற்கடித்துத் துரத்தியது. அதன்பின் கோட்டாற்றுக்குச் சென்று உன்னிக்கேரள வர்மனையும் வென்றது. இந்த வெற்றியை அடுத்துத் தமிழகப் பகுதிகள் முழுவதற்கும் மகா மண்டலேஸ்வரராக விட்டலராயர் பொறுப்பேற்றார். ஆகவே, மதுரைத் தலவரலாறும் விட்டல ராயரையே இக்காலகட்டத்தின் அரசராகக் குறிப்பிடுகிறது. விஸ்வநாதர் மதுரையின் நாயக்கராக இருந்தாலும் அவர் விட்டலராயரின் கீழ்ப் பணிபுரிந்ததால் அப்போதைய ஆவணங்கள் இப்படிக் குறிப்பிட்டன போலும்.

விட்டல ராயர் மகாமண்டலேஸ்வரராக நியமிக்கப்பட்ட சில மாதங்களிலேயே மீண்டும் பிரச்சனைகள் எழுந்தன. தமிழக கோவில்கள் பலவற்றை கொள்ளையடிக்க வணிகம் செய்ய வந்த போர்ச்சுகீசியர் திட்டமிட்டனர். அவர்களை அடக்க படையோடு மீண்டும் விட்டலராயர் தென் தமிழகத்திற்கு வந்தார். இதற்கிடையில் தமிழகத்தின் கடற்கரை முழுவதையும் போர்ச்சுக் கீசியர்கள் கைப்பற்றிக் கொண்டு அங்கிருந்த இஸ்லாமியர்களை விரட்டிவிட்டனர். விஸ்வநாத நாயக்கரின் படைகளும் விட்டலரின் படைகளும் இந்தப் போர்ச்சுகீசியரின் கடற்படைகளோடு மோதி அங்கிருந்து அவர்களைத் தோற்கடித்துத் துரத்தினர்.

போர்ச்சுகீசியரின் ஒரு படைப்பிரிவு ராமேஸ்வரம் தீவைக் கைப்பற்றிக்கொண்டது. வேடாலை என்ற இடத்தில் ஒரு மணற்கோட்டை எழுப்பி, ராமேஸ்வரம் செல்லும் யாத்திரிகர் களிடம் வரி வசூலிக்கத் தொடங்கினர் போர்ச்சுகீசியர்கள். இதனால் வெகுண்ட விட்டலராயார், ராமேஸ்வரம் நோக்கிச் சென்று போர்ச்சுகீசியர்களை வென்று அந்த மணற்கோட்டையை இடித்துத் தள்ளினார். அவர்கள் மேற்கொண்ட மதமாற்றச் செயல்களையும் அவர் தடுத்து, அரசுக்குத் திறை செலுத்த அவர்களை ஒப்புக்கொள்ளச் செய்தார். இப்படி விஜயநகரத்தின் உதவியுடன் தன்னுடைய ஆட்சிப் பகுதிகளில் மீண்டும் அமைதியை நிலைநாட்டினார் விஸ்வநாத நாயக்கர்.

தென்காசிப் பாண்டியர்கள்

அச்சுதராயரின் காலத்தின்போது அவருடைய உதவியைப் பெற்று தன்னுடைய நாட்டைத் திரும்ப அடைந்த ஸ்ரீவல்லப பாண்டியன் காலத்திலிருந்தே தென்காசிப் பாண்டியர்களுக்கும் மதுரை நாயக்கர் களுக்குமான உறவு இணக்கமாகவே இருந்தது. விட்டலராயரின் படையெடுப்பின்போது இது மேலும் உறுதிபெற்றது. மதுரை நாயக்கர்களுக்குத் தொடர்ந்து கப்பம் கட்டி வந்தாலும், தென்காசிப் பாண்டியர்கள் அவர்களுடைய ஆட்சிப் பகுதியில் முழு அதிகாரம் படைத்தவர்களாகவே இருந்தனர். 'நைஷதம்', 'கொக்கோகம்' போன்ற நூல்களை இயற்றியவரான அதிவீரராம பாண்டியர் 1558ல் இளவரசராக இருந்தார். அவரும் விஸ்வநாதரும் நெருங்கிய நண்பர்களாக இருந்தனர். 1558ல் இருவரும் இணைந்து சாசனங்களை வெளியிட்டனர். இவற்றிலிருந்து மதுரை நாயக்கர் களுக்குத் தென்காசிப் பாண்டியர்களுடனான நட்புறவு தொடர்ந்து இருந்தது என்பது தெரியவருகிறது.

கோவில் திருப்பணிகள்

நிர்வாகச் சீர்திருத்தங்கள் ஒருபுறம், அவ்வப்போது நடந்த போர்கள் ஒருபுறம் என்று இருந்தாலும் தன்னுடைய ஆட்சிப் பணிகளில் இருந்த கோவில்களின் திருப்பணியில் விஸ்வநாதர் பெரும் கவனம் செலுத்தினார். மதுரை சுந்தரேஸ்வரர் சன்னதியில் உள்ள இந்திர விமானத்தைச் சீரமைத்துத் தன் திருப்பணியைத் தொடங்கிய அவர், ஆதனூர், திருக்காணை, காட்டுமேலைப்பறம்பு, இளமணல்லூர் போன்ற கிராமங்களை மதுரைக் கோவிலின் வருவாய்க்காக நன்கொடையாக வழங்கினார். மதுரைக் கோவிலுக்குப் பாண்டிய மன்னர்களால் வழங்கப்பட்ட நிலங்களின் ஆவணங்களை ஆய்வு செய்து அவற்றை மீண்டும் கோவிலுக்கே எழுதிவைத்தார். அவற்றைத் தவிர பல்வேறு ஆபரணங்களையும் கோவிலுக்கு அவர் வழங்கியதாக ஆவணங்கள் குறிப்பிடுகின்றன. அபிஷேக பண்டாரம் என்ற பதவியை ஏற்படுத்தி கோவில் நிர்வாகம், அபிஷேகம், பூஜைகள், விழாக்கள் ஆகியவை அவர் தலைமையில் நடத்தப்படவேண்டும் என்று ஆணையிட்டார்.

மதுரைக் கோவிலில் விஸ்வநாதர் செய்த திருப்பணிகளை, திருப்பணி மாலை இவ்வாறு குறிப்பிடுகிறது.

செம்பொற் பதக்கமுட னானவா பரணமுஞ்
　　சேர்ந்தபரி கலமாதருந்

கஞ்சவயல் சூழுமொம் மட்டிமா தளையின்மேற்
கயல்குதிகொ ளாதனுருங்
காக்கள் செறி யுந்திருக் கானையும் பூகவயல்
காட்டுமே லைப்பறம்பும்
மஞ்சுதவழ் சோலைசூ ழிளமணல் லூரையும்
மருவுமிந் திரவிமானம்
வளமையொடு பழமைபுதி தாகவே பொன்பூசி
மகிமையுட னேயுதவினான்
விஞ்சிவரு திருவடி தனைப்பொருது திறைகொண்டு
மீனவனை வாழ்வித்தமால்
மேவுதென் கச்சிநா யகன்விசுவ நாதனுயர்
வெற்றிப்ர தாபமுகிலே

அவருடைய அதிகாரிகளில் சிராமலை செவ்வந்தி செட்டி என்பவரும் அவருடைய குடும்பமும் பல திருப்பணிகளை மதுரைக் கோவிலில் செய்தார்கள். சிராமலைச் செவ்வந்திக்கு வேலன் (வேலப்பன்), திருவம்பலம் என்று இரு மகன்கள் இருந்தனர்.

சிராமலைச் செவ்வந்திச் செட்டிதான் மதுரையின் அழகான தெற்குக் கோபுரத்தைக் கட்டியவர். அதைத் தவிர மீனாக்ஷி அம்மனின் விமானத்திற்கும் சுந்தரேஸ்வரர் விமானத்திற்கும் பொன் வேய்ந்தவரும் அவரே. அதற்காக முப்பத்து இரண்டு பானைத் தங்கத்தை அவர் அளித்ததாக திருப்பணிமாலை தெரிவிக்கிறது. சித்திர கோபுரத்தைத் திருப்பணி செய்தவரும் ஆய்க்கட்டுக் கோபுரத்தைக் கட்டியவரும் இவரே ஆவார். அவருடைய மகனான திருவம்பலம் மீனாக்ஷியம்மன் சன்னதியில் உள்ள மூர்த்தி மண்டபத்தைக் கட்டினார் (தற்போது அது மாற்றப்பட்டு கிளிக்கூடு மண்டபத்தின் ஒரு பகுதியாக உள்ளது). இன்னொரு மகனான வேலன், சுவாமி சன்னதி கொடிமரத்தைக் கட்டினார். சுவாமி சன்னதியின் தரைப் பகுதியை முழுவதும் புனரமைத்தவர் அவரே.

தவிர கோவில் நிர்வாகத்திலும் பல மாற்றங்களை விஸ்வநாதர் ஏற்படுத்தினார். மதுரை மீனாக்ஷி அம்மனின் பட்டாபிஷேகத்தின் போது செங்கோல் வாங்கும் உரிமையை மீண்டும் பெற்றார் விஸ்வநாதர். ஹரி பட்டர் என்பவரை தன் குருவாக ஏற்றுக் கொண்ட விஸ்வநாதர் அவரிடமே தீட்சையும் பெற்றுக் கொண்டார். ஸ்தானிகராக குலசேகரப் பெருமாள் வம்சத்தினர் இருந்து வந்த நிலையில், சதாசிவ பட்டர் என்பவருக்கும் அதிகாரங்கள் அளித்து விஜயநகர அரசருக்கு மதுரையிலிருந்து ப்ரசாதங்கள் கொண்டு செல்லப் பணித்தார் விஸ்வநாதர். ஆனால்

அதற்கான செலவுகளை இரு ஸ்தானிக பட்டர்களும் ஏற்றுக் கொள்ள வேண்டும் என்ற நிபந்தனையும் விதித்தார். குலசேகர பட்டரால் இந்தப் பணத்தைத் தர இயலாததால், தன்னுடைய மூன்று நாள் பரிசாரக அதிகாரத்தை சதாசிவருக்கு அளித்ததாக ஸ்தானிகர் வரலாறு குறிப்பிடுகிறது. பின்னாளில் இந்த இரு ஸ்தானிக பட்டர்களுக்கும் இடையில் பிணக்குகள் உருவாக இது காரணமாக இருந்தது.

மதுரையோடு மட்டும் நின்றுவிடாமல், ஸ்ரீரங்கம் கோவிலையும் சீரமைத்து அங்கே கோவிலைச் சுற்றித் தெருக்கள் அமைத்து மக்களை குடியேற்றினார். கோவில் திருப்பணிக்காக மூன்று லட்சம் பொன்னை அவர் செலவிட்டதாகக் கோவிலொழுகு கூறுகின்றது. திருச்சியில் உள்ள தெப்பக்குளத்தைக் கட்டியவரும் விஸ்வநாத நாயக்கரே. இதைப் போலவே நெல்லையப்பர் கோவிலிலும் பல திருப்பணிகளை விஸ்வநாத நாயக்கர் செய்தார்.

விஸ்வநாதரும் கிருஷ்ணப்பரும்

மதுரை நாயக்கர்களின் ஆட்சியைத் தோற்றுவித்து அதை உறுதியாக விஸ்வநாதர் நிலை நிறுத்தினார் என்றால் அதற்கு உறுதுணையாக அவருடைய அதிகாரிகள் இருந்தனர். அவர்களில் முக்கியமானவர்களாக அரியநாதரையும் ராமபத்திர நாயக்கரையும் குறிப்பிடலாம். இவர்களில் ராமபத்திர நாயக்கர் விஸ்வநாதரின் தந்தையான நாகம நாயக்கரின் காலத்திலிருந்தே அவருடன் பணிபுரிந்தவர். அவருடைய மகனின் காலத்திலும் தன் சேவையைத் தொடர்ந்து கூடலூர் போன்ற போர்களில் விஸ்வநாதருக்கு வெற்றி தேடித்தந்தவர். அரியநாதரோ பாளையங்களைச் சீரமைப்பதில் உறுதுணையாக இருந்தது மட்டுமன்றி, பல்வேறு கோவில் திருப்பணிகளிலும் விஸ்வநாத நாயக்கருக்கு உதவி புரிந்தார். மதுரைக் கோவிலில் உள்ள பெரும் புகழ் பெற்ற ஆயிரங்கால் மண்டபத்தைக் கட்டியவர் அவரே.

> அருமா தவஞ்செ யறுத்து மூவ ரவர்மண்டப
> மருவாருஞ் சொல்லை மறச்சாலை மண்டபம் வன்னியடி
> முருகேசன் சொக்கற்கு வெள்ளிசிங் காதன முற்றுஞ் செய்தான்
> கொற்றவ ராகி முடிசூடுஞ் சொக்கற்பொற் கோயிலுள்வாழ்
> கற்றவர் போற்றுந்துர்க் காதேவி மண்டபங் கட்டினான்

என்று அவர் செய்த திருப்பணிகளைப் பட்டியலிடுகிறது திருப்பணி மாலை. சுவாமிகோவில் இரண்டாம் பிரகாரத்தில் உள்ள அறுபத்து

மூவர் மண்டபம், அறச்சாலை மண்டபம், காளத்தீஸ்வரர் கோவில், கீழமாசிவீதியில் உள்ள அம்மன் தேர்மண்டபம் ஆகியவற்றைக் கட்டியது அரியநாதர் தான். இவர்களைத் தவிர கேசவப்பர் என்ற விஸ்வநாதரின் நண்பரும் அவருடைய படையெடுப்புகளில் பங்கேற்று பல வெற்றிகளுக்குக் காரணமாக இருந்தார்.

நாணயங்கள்

விஜயநகரின் அரசப் பிரதிநிதியாக மதுரைக்கு வந்து அதன்பின் மதுரையின் ஆட்சியை ஏற்ற விஸ்வநாதர் ஒரு காலகட்டத்தில் இந்த மண்ணின் மைந்தராகவே ஆகிவிட்டார் என்பதற்கு அவர் வெளியிட்ட நாணயங்கள் சாட்சி கூறுகின்றன. அவருடைய நாணயம் ஒன்றில் ஒருபுறம் 'விஸ்வநாதன்' என்று தமிழில் எழுதப்பட்டுள்ளது. மறுபுறம் பாண்டியன் என்று எழுதப்பட்டு பாண்டியர்களின் முத்திரையான இரட்டைக் கயல் காணப்படுகிறது.

பாண்டியநாட்டில் ஆட்சி செய்ததால் தன்னையும் பாண்டியராகவே விஸ்வநாதர் கருதத்தொடங்கிவிட்டார் என்பதற்குச் சான்று இது. அவர் வெளியிட்ட இன்னொரு நாணயத்தில் ஒரு புறம் மனிதர் ஒருவருடைய உருவமும் இன்னொருபுறம் இரட்டைக் கயல் சின்னமும் உள்ளது. அதே பக்கத்தில் விஸ்வநாதன் என்று நாணய விளிம்பைச் சுற்றி எழுதப்பட்டுள்ளது.

விஸ்வநாதர் பெரும் வீரமும் அறிவாளியாகவும் இருந்தாலும் அவருடைய எல்லைகள் என்ன என்பதைத் தெளிவாக அறிந்திருந்தார். கிருஷ்ணதேவராயர், அச்சுதராயர், சதாசிவராயர் என்று மூன்று மன்னர்களையும் அவர்கள் ஆட்சியேற்கும்போது நிகழ்ந்த குழப்பங்களையும் சந்தித்திருந்தாலும் மூன்று மன்னர்களுக்கும் விசுவாசமானவராகவே அவர் இருந்தார். அவர் நினைத்திருந்தால் அரியநாதரைப் போன்ற வீரரைப் பக்கத்தில் வைத்துக்கொண்டு தன்னாட்சி, சுதந்திரம் என்றெல்லாம் புரட்சி செய்திருக்கலாம். ஆனால் அப்படி எதுவும் அகலக்கால் வைக்காமல் தனக்குக் கிடைத்த நாட்டின் நிர்வாகத்தைச் சீரமைத்து ஒழுங்குபடுத்துவதில் அவர் கவனம் செலுத்தினார்.

மதுரை நாயக்கராக சர்வ வல்லமை பொருந்தியவராக அவர் இருந்தபோதிலும், விஜயநகர அரசர்கள் அவருக்கு மேலாக நிர்வாகிகளை நியமித்தபோது, முகத்தைச் சுளிக்காமல் அவர்களைத் தலைவர்களாக ஏற்றுக்கொண்டு தன் அரசை கவனித்தார் விஸ்வநாதர். விட்டலராயர் மகாமண்டலேஸ்வரராக

இருந்தபோது விஸ்வநாதரின் ஆட்சிப்பகுதிகளில் மும்முறை போரில் ஈடுபட்டார். மூன்று தடவையும் அவரது ஆளுமையை ஏற்றுக்கொண்டு வித்தியாசம் பாராட்டாமல் அந்தப் போர்களில் உதவியவர் விஸ்வநாதர் என்பது குறிப்பிடத்தக்கது.

அவருடைய வீரத்திற்கான சான்றுகள் ரெய்ச்சூர் போர் தொடங்கி பல இருந்தாலும், எல்லா இடங்களிலும் வீரத்தை மட்டுமே முன்னிருத்தாமல், விவேகமாக நடந்து கொண்டு பேச்சு வார்த்தைகளின் மூலம் பல பிரச்சனைகளை முடிவுக்குக் கொண்டு வந்தவர் விஸ்வநாதர் என்பது ஆய்வாளர்களின் கருத்து. குழப்பமான நிலைமைகளிலும் கூட, நிதானமாகவும் பொறுமை யாகவும் பிரச்சனைகளைக் கையாளும் திறமை ஒரு பெரிய அரசை உருவாக்க அவருக்கு உதவி புரிந்திருக்கிறது. பாளையப்பட்டு முறையைப் புகுத்துவதில் கூட அவர் அவசரம் காட்டாமல், தன்னுடைய வலிமையைப் பயன்படுத்தி அதைச் செயல் படுத்தாமல், பல ஆண்டுகள் கழிந்தாலும் அந்தந்தப் பாளையக் காரர்களின் சம்மதத்துடனேயே அந்த முறையைச் செயல் படுத்தினார் என்பது அவருடைய நிர்வாகத் திறமைக்கு சாட்சியாக உள்ளது. ஒருபுறம் விஜயநகர அரசுக்கு 'ஊழியமாக' இருந்து கொண்டே மறுபுறம் தன் ஆட்சிக்கு உட்பட்ட பகுதிகளின் தனது வல்லமையைக் காட்டி அங்கே உள்ள ஆட்சியாளர்கள் அனைவரையும் தன்னுடைய கட்டுப்பாட்டின் கீழ் கொண்டு வருவது என்பது சாதாரணமான விஷயமல்ல. அதைச் சாதித்தவர் விஸ்வநாத நாயக்கர்

பொயு 1529ல் தன்னுடைய ஆட்சியை மதுரையில் தொடங்கிய விஸ்வநாத நாயக்கர் எந்த ஆண்டில் மறைந்தார் என்பது பற்றிச் சில குழப்பங்கள் உள்ளன. ம்ருத்திஞ்சய ஓலைச்சுவடிகள் அவரது மகனான கிருஷ்ணப்ப நாயக்கர் தை 11, ருத்ரோத்காரி வருடம் ஆட்சியில் அமர்ந்தார் என்று குறிப்பிடுகின்றன. அதாவது ஜனவரி 1564ம் ஆண்டு. ஆனால் ரங்காச்சாரி, 1562ல் கிருஷ்ணப்ப நாயக்கர் ஆட்சியில் அமர்ந்ததாகவும் 1563 விஸ்வநாதர் மறைந்ததாகவும் கூறுகிறார். சத்தியநாத ஐயர், விஸ்வநாத நாயக்கர் 1563ம் ஆண்டின் இறுதியில் மறைந்ததாகவும் கிருஷ்ணப்ப நாயக்கர் 1564ம் ஆண்டின் முற்பகுதியில் பதவியில் முறைப்படி அமர்ந்ததாகவும் குறிப்பிடு கிறார். ஆவணங்களோடு ஒப்பு நோக்கையில், இதுவே சரியெனத் தோன்றுகிறது.

அத்தியாயம் 4

கிருஷ்ணப்ப நாயக்கர்

குமார கிருஷ்ணப்பர் என்று அழைக்கப்பட்ட கிருஷ்ணப்ப நாயக்கர் தன் தந்தையான விஸ்வநாத நாயக்கரின் காலத்தில் அவரோடு நிர்வாகத்தில் பங்கேற்றார் என்பதைப் பல கல்வெட்டுகள் குறிப்பிடுகின்றன. விஸ்வநாதரைப் போலவே வீரமும் திறமையும் நிரம்பியவர் கிருஷ்ணப்பர். அவருக்குத் துணையாக அரியநாதர் தளவாயாகத் தொடர்ந்தது கிருஷ்ணப்பருக்குப் பெரும் பலமாக இருந்தது. ஆனால் அவருடைய ஆட்சியின் தொடக்க காலத்திலேயே அவர் சில சிக்கல்களைச் சந்திக்க நேரிட்டது. விஸ்வநாத நாயக்கர் போன்ற ஆளுமை மறைந்ததும் துணிச்சல் பெற்ற பல பாளையக்காரர்கள் தன்னாட்சி வேண்டிக் கலகம் செய்ய ஆரம்பித்தனர். அவர்களுக்குத் தும்பிச்சி நாயக்கர் தலைமை வகித்தார். இவர் அச்சுதராயரின் காலத்திலிருந்தே இருந்து வருபவர் என்பதை ஏற்கனவே பார்த்திருக்கிறோம். கீழக்கரையில் உள்ள ஒரு கல்வெட்டு இவரை அச்சுதராயரோடு சேர்த்துக் குறிப்பிடுகிறது. இவர் தொட்டிய நாயக்கர்களின் தலைவராக இருந்தார் என்று ஏசு சபைக் குறிப்புகள் தெரிவிக்கின்றன. ஆகவே தும்பிச்சி நாயக்கருக்கும் ஒரு வலிமையான பின்னணி இருந்தது என்று தெரிகிறது.

கிருஷ்ணப்பரின் தலைமையை ஏற்க விரும்பாமல் போர்க்கொடி தூக்கிய தும்பிச்சி நாயக்கர், தனக்குத் துணையாக சில பாளையக் காரர்களைச் சேர்த்துக்கொண்டு பரமக்குடிக் கோட்டையைக்

கைப்பற்றினார். இந்தக் கலகத்தில் அவருக்கு உதவி புரிந்தவர்கள், விஸ்வநாதரின் காலத்தில் பாளையங்கள் பிரிக்கப்பட்டபோது அதனால் திருப்தி அடையாதவர்களாக இருக்கவேண்டும்.

பரமக்குடையைக் கைப்பற்றிய தும்பிச்சி நாயக்கர் அதன் சுற்றுப்புறங்களைச் சூறையாடிவிட்டு அடுத்ததாக மதுரையைத் தாக்கத் திட்டம் தீட்டினார். இதைக் கண்டு வெகுண்ட கிருஷ்ணப்பர், விஸ்வநாதரின் நண்பரும் தளபதிகளில் ஒருவருமான பெத்த (பெரிய) கேசவப்பரின் தலைமையில் ஒரு படையை பரமக்குடிக்கு அனுப்பினார். இரு தரப்புக்கும் நடந்த கடுமையான போரில் பெரிய கேசவப்பர் கொல்லப்பட்டார். இதைக் கேள்விப்பட்ட கிருஷ்ணப்பர், பெரிய கேசப்பவரின் புதல்வரான சின்ன கேசவப்பரை படைத்தலைவராக நியமித்து 18000 வீரர்கள் கொண்ட படையை அவரோடு பரமக்குடிக்கு அனுப்பினார். பரமக்குடியை முற்றுகையிட்டு தும்பிச்சி நாயக்கரின் படைகளைத் தாக்கியது மதுரைப் படை. மதுரைக்கு ஆதரவாக பல பாளையங்களும் இந்தப் போரில் இணைந்து கொண்டன.

இம்முறை சின்ன கேசவப்பருக்கு வெற்றி கிடைத்தது. போரில் தோல்வியுற்ற தும்பிச்சி நாயக்கரின் தலையை வெட்டி மற்ற பாளையக்காரர்களுக்கு எச்சரிக்கையாக அனுப்பினார் சின்ன கேசவப்பர். பரமக்குடி வெற்றியை அடுத்து தும்பிச்சி நாயக்கரோடு போரிட்ட மற்ற பாளையக்காரர்களைத் தாக்கியது மதுரைப் படை. அவர்கள் போரிட விரும்பாமல் சரணடைந்து மதுரையின் தலைமையை ஏற்றுக்கொண்டனர்.

தும்பிச்சி நாயக்கரின் இரு மகன்களும் மதுரை சென்று கிருஷ்ணப்பரின் மன்னிப்பைக் கோரினர். அதை ஏற்றுக்கொண்ட கிருஷ்ணப்ப நாயக்கர் அவர்கள் இருவருக்கும் பரமக்குடி, பறம்பூர் என்ற இரு பாளையங்களை வழங்கி, அவர்களை ஆட்சி செய்துவரச் செய்தார். விஸ்வநாதர் இருந்த வரை அமைதியாகச் செயல்பட்ட பாளையங்கள் கிருஷ்ணப்பரின் ஆட்சியின் ஆரம்பத்திலேயே இப்படி ஒரு சலசலப்பை ஏற்படுத்தினாலும், அதன்பின் மதுரை அரசுக்கு அடங்கி கப்பம் கட்டி வந்தனர்.

தலைக்கோட்டைப் போர்

உள்நாட்டில் தோன்றிய இந்தக் கலகத்தை அடக்குவதற்குள், தலைமை அரசான விஜயநகரில் பெரும் சிக்கல் ஒன்று எழுந்தது. சதாசிவராயரை அரியணையில் அமர்த்தி ஆட்சிப்பொறுப்பு

முழுவதையும் தானே கவனித்துக்கொண்டு வந்த கிருஷ்ண தேவராயரின் மாப்பிள்ளையான ராமராயர், பாமினி சுல்தானிகளின் விவகாரங்களில் தொடர்ந்து தலையிட்டு வந்தார். அவர்களுக்கு இடையே சண்டை மூட்டி விடுவது, பாமினி சுல்தான்களுக்கு இடையே நடைபெறும் போர்களில் ஏதாவது ஒரு பக்கம் இருந்து போரிடுவது போன்ற நடவடிக்கைகளில் அவர் ஈடுபட்டு வந்தார்.

ஒரு கட்டத்தில் ராமராயரின் தொடர்ந்த தலையீட்டினால் எரிச்சலடைந்த பாமினி சுல்தான்கள் அனைவரும் ஒன்று சேர்ந்து படைதிரட்டினர். தலைகோட்டைக்கு அருகில் ராக்ஷசி-தங்கடி ஆகிய கிராமங்களுக்கு இடையில் இந்தப் படைகள் ஒன்றுகூடி விஜயநகரின் மீது தாக்குதல் நடத்தத் திட்டமிட்டன. அவர்களை எதிர்க்க தங்கள் படைகளை அனுப்புமாறு ராமராயர் எல்லா அமர நாயக்கர்களுக்கும் ஓலை அனுப்பினார். மதுரைக்கும் அப்படி ஒரு ஓலை வந்து சேர்ந்தது. பேரரசுக்கு வந்த ஆபத்தைக் கவனித்த கிருஷ்ணப்பர், அனுபவசாலியான அரியநாதரின் தலைமையில் ஒரு பெரும் படையை விஜயநகருக்கு அனுப்பி வைத்தார்.

முதலில் வெற்றி முகம் கண்ட விஜயநகரப் படை, ராமராயரின் தவறான யூகங்களால் பின்னடைவைச் சந்தித்தது. அத்தோடு விஜயநகரின் பக்கம் இருந்த இரு இஸ்லாமியத் தளபதிகள் தங்கள் படைகளோடு பாமினி சுல்தான்களிடம் சேர்ந்து கொண்டனர். உச்சக்கட்டப் போரில் எதிரிகளிடம் தன்னந்தனியாக மாட்டிக் கொண்ட ராமராயர் படுகொலை செய்யப்பட்டார். இதனால் விஜயநகரப் படைகள் சிதறி ஓடின. அவர்களைத் துரத்தின் வந்த பாமினி சுல்தான்களின் படை, விஜயநகரத்தை (தற்போதைய ஹம்பி) அடியோடு அழித்தன. ராமராயரின் சகோதரரும் படைத் தலைவருமான திருமலை ராயர், அப்போது பெயரளவுக்கு அரசராக இருந்த சதாசிவ ராயரோடு சேர்ந்து கிடைத்த பொருட்களை எடுத்துக்கொண்டு பெனு கொண்டாவுக்குத் தப்பி ஓடினார். அதை விஜயநகர அரசின் தலைநகராக அறிவித்து விட்டு சதாசிவ ராயரையும் பதவியிலிருந்து அகற்றி விட்டு அங்கிருந்து ஆட்சி செய்யலானார்.

போரில் தோல்வியுற்று கிட்டத்தட்ட இரண்டு ஆண்டுகளுக்குப் பிறகு அரியநாதர் மதுரை திரும்பினார். அதன்பின் அரசுக்கு ஆலோசனை செய்யும் பதவியில் அமர்ந்த அவர் கிருஷ்ணப்பரின் ஆட்சிக்கு உறுதுணையாக இருந்தார். ம்ருத்யுஞ்சய ஓலைச்சுவடிகள் அவர் தளவாய் / பிரதானி பொறுப்பில் தொடர்ந்தார் என்று

தெரிவிக்கின்றன. அதைத் தவிர கோவில் திருப்பணிகளில் தன் நேரத்தைச் செலவிடலானார் அரியநாதர். தன்னுடைய உறவினர்கள் பலரை தொண்டை மண்டலத்திலிருந்து சோழ வந்தான் பகுதிக்குக் கொண்டுவந்து அங்குள்ள பல கிராமங்களில் குடியேற்றினார். அங்கே கோவில் ஒன்றைக் கட்டி அவர்கள் வாழ பல வசதிகளையும் அரியநாதர் செய்துகொடுத்தார். அவர்களுடைய சந்ததிகள் இன்னும் அங்கே வசிக்கின்றனர்.

கண்டிப் படையெடுப்பு

தலைக்கோட்டைப் போரில் விஜயநகரப் பேரரசுக்கு உதவியாக அரியநாதரோடு ஒரு படையை கிருஷ்ணப்ப நாயக்கர் அனுப்பி வைத்த சமயத்தில் உள்நாட்டில் சில பிரச்சனைகள் எழுந்தன. திருவடி தேசத்தைத் சேர்ந்த அரசன் மீண்டும் தென்காசிப் பாண்டியரோடு போரிட்டு சில பகுதிகளைக் கைப்பற்றிக் கொண்டான். அதன் காரணமாக கிருஷ்ணப்ப நாயக்கர், தென்காசிப் பாண்டியருக்கு உதவியாக போரில் இறங்கவேண்டியதாயிற்று. சதாசிவ ராயரின் 1567ம் ஆண்டு கிருஷ்ணாபுரம் செப்பேடுகள், ''காஞ்சிபுரத்தின் தலைவரும் தென்பெருங்கடலுக்குத் தலைவருமான கிருஷ்ணப்பர் தன் வீரத்தால் திருவடி ராஜ்ஜியத்தின் அரசனைத் தோற்கடித்து அந்த அரசின் ஏழு பகுதிகளையும் கைப்பற்றிக் கொண்டார்'' என்று குறிப்பிட்டு கிருஷ்ணப்பரை பாண்டியகுலஸ்தாபனாச்சார்யா என்று புகழ்கிறது.

(Vv. 46-57.) **By Kṛishṇabhûpati,** of sacred fame, the ocean of mercy; who was the jewel of the family of **Kâśyapa**; on whom much wealth was conferred by (the god) **Viśvanâtha,** who was pleased with his devotion; who know the truth about duty; who was always studying the art of protecting others; who was a wise man; whose mind was purified by truthfulness; who shone by his desire to do good actions; who possessed great wealth; who was endowed with the virtues of a wise man; who bore the title 'the lord of **Kâñchîpura**;' who was also the recipient of the famous title '**Môkâlipaṭṭavardhana**;' who was also known as the '**Samaya-drôhara-gaṇḍa**;' whose policy was like that of **Manu**; who also shone by the celebrated distinction '**Samayakôlâhala**;' who was also entitled 'the lord of **Ailâvaḷîpura**;' who by his valour deprived the insolent king of the **Tiruvaḍi-râjya** of the seven (component) parts (of his kingdom); who was famous as the '**Pâṇḍyakulasthâpanâchârya**;' who was the revered lord of the great Southern ocean; who was the grandson of king **Nâgama**; who was equal to **Naḷa** and **Nâbhâga** in fame; who was the cool moon of the ocean named king **Viśvanâtha**; who was the pearl of the oyster, *viz.* the womb of the virtuous **Nâgamâ**,—was built a temple at **Kṛishṇâpura,** which was encircled by a wall of the shape of the *praṇava* and a broad and lofty tower. It has a large *raṅga-maṇḍapa* raised on a collection of beautiful stone pillars and adorned with rows of spouts (?). He built a car like the *Mandara* mountain and also broad roads round the temple, for the propitiation of the god Vishṇu set up there (*i.e.* in the temple),

கிருஷ்ணாபுரம் செப்பேடுகள் (Epigraphia Indica Vol IX)

இதிலிருந்து தென்காசிப் பாண்டியருக்குச் சொந்தமான பகுதிகளை மீட்டெடுத்தவர் கிருஷ்ணப்பர் என்று தெரிந்துகொள்ளலாம். சில ஆய்வாளர்கள், இது அச்சுதராயரின் காலத்தில் விஸ்வநாதர் நடத்திய போரில் கிருஷ்ணப்பர் பங்கேற்றதைக் குறிப்பிடுகிறது என்று கூறுகின்றனர். ஆனால் 1530ம் ஆண்டில், விஸ்வநாதர் இளையவராக இருக்கும்போது நடந்த போரில் கிருஷ்ணப்பரின் பங்கு அதிகமாக இருந்தது என்பதும் அதன் காரணமாக அவருக்குப் பாண்டிய குல ஸ்தாபனாச்சாரியார் என்ற பெயரும் வந்தது என்பதும் சரியாகப் பொருந்தவில்லை. இது கிருஷ்ணப்பரின் ஆட்சிக் காலத்தில் நடந்த போராகவே இருக்கவேண்டும்.

இந்தச் செப்பேடு கிருஷ்ணப்ப நாயக்கரை தென்பெருங்கடலுக்குத் தலைவர் என்று அழைப்பதுவும் குறிப்பிடத்தக்க ஒன்று. இரண்டாம் தேவராயர் இலங்கை மீது படையெடுத்து அங்குள்ள அரசனை வென்று விஜயநகர அரசுக்குக் கப்பம் கட்ட வைத்ததிலிருந்து விஜயநகர அரசர்கள் 'தென்பெருங்கடலுக்குத் தலைவர்' என்று தங்களை அழைத்துக்கொண்டனர். அது அவர்களின் பிரதிநிதிகளாக இருந்த நாயக்கர்கள் காலத்திலும் தொடர்ந்து, விஸ்வநாதருக்கும் கிருஷ்னப்பருக்கும் அந்தப் பட்டம் கிடைத்தது. ஆனால் அதற்கும் ஒரு ஆபத்து கிருஷ்ணப்பர் காலத்தில் வந்தது. கண்டியை ஆட்சி செய்த அரசன் கிருஷ்ணப்பரால் கொல்லப்பட்ட தும்பிச்சி நாயக்கருக்கு நண்பன். தன் நண்பனைக் கொலை செய்ததால், கிருஷ்ணப்பரை அவன் இழிவாகப் பேசினான் என்று கூறும் 'சிங்களத் த்வீப கதா' என்ற நூல், அதனால் வெகுண்ட கிருஷ்ணப்ப நாயக்கர் கண்டியின் மீது படையெடுத்ததாகக் கூறுகிறது. அந்தப் படையெப்பின் விவரங்களை விரிவாகவும் அளித்திருக்கிறது.

கண்டி மீது படையெடுக்க முடிவுசெய்த கிருஷ்ணப்ப நாயக்கர், படையோடு வருமாறு 52 பாளையக்காரர்களுக்கும் ஓலை அனுப்பினார். அவர்கள் மதுரைக்கு தங்கள் படைகளோடு வந்த பின்னர், தன்னுடைய படைத்தலைவரான சின்ன கேசவப்பரோடு புறப்பட்ட கிருஷ்ணப்ப நாயக்கர் தேவிப்பட்டணம் சென்று அங்கு நவபாஷாணச் சிலைகளுக்கு வழிபாடுகள் செய்தார். அங்கிருந்து படகுகளில் தலை மன்னாரை அடைந்த நாயக்கர்களின் படை, அவதூறு செய்ததற்காக மன்னிப்பையும் கட்ட வேண்டிய கப்பத் தொகையையும் கோரி கண்டி அரசுக்கு ஓலை அனுப்பியது.

ஆனால் அதை நிராகரித்த கண்டி அரசன், நான்கு மந்திரிகள் மற்றும் எட்டு தேசநாயகர்களின் தலைமையில் 40000 பேர் கொண்ட படையை அனுப்பினான். இரு தரப்புப் படைகளும் புத்தளம் என்ற

இடத்தில் மோதின. சின்ன கேசவப்பரின் தலைமையிலான 20000 வீரர்கள் கொண்ட படை, அளவில் பெரிய கண்டிப் படையைச் சிதறடித்தது. இரண்டு மந்திரிகளும் ஐந்து படைத்தலைவர்களும் நாயக்கர்களின் படையால் சிறைப்பிடிக்கப்பட்டனர். அவர்களை கிருஷ்ணப்பர் மரியாதையுடன் நடத்தி, ஏற்கனவே விதிக்கப்பட்ட நிபந்தனைகளுக்கு சம்மதித்தால் அவர்களை விடுவிப்பதாகவும் போரை நிறுத்திவிடுவதாகவும் தூது அனுப்பினார்.

கண்டி அரசனின் அமைச்சர்களும் அரசனிடம் போரை நிறுத்துமாறு அறிவுரை கூறினார். ஆனால் அதை ஏற்க மறுத்த கண்டி அரசன், 60000 பேர் கொண்ட படையைத் திரட்டியது மட்டுமல்லாமல், அப்போது அங்கே வணிகம் செய்வதற்கு வந்திருந்த போர்ச்சுகீசியரிடமும் உதவி கோரினான். அவர்களும் 10,000 பேர் கொண்ட படையை உதவிக்கு அனுப்பி வைத்தனர். இந்த வலிமையான படையோடு போர்க்களத்திற்கு வந்த கண்டி மன்னன், நாயக்கர்களின் படையோடு மோதினான்.

இந்தப் போரில் 8000 போர்ச்சுகீசியர்களும் ஆயிரக்கணக்கான இலங்கை வீரர்களும் கொல்லப்பட்டனர். அத்தோடு கண்டி மன்னனும் போரில் இறந்துபட்டான். அவனுடைய உடலை மரியாதைகளோடு அடக்கம் செய்த கிருஷ்ணப்ப நாயக்கர், மன்னனின் குடும்பத்தாரை இலங்கையின் புராதனத் தலைநகருக்கு அனுப்பி வைத்தான். தன்னுடைய மைத்துனனான விஜய கோபால நாயக்கரை அங்கே பிரதிநிதியாக நியமித்துவிட்டு, மூன்று நாட்கள் அங்கேயே தங்கி நிலைமையைச் சீரமைத்துவிட்டு மதுரை திரும்பினார் கிருஷ்ணப்ப நாயக்கர்.

'சிங்களத் த்வீப கதா' சொல்லும் இந்தச் செய்திகளைப் பற்றி ஆய்வாளர்கள் வேறுபடுகின்றனர். வெறும் அவதூறுக்காக இத்தனை பெரிய போர் நடக்குமா என்று சிலர் எழுப்பும் சந்தேகம் நியாமான ஒன்று. என்ன காரணத்தாலோ கப்பம் கட்டுவதை இலங்கை அரசன் நிறுத்தியிருக்கவேண்டும். அதன் காரணமாகவே இந்தப் போர் நடந்திருக்கவேண்டும். அது மட்டுமின்றி இந்தப் போரே நடந்ததா என்று கூட சிலர் கேள்வி எழுப்புகின்றனர். டெய்லர் என்ற ஆய்வாளர் இது ஏதோ கற்பனைக் கதை போன்று தோன்றுகிறது என்கிறார். ஆனால் மதுரையின் வரலாற்றைத் தெளிவாகப் பதிவுசெய்த நெல்சன் இந்தப் போர் நடந்தது ஏற்றுக்கொள்ளக் கூடியதுதான் என்று கூறுகிறார். மிகத் தெளிவாக நிகழ்வுகளை சிங்களத் த்வீப கதா பதிவு செய்திருப்பதால், அது கற்பனையாக இருக்கச் சாத்தியமில்லை என்கிறார் அவர்.

கிருஷ்ணப்பருடைய வரலாற்றில் இந்தப் படையெடுப்பு ஒரு முக்கியமான நிகழ்வு என்பதில் சந்தேகமே இல்லை. மிகக் குறைவான அளவு படையை வைத்துக்கொண்டு நாடு விட்டு நாடு போய் அங்கே உள்ள வலிமையான அரசனைத் தோற்கடிப்பது என்பது சாதாரண விஷயமல்ல. கிருஷ்ணப்பரின் வீரத்திற்கு இந்தப் படையெடுப்பு ஒரு சிறந்த உதாரணம்.

கண்டிப் படையெடுப்புக்குப் பிறகு மதுரை திரும்பிய கிருஷ்ணப்ப நாயக்கரின் ஆட்சிக்காலம் அதன்பின் அமைதியாகவே கழிந்தது. அரியநாதரும் திரும்பி வந்துவிடவே, கோவில் திருப்பணிகளில் இருவரும் கவனம் செலுத்தினர்.

பாளையங்கோட்டைக்கு அருகில் கிருஷ்ணாபுரம் என்ற ஊரையும் திருநெல்வேலிக்கு மேற்கே கடையம் கிருஷ்ணாபுரம் என்ற மற்றொரு ஊரையும் தன்னுடைய பெயரால் கிருஷ்ணப்பர் உருவாக்கினார். இதில் பாளையங்கோட்டைக்கு அருகில் உள்ள கிருஷ்ணாபுரத்தில் வெங்கடாசலபதிக்கு ஒரு கோவிலைக் கிருஷ்ணப்பர் கட்டினார். நாயக்கர் கட்டடக் கலைக்கு எடுத்துக் காட்டாக உள்ள இந்தக் கோவில் சிற்பங்களுக்கு மிகவும் புகழ் பெற்றதாகும். கோவிலுக்காக கிருஷ்ணப்ப நாயக்கர் சில கிராமங் களைத் தானமாக அளித்தார். ஆனால் அப்போது விஜயநகர அரசராக சதாசிவ ராயர் இருந்ததால், அவருடைய அனுமதி பெற்றே இந்தத் தானங்கள் வழங்கப்பட்டன. இதை ஆவணப்படுத்தியதுதான் கிருஷ்ணாபுரம் செப்பேடுகள்.

ஐந்து தகடுகளைக் கொண்ட இந்தச் செப்பேடுகள் நந்திநகரி எழுத்துகளில் சமஸ்கிருத மொழியில் பொறிக்கப்பட்டதாகும். விஜயநகர அரசர்களின் வம்சாவளியோடு மதுரை நாயக்கர்களின் வம்சாவளியும் இதில் குறிப்பிடப்பட்டிருக்கிறது. கிருஷ்ணபூபதி என்று அழைக்கப்பட்ட கிருஷ்ணப்ப நாயக்கரின் கோரிக்கையை ஏற்று சில கிராமங்களை திருவேங்கடாசலபதி கோவிலுக்கு நிவந்தமாக அளிக்க சதாசிவராயர் ஒப்புதல் அளித்ததை செப்பேடு ஆவணப்படுத்துகிறது. ஸ்ரீரங்கத்திற்கு ரங்கநாதரை தரிசனம் செய்ய வந்த சதாசிவ ராயர், அங்கேயே இந்த தானத்திற்கு ஒப்புதல் அளித்திருக்கிறார்.

கோவிலுக்கு புத்தநேரி, அரியகுளம், கொடிக்குளம், குத்துக்கல், முத்தூர், இடம்பாட்டு, சிரியாலங்குளம் போன்ற தாமிரபரணிக் கரையோரம் உள்ள அசில கிராமங்கள் நன்கொடையாக அளிக்கப் பட்டிருக்கின்றன. சர்வமான்யமாக விடப்பட்ட நிலங்களின் எல்லைகளும் குறிப்பிடப்பட்டிருக்கின்றன. கோவிலைப் பற்றிய விவரங்களாக, கிருஷ்ணப்ப நாயக்கர் ஐந்தடுக்கு ராஜகோபுரத்தைக் கட்டியதையும் பெரிய ரங்க மண்டபம் ஒன்றை அழகான தூண்களையும் சிற்பங்களையும் கொண்டதாக அமைத்ததையும் மந்தார மலையைப் போல ரதம் ஒன்றை உருவாக்கி அது ஓடுவதற்காக அகலமான வீதிகளை ஏற்படுத்தியதையும் இந்தச் செப்பேடுகள் குறிப்பிடுகின்றன. கன்னட மொழியில் விஜயநகர அரசர்களின் கையொப்பமான ‘ஸ்ரீ விருபாக்ஷ’ என்ற வார்த்தை களுடன் செப்பேடு நிறைவடைகிறது.

திருவேங்கடநாதனுக்கு இப்படி அருமையான கோவிலைக் கட்டியதோடு நின்றுவிடாமல், அதே ஊரில் ஒரு சிவன் கோவிலையும் கட்டினார் கிருஷ்ணப்ப நாயக்கர். அந்தக் கோவிலுக்கு தெப்பக்குளம் ஒன்றையும் அமைத்தார். அதோடு அதைச் சுற்றி அக்ரஹாரங்களையும் ஏற்படுத்தியதாகக் கல்வெட்டு ஒன்று தெரிவிக்கிறது. இவற்றோடு, மதுரைக் கோவிலில் தன் தந்தை செய்த திருப்பணிகளைத் தொடர்ந்தார் கிருஷ்ணப்ப நாயக்கர்.

மீனாட்சி அம்மன் கோவிலில் அவர் செய்த திருப்பணிகளைக் கூறும் திருப்பணி மாலை...

> முத்தமிழ்க் கூடற் பதிசொக்க நாதர்க்கு முத்தளக்குஞ்
> சித்திரக் கோபுரம் செங்கற் படையைச் சிறக்கச்செய்தான்
> மத்தகப் போர்விச்வ நாதன் குமாரன் மனுமுறைமைக்

கொத்துறப் பார்புரக் குங்க்ருஷ்ண பூப குணக்கொண்டலே
விதிக்கும் முகுந்தற்கும் எட்டாத சொக்கர்க்கு மேதினியோர்
துதிக்குங் கொடிக்கம்ப மண்டபம் ஒன்று துலங்கச்செய்தான்
கதிக்கும் பரமன்னர் பொன்னார் முடிகளைக் காலிவெற்ற
மிதிக்குங் கடாசலத் தான்கச்சி வாழ்க்ருஷ்ண வீரப்பனே
ஐயர்சிங் காரச் செழுநீர்ப் புனல்வெள்ளி அம்பலமும்
செய்ய வடக்குத் திருக்கோ புரமும்செவ் வீச்சுரமும்
துய்ய திருமடைப் பள்ளியும் அன்புடன் தோன்றச்செய்தான்
தையலர் மோகன வேள்க்ருஷ்ண வீர சயதுங்கனே.
வாரிப் புவிபுகழ் ஆயிரக் கால்மணி மண்டபமும்
ஏருற்ற மூர்த்தியம் மன்மண் டபமும் இரண்டாம்பிரா
காரத் திருச்சுற்று மண்டப மும்கொடிக் கம்பத்துமுன்
வீரப்ப மண்டப மும்செய் தனன்க்ருஷ்ண வீரப்பனே.
அல்லொத்த பூங்குழல் அங்கயற் கண்ணம்மை ஆலயத்துள்
மல்லப்பன் நாட்டுபொற் கம்பம் பழகிய வாறுகண்டே
நல்லிட்ட மாகப்பொன் பூசுவித் தான்அண்ண லாருக்கொரு
வில்லிட்டுப் போரை விலக்கிட் டருள்க்ருஷ்ண வீரப்பனே

சொக்கநாதப் பெருமானுக்கு சித்திரக் கோபுரத்தைக் கட்டினார், கொடிக்கம்ப மண்டபத்தை அமைத்தார், கால் மாறி ஆடிய நடராஜர் உள்ள வெள்ளியம்பலத்தைப் புனர்நிர்மாணம் செய்தார், வடக்குக் கோபுரத்தைக் கட்டினார், திருமடைப்பள்ளியையும் மூர்த்தி மண்டபத்தையும் இரண்டாம் பிரகாரத் திருச்சுற்று மண்டபத்தையும் கொடிக்கம்பத்திற்கு அருகே வீரப்ப மண்டபத்தையும் கட்டினார். மீனாட்சியம்மனுக்குப் பொன்னால் கவசம் செய்தார், அம்மன் ஆலய மண்டபங்களுக்குப் பொன்னால் தகடுகள் வேய்ந்தார் என்று மதுரைக் கோவிலில் கிருஷ்ணப்பர் செய்த பல திருப்பணிகளை திருப்பணி மாலை பட்டியலிடுகிறது. இதைத் தவிர அறுபத்து மூவர் மண்டபத்தையும் கிருஷ்ணப்ப நாயக்கரே கட்டியதாக கோவில் ஆவணங்கள் தெரிவிக்கின்றன.

தன் தந்தையைப் போலவே வீரமும் நிதான குணமும் நிறைந்தவராக கிருஷ்ணப்பர் இருந்தார். அவரது ஆட்சியின் ஆரம்பக் காலத்தில் சிறு சலசலப்புகள் தோன்றினாலும் அவற்றை விரைவாக அடக்கி பெரும் பிரச்சனைகள் தோன்றாதவாறு பார்த்துக் கொண்டார்.

விஜயநகரப் பேரரசு அடியோடு நிலைகுலைந்து பெனுகொண்டாவில் சிறிய அரசாகத் தொடர்ந்த போதிலும்

மத்திய அரசுடன் நட்பு பாராட்டி அவர்களுக்கு விசுவாசமாகவே இருந்தார் கிருஷ்ணப்ப நாயக்கர். பகைவர்களுக்கும் அன்பு காட்டி மிகச் சிறந்த பண்புள்ளவராக இருந்தவர் கிருஷ்ணப்பர் என்பதை பல்வேறு சாசனங்கள் எடுத்துக் கூறுகின்றன.

மூர்த்தி சிறிதானாலும் கீர்த்தி பெரிது என்பதற்கேற்ப, எட்டே ஆண்டுகள் ஆட்சி செய்து செயற்கரிய பல செயல்களை நிறைவேற்றிய கிருஷ்ணப்ப நாயக்கர் 1572ம் ஆண்டு டிசம்பர் 3ம் தேதி (கார்த்திகை 19ம் தேதி) இவ்வுலகிலிருந்து மறைந்தார். அவருக்குப் பிறகு அவருடைய மகனான வீரப்ப நாயக்கர் ஆட்சிக்கு வந்தார்.

அத்தியாயம் 5

வீரப்ப நாயக்கர்

கிருஷ்ணப்பருக்குப் பிறகு அவரது புதல்வரான வீரப்ப நாயக்கர் ஆட்சிக்கு வந்தார் என்று பார்த்தோம் அல்லவா. மதுரை நாயக்கர் வரலாற்றில் இந்த இடத்தில் சில ஆய்வாளர்கள் குழப்பத்தை ஏற்படுத்தியிருக்கிறார்கள்.

கிருஷ்ணப்ப நாயக்கருக்கு வீரப்பர், விஸ்வநாதர் என்று இரு மகன்கள் இருந்தார்கள். கிருஷ்ணப்பருக்குப் பிறகு இவர்கள் இருவரும் இணைந்து மதுரையை ஆட்சி செய்தார்கள் என்று நெல்சன் குறிப்பிட்டிருக்கிறார். 'இரண்டு பேர் ஆட்சி செய்யக் கூடிய நடைமுறை இக்காலத்தில் தொடங்கியது. அது ஒரு புதிய ஆட்சிமுறையை அறிமுகம் செய்தது' என்று குறிப்பிடும் நெல்சன் அதற்கான ஆதாரமாகக் காட்டுவது டெய்லர் என்ற ஆய்வாளர் மொழிபெயர்த்த சில ஓலைச்சுவடிகளை. அவற்றில் விஸ்வநாதர் இரண்டாவதாக அதிகாரம் படைத்தவராக இருந்தார் என்று குறிப்பிடப்பட்டிருக்கிறது. அதை வைத்து இருவருமே ஆட்சி செய்தார்கள் என்ற முடிவுக்கு நெல்சன் வந்துவிட்டார். மற்ற நூல்களும் 'சின்ன துரை' என்று விஸ்வநாதரைக் குறிப்பிடுகிறதே தவிர அவரை அரசர் என்று கூறவில்லை என்பது இங்கே கவனிக்கத்தக்கது. மதுரை நாயக்கர் வரலாற்றைத் தெளிவாக எடுத்துக்காட்டும் ம்ருத்யுஞ்சய ஓலைச்சுவடிகளில் இருவர் ஆட்சி செய்ததாகக் குறிப்பிடவே இல்லை. பிறகு ஏன் இந்தக் குழப்பம் வந்தது?

தமிழக வரலாற்றில், சங்க காலத்திலிருந்தே மூவேந்தர்கள், அரசரை ஒருவராக நியமித்த பிறகு யுவராஜப் பட்டாபிஷேகம் செய்து இளவரசராக, அதாவது அடுத்த வாரிசாக ஒருவரை அறிவிப்பது வழக்கமாக இருந்தது. உதாரணமாக பாண்டியர்களின் அரசர் மதுரையிலிருந்து ஆட்சி செய்யும்போது அவர்களின் இளவரசர் கொற்கையிலிருந்து நிர்வாகத்தைக் கவனிப்பார். சோழர்கள் காலத்தில் தஞ்சையில் அரசர் இருந்தால் சிதம்பரத்திலோ அல்லது பழையாறையிலோ இளவரசர் இருப்பார். இப்படி இளவரசராக நியமிக்கப்பட்டவருக்கு சாசனங்கள் அளிப்பது போன்ற பல உரிமைகள் உண்டு.

விஸ்வநாத நாயக்கருக்கு கிருஷ்ணப்பரே ஒரே மகன் என்பதால் இதுபோன்ற அறிவிப்புக்குத் தேவை ஏற்படவில்லை. ஆனால் கிருஷ்ணப்பருக்கு இரு மகன்கள் இருந்ததால், ஒருவரை அரசராகவும் மற்றொருவரை இளவரசராகவும் நியமித்திருக் கிறார்கள். இந்த நடைமுறைகள் சரிவரத் தெரியாததால் இருவருமே அரசர்கள் என்று நெல்சன் போன்றோர் கருதிவிட்டனர். இது பல்வேறு நூல்களிலும் பின்னால் 'Joint Rulers' என்றே குறிப்பிடப்பட்டு வருகிறது. இது தவறான செய்தியாகும். வீரப்ப நாயக்கரின் ஆட்சிக்காலத்தில் கிடைக்கும் கல்வெட்டுகளும் செப்பேடுகளும் அவரையே அரசர் என்று கூறுகின்றன. அவரது சகோதரரான விஸ்வநாதரின் கல்வெட்டுகள் எதுவும் கிடைத்த தாகத் தெரியவில்லை. நாயக்கர் காலத்துச் செப்பேடுகளான இரண்டாம் வேங்கடரின் குனியூர்ச் செப்பேடுகள், வெல்லங்குடிச் செப்பேடுகள், தளவாய் அக்ரஹாரம் செப்பேடுகள் ஆகியவை நாயக்க வம்சாவளி அரசர்களைப்பற்றித் தெரிவிக்கின்றன. அவை எதுவுமே இரு அரசர்கள் இருந்த நடைமுறையைப் பற்றிக் கூற வில்லை. ஆகவே இளவரசராக இருந்த விஸ்வநாதரை அரசர் என்று நினைப்பதற்கான எந்த முகாந்தரமும் இல்லை என்பது தெளிவு.

வீரப்ப நாயக்கர் 1572ம் ஆண்டு ஆட்சிக்கு வந்தார். அவரது பாட்டனாரின் நண்பரான அரியநாதர் வீரப்பருக்கும் உறுதுணையாக இருந்து ஆட்சியில் தளவாய், பிரதானி பதவிகளை வகித்து உதவி செய்தார். பீஷ்ம பிதாமகரைப் போல வயது முதிர்ந்த அரியநாதரின் ஆலோசனைகளைக் கேட்டு வீரப்பர் ஆட்சியை நிர்வகித்தார். இதிலும் சிலர், அரியநாதர் வீரப்பரை வெறும் பொம்மை அரசராக நடத்தினார் என்று கூறுகின்றனர். இதற்கும் எந்த முகாந்தரமும் இல்லை. வீரப்பர் காலத்துச் சாசனங்கள் பல அவரது நிர்வாகத் திறனுக்கு சாட்சி அளிக்கின்றன.

வாணாதிராயர் கலகம்

வீரப்பரின் ஆட்சிக் காலத்தில் அவர் முதலில் எதிர்கொண்ட சோதனை வாணாதிராயர்களின் கலகம். இந்த வாணாதி ராயர்களைப் பற்றி ஏற்கனவே பார்த்திருக்கிறோம். தமிழகத்தின் வடபகுதியில் ஆட்சி செய்யத் தொடங்கிய வாணர்கள், பிற்காலப் பாண்டியர்களின் சிற்றரசர்களாக இருந்து சோழர்களுக்கு எதிரான போர்களில் உதவி செய்தனர். அதன் பிறகு சுல்தான்களின் ஆட்சியில் அதிகம் சலசலப்பு ஏற்படுத்தாத வாணர்கள், விஜயநகரப் பேரரசின் பிரதிநிதிகள் மதுரையை ஆட்சி செய்தபோது அவர்களுக்கு உறுதுணையாக இருந்தனர்.

லக்கண்ண நாயக்கர் விஜயநகரம் திரும்பும்போது மதுரைப் பகுதியின் ஆட்சியாளர்களாக வாணாதிராயர்களை நியமித்தார். அழகர் கோவில், ஸ்ரீவில்லிப்புத்தூர் போன்ற கோவில்களுக்குப் பல திருப்பணிகள் செய்த வாணாதிராயர்கள் பின்னால் தன்னாட்சி செய்ய முயன்றபோது விஸ்வநாத நாயக்கர் இவர்களை அடக்கினார். ஆனால் வாணாதிராயர்களோடு தொடர்ந்து பகைமை பாராட்ட விரும்பாமல் அவர்களுக்கு மதுரையின் கிழக்கே சில பாளையங்களை அளித்து அவர்களை அங்கே ஆட்சி செய்யச் செய்தார். மானமதுரை, திருப்புல்லாணி, ராமநாதபுரம், தேவிப் பட்டணம் ஆகிய இடங்களில் இவர்களது கல்வெட்டுகள் காணப் படுவதை அடுத்து அங்கெல்லாம் இவர்கள் ஆட்சி நிலவியது என்பதைத் தெரிந்துகொள்ளலாம்.

வீரப்ப நாயக்கர் ஆட்சிக்கு வந்தபோது, தங்களது பெருமையை மீண்டும் நிலைநிறுத்துவதற்காக மானாமதுரை, காளையார் கோவில் ஆகிய இடங்களில் உள்ள கோட்டைகளைப் பிடித்துக் கொண்டு அந்தப் பகுதிகளெல்லாம் தமக்கே சொந்தம் என்று மாவலி வாணாதிராயர் என்ற வாணர்களின் அரசர் அறிவித்தார். ஆனால் மிக வேகமாகக் களம் இறங்கிய நாயக்கர்களின் படை அவர்களைத் தோற்கடித்துக் கோட்டைகளை மீட்டது. அவர்களுடைய பாளையக்காரர்கள் என்ற அங்கீகாரமும் ரத்து செய்யப்பட்டது. அதன்பின் வீரப்பரோடு சமாதானம் செய்து கொண்டு தாங்கள் இழந்த பகுதிகளை இவர்கள் பெற்றதாகத் தெரிகிறது. திருக்கோவிலூரில் உள்ள ஒரு கல்வெட்டு இவர்களை மதுரை நாயக்கர்களின் விசுவாசமிக்கவர்களாகக் குறிப்பிடுகிறது. அதிலிருந்து மீண்டும் தங்கள் பாளையத்தை இவர்கள் பெற்றனர் என்று அறிந்துகொள்ளலாம்.

தென்காசிப் பாண்டியர்கள்

மற்றபடி வேறு எந்தப் பாளையக்காரர்களும் சிற்றரசர்களும் வீரப்பரின் ஆட்சிக்காலத்தில் பிரச்சனை எதையும் செய்யவில்லை என்பது தெரிகிறது. வீரப்பரின் 1594ம் ஆண்டுக் கல்வெட்டு ஒன்று அவர் எல்லாப் பாளையக்காரர்களிடமிருந்தும் வரி வசூலித்து ஆட்சியை நடத்தியதாகக் குறிப்பிடுகிறது. அதிவீரராம பாண்டியர், வரதுங்கராம பாண்டியர் போன்ற தென்காசிப் பாண்டியர்களும் வீரப்பரோடு நட்பு பாரட்டியே வந்தனர். வரதுங்க ராம பாண்டியரின் புதுக்கோட்டைச் செப்பேடுகள், வீரப்ப நாயக்கரின் அனுமதியைப் பெற்று அங்குள்ள ஒரு கோவிலுக்கு கிராமம் ஒன்று நிவந்தமாக வழங்கப்பட்ட செய்தியைக் குறிப்பிடுகிறது.

விஜயநகர அரசுடனான உறவு

விஜயநகரப் பேரரசில் ஏற்பட்ட குழப்பங்கள் வீரப்ப நாயக்கரின் காலத்திலும் தொடர்ந்தன. சதாசிவ ராயரை பெயரளவுக்கு ஆட்சியில் அமர்த்திவிட்டு அதிகாரங்கள் அனைத்தையும் தாமே வைத்துக்கொண்டிருந்த திருமலைராயர், ஒரு கட்டத்தில் சதாசிவராயரைச் சிறையிலடைத்துவிட்டு தாமே ஆட்சி செய்யலானார். பின்னர், தனது ஆட்சிப்பகுதியை மூன்றாகப் பிரித்து ஆந்திரநாட்டுப் பகுதிகளை மூத்த மகனான ஸ்ரீரங்கனுக்கும் கர்நாடகாப் பகுதிகளை இரண்டாவது மகனான ராமனுக்கும் தமிழகப் பகுதிகளை மூன்றாவது மகனான வேங்கடருக்கும் அளித்தார். வயது முதிர்ந்தவுடன் ஸ்ரீரங்கருக்கு முடிசூட்டிவிட்டு ஓய்வெடுத்துக்கொண்டார்.

பாமினி சுல்தான்களுடன் ஓயாது போர் செய்துகொண்டிருந்த ஸ்ரீரங்கரும் ஸ்ரீரங்கப்பட்டினத்தில் ஆட்சி செய்துகொண்டிருந்த ராமரும் இறந்துபடவே வேங்கடர் விஜயநகருக்கு அரசராக முடிசூட்டிக் கொண்டார். இப்படி நடந்த பல்வேறு ஆட்சி மாற்றங்களினால் நாயக்கர்களின் மீதான விஜயநகர அரசர்களின் பிடி தளர்ந்து கொண்டே போயிற்று. ஆனாலும் தன் மூதாதையர்களைப் போல வீரப்பர் தொடர்ந்து விஜயநகருக்குக் கப்பம் கட்டி வந்தார். கிருஷ்ணாபுரத்தில் உள்ள 1577ம் ஆண்டுக் கல்வெட்டு ஒன்றும் சேரன்மாதேவியில் உள்ள 1578ம் ஆண்டுக் கல்வெட்டு ஒன்றும் வீரப்ப நாயக்கரை ஸ்ரீரங்கரின் சேவகராகக் குறிப்பிடுகின்றன. போலவே வேங்கடரின் ஆட்சிக்காலத்தில் அளிக்கப்பட்ட தளவாய் அக்ரஹாரம் செப்பேடுகளும் வீரப்பர் விஜயநகர அரசின் மீது கொண்டிருந்த விஸ்வாசத்தைக் காட்டுகின்றன.

தளவாய் அக்ரஹாரம் செப்பேடுகள்

ஒன்பது செப்பேடுகள் கொண்ட தளவாய் அக்ரஹாரம் செப்பேடுகள் வீரப்ப நாயக்கர் அளித்த கொடை ஒன்றைப் பற்றிக் கூறுகின்றன. விஜயநகர அரசரான வேங்கடபதி ராயரின் காலத்தைச் சேர்ந்த இந்தச் செப்பேடுகள் சக வருடம் 1508ல் அதாவது பொயு 1586ம் ஆண்டு அளிக்கப்பட்டவை. விஜயநகர அரசர்களின் வம்சாவளியோடு தொடங்கும் இவை, வேங்கடபதி ராயர் திருப்பதி வந்திருந்தபோது மதுரை நாயக்க அரசரான வீரபூபரின் கோரிக்கையை ஏற்று கங்கவரப்பட்டி என்ற கிராமத்தின் பகுதிகளை வீரபூப சமுத்திரம் என்ற பெயரில் அந்தணர்களுக்குத் தானமாக வழங்கினார் என்று தெரிவிக்கிறது. திருப்பதி வேங்கடேசப் பெருமானின் முன்னிலையில் இந்தத் தானம் வழங்கப்பட்டதாக செப்பேடு கூறுகிறது.

கிருஷ்ணப்பரின் மகனும் விஸ்வநாதரின் பேரனுமான வீரபூபரின் விருதுகளான சமயத் த்ரோஹரகண்டன், தக்ஷிணசமுத்ரேசன் போன்றவற்றைக் குறிப்பிட்டு மதுரை சுந்தரேஸ்வரருக்கு அழகான சிற்பங்கள் கொண்ட மண்டபத்தை வீரப்பர் வடித்தார் என்று செப்பேடு குறிக்கிறது. நவரத்தினக் கற்களால் ஆன ஆயுதம் ஒன்றை அன்னை மீனாட்சிக்கு அவர் அளித்ததாகவும் செப்பேட்டில் உள்ளது.

வேங்கடபதி ராயருக்கு தாத்தாச்சாரியார் என்பவர் பட்டாபிஷேகம் செய்து வைத்ததாகச் செப்பேட்டில் ஒரு குறிப்பு உள்ளது. இவர் விஜயநகர அரசபரம்பரைக்குக் குருவானதைப் பற்றி ஒரு சுவையான சம்பவம் உள்ளது. ஸ்ரீராமானுஜரின் தாய்மாமனும் பெரிய திருமலை நம்பி என்று ஸ்ரீவைஷ்ணவ குருபரம்பரைச் சரித்திரத்தால் புகழப்படுபவருமான ஸ்ரீசைல பூர்ணரின் வம்சத்தில் வந்தவர் இந்தத் தாத்தாச்சாரியார். திருமலை நம்பியின் வம்சத்தில் நரசிம்மாச்சாரியார் ரங்காச்சாரியார் என்று இரு சகோதரர்கள் இருந்தனர். இருவரும் வேலை தேடி விஜயநகரம் சென்றனர்.

அப்போது விருபாக்ஷர் என்ற அரசர் ஆட்சி செய்துகொண்டிருந்தார். ஒரு சமயம் அவரை அவரது உறவினர்கள் கொல்ல முற்பட்டபோது அவர்கள் அனைவரையும் அவர் சாதுர்யமாகக் கொன்று தீர்த்தார். அப்படிக் கொல்லப்பட்ட அனைவரும் பிசாசுகளாக ஒரு அரண்மனையில் உலவிக்கொண்டிருந்தனர். அருகில் ஓர் அரண்மனையில் தங்கிக்கொண்டு அரசரான விரூபாக்ஷருக்குத் தொடர்ந்து தொல்லைகளும் கொடுத்து வந்தனர்.

அங்கே போய்ச்சேர்ந்தனர் இந்த இரண்டு சகோதரர்களும். அதுதான் அரசரின் அரண்மனை என்று அவர்கள் (தவறாக) நினைத்ததைப் போலவே, அங்கே அந்தப் பிசாசுகள் அரசவையை நடத்திக் கொண்டிருந்தன. அவர்களின் அரசராக இருந்த ஒருவர், இந்த இரு சகோதரர்களையும் ராமாயணத்தைத் தினப்படி பாராயணம் செய்யுமாறு கட்டளையிட்டார். ஒரு நாளுக்கு ஒரு தினாரா வீதம் கூலி தருவதாகவும் பட்டாபிஷேகம் படிக்கும் நாளில் அதிகப்படி கூலி தருவதாகவும் சொன்னார். அதற்கு ஒப்புக்கொண்ட அந்தச் சகோதரர்கள் தினமும் ராமாயணத்தைப் பாராயணம் செய்து வந்தனர். பட்டாபிஷேகத்தை வாசித்து முடித்தவுடன் அவர்களுக்குச் சரியான சன்மானமும் கிடைத்தது. தொடர்ந்து ராமாயணத்தைக் கேட்டுவந்த பிசாசுகளும் நற்கதியை அடைந்து பூவுலகை விட்டுச் சென்றன.

இந்த விஷயங்களைக் கேள்விப்பட்ட விருபாக்ஷர் தன்னுடைய தொல்லைகள் நீங்கியதை எண்ணி மகிழ்ச்சியடைந்தார். இரு சகோதரர்களையும் அரண்மனைக்கு அழைத்துக் கௌரவித்ததோடு மட்டுமல்லாமல் அங்கேயும் ராமாயணத்தைப் பாராயணம் செய்யச் சொன்னார். மேலும் அவர்களின் மூத்தவரான நரசிம்மாச்சாரியாரை தனது குருவாக ஏற்றுக்கொண்டார். அப்படிப்பட்ட பரம்பரையில் வந்தவர்தான் இந்தத் தாத்தாச்சாரியார்.

இப்படிப்பட்ட வரலாற்றுப் பின்புலமுடைய தாத்தாச்சாரியாரால் பட்டாபிஷேகம் செய்யபெற்ற வேங்கடர், மதுரை வீரப்ப நாயக்கர் கேட்டுக்கொண்டபடி தானம் அளித்தார் என்று கூறும் இந்தச் செப்பேடு அதன்பின் தானம் பெற்ற அந்தணர்களின் பெயர்களைப் பட்டியலிடுகிறது. சுமார் 120 அந்தணர்களின் பெயர்களும் கோத்திரங்களும் பட்டியலிடப்பட்டுள்ளன. அவர்கள் அனைவருக்கும் இந்த கிராமத்தை வேங்கடராயரின் ஒப்புதலோடு வீரப்ப நாயக்கர் அளித்தது, விஜயநகர அரசுக்கு அடங்கியே தன் ஆட்சியை அவர் நடத்தியதைக் காட்டுகிறது.

திருப்பணிகள்

வீரப்ப நாயக்கர் பல்வேறு கோவில் திருப்பணிகளில் ஈடுபட்டார் என்பதைப் பல கல்வெட்டுகள் எடுத்துக்காட்டுகின்றன. பிரான் மலையில் உள்ள 1588ம் ஆண்டுக் கல்வெட்டு அவர் கோவிலுக்குச் செய்த தானத்தைக் குறிப்பிடுகிறது. போலவே ஈரோட்டில் உள்ள ஒரு கல்வெட்டும் கோவில் திருப்பணி ஒன்றைக் கூறுகிறது. திருநெல்வேலியில் காணப்படும் அவரது சாசனம் ஒன்று பெருமாள்

கோவிலுக்கு அவர் கிராமங்களைத் தானமாக வழங்கினார் என்று தெரிவிக்கிறது. இதைத் தவிர சிதம்பரம் கோவிலின் மதில்களைச் செப்பனிட்டு உயரமாகக் கட்டியிருக்கிறார் வீரப்ப நாயக்கர். பல அக்ரஹாரங்களை நிவந்தமாக அளித்திருக்கிறார். மதுரைக் கோவிலில் அவர் செய்த திருப்பணிகளைப் பட்டியலிடும் திருப்பணி மாலை,

'கூடலம் பதிஇறைவர் முன்வெள்ளி விடையமுது
குலவியிட ஒருகல்லினால்
குறடுகோ புரவாயி லில்கதவு தென்வாயில்
கொள்சுருட் படிபரமனார்
ஆடுமா மண்டபத் தளவிசை திருப்பள்ளி
அறையில்உயர் படிகள்உமையாள்
ஆலயத் தளவிசை திருக்கதவு பல்லக்கொ(டு)
ஆனபொற் பட்டம்அழகார்
ஓடைசூழ் வீரப்பன் நல்தோப்பும் அத்தோப்பில்
ஓங்கும்உயர் மணிமண்டபம்
ஓதும்இவை போல்இனிய பணிவிடைகள் சொக்கருக்(கு)
ஒருமையுட னேஉதவினான்
மேடையும் ஆடரங்(கு) எங்கும்மட வார்கள்பயில்
வீதிசூழ் தானைஅதிபன்
வேதியர்கள் காவலர்கள் நாவலர்கள் வாழவரு
வீரையன் வீரப்பனே'

என்கிறது. அதாவது சுவாமி கோவிலின் நுழைவு வாயிற்கதவை அமைத்தல், மூலஸ்தானத்தில் கற்குறடை அமைத்தல், தென்புற வாயில் படிக்கட்டு, வெள்ளியம்பல நடராசர் கோவில் தளவரிசை, திருப்பள்ளியறைப் படிகள், சொக்கநாதர் மண்டபம் ஆகியவற்றை வீரப்ப நாயக்கர் கட்டினார். இவர் செய்த மற்ற திருப்பணிகளைப் பற்றித் தளவாய்புர அக்ரஹாரச் செப்பேடுகளில் பார்த்தோம்.

ஏசு சபையினரின் வருகை

வீரப்ப நாயக்கரின் காலத்தில்தான், அதாவது 1592ம் ஆண்டு, ஏசு சபையினர் தங்களது மதத்தைப் பரப்புவதற்காக மதுரை வந்தனர். தங்களின் வழிபாட்டுத் தலமான சர்ச் ஒன்றைக் கட்டிக்கொள்ளவும் வீரப்பரிடம் அனுமதி கோரினர். இவற்றைப் பற்றி அதிகம் விஷயம் தெரியாத வீரப்ப நாயக்கர் அதற்கு அனுமதி கொடுத்தார். பெர்னாண்டஸ் என்ற பாதிரியாரின் தலைமையில் ஏசு சபையினர் தங்களது மதப் பிரச்சாரத்தைத் தொடங்கினர். செயிண்ட் மேரீஸ்

தேவாலயத்தைக் கட்டிய பெர்னாண்டஸ் ஒரு கல்விக்கூடத்தையும் ஏற்படுத்தினார். முதலில் மேட்டுக்குடியினரை மதம் மாற்றினால் மற்றவர்களை மாற்றுவது எளிது என்று நினைத்த அவர்கள் அதற்கான முயற்சியில் ஈடுபட்டனர். ஆனால் அவர்களது எண்ணம் பலிக்கவில்லை.

சுமார் பதினான்கு ஆண்டுகள் கடுமையான மதப்பிரச்சாரம் செய்த போதிலும் ஒருவர் கூட மதம் மாற முன்வரவில்லை. இதற்கான காரணம், மக்கள் அவர்களை மாட்டுக்கறி உண்பவர்கள், மதுபானம் அருந்துபவர்கள் என்று நினைத்ததால்தான் என்று அவர்களில் ஒருவரே குறிப்பிட்டிருக்கிறார். ஆல்பர்ட் லஸாரியோ என்பவர் தலைமையகத்திற்கு எழுதிய கடிதத்தில் ‘மக்களின் இந்த எண்ணத்தை மாற்றுவது மிகவும் கடினம், போர்ச்சுகீசியரின் வீரமோ அவர்கள் அடைந்த வெற்றிகளோ மக்களின் மனதை மாற்றவில்லை. எவ்வளவு செல்வம் கொடுத்தாலும் தங்கள் மதத்தை விட்டு அவர்கள் மாற மறுக்கிறார்கள்’ என்று அங்கலாய்த்திருக்கிறார். இந்த நிலைமையை மாற்ற பெர்னாண்டஸுக்கு தகுந்த உபாயம் தெரியவில்லை. இப்படியாக மதுரை மக்களை மதம் மாற்றச் செய்த முதல் முயற்சி தோல்வியடைந்தது.

வீரப்ப நாயக்கரின் ஆட்சித்திறன்

மதுரை நாயக்கர்களின் வம்சத்தில் மிக நீண்ட காலத்திற்கு, அதாவது சுமார் 22 வருடம், அமைதியான ஆட்சியைத் தந்த பெருமை வீரப்பரையே சேரும். இத்தனைக்கும் ஈரோட்டிலிருந்து தெற்கே குமரி வரை அவரது ஆட்சி பரவியிருந்தது. வாணாதிராயர்களோடு ஏற்பட்ட போரைத் தவிர வேறு எந்தவிதப் பிரச்சனையும் இல்லாமல் வீரப்ப நாயக்கர் ஆட்சி செய்திருக்கிறார். இப்படி அருமையான ஆட்சியைக் கொடுத்த வீரப்பர் 1595ம் ஆண்டு செப்டம்பர் மாதம் இப்பூவுலகை விட்டு மறைந்தார். அவருக்கு கிருஷ்ணப்பார், விசுவப்பர், கஸ்தூரி ரங்கப்பர் என்று மூன்று மகன்கள் இருந்தனர். அவர்களில் அடுத்து ஆட்சிக்கு வந்தது யார்?

அத்தியாயம் 6

இரண்டாம் கிருஷ்ணப்பர்

ஆட்சிக்கு மூன்று வாரிசுகள் இருந்ததால் வாரிசுரிமைச் சிக்கல்கள் வருமல்லவா. அப்படித்தான் வீரப்ப நாயக்கருக்கு அடுத்து பதவிக்கு யார் வருவது என்ற பூசலும் இருந்தது. ஆனால், தொடர்ந்து நான்காம் தலைமுறையாக நாயக்கர் வம்சத்திற்கு உறுதுணையாக இருந்த அரியநாதர் இந்தச் சிக்கல்கள் முற்றாமல் பார்த்துக் கொண்டார். முறைப்படி வீரப்ப நாயக்கரின் மூத்த மகனான கிருஷ்ணப்பருக்கு அரசராக முடிசூட்டி முந்தைய அரசர்களுக்குத் துணையாக இருந்ததுபோல அவருக்கும் ஆட்சியில் உதவியாக இருந்துவரலானார்.

அடுத்த இரு மகன்களில் விசுவப்பர் இளவரசராக நியமிக்கப்பட்டு ஆட்சி அதிகாரத்தைக் கவனித்து வந்தார். நெல்சன் போன்ற வரலாற்று ஆசிரியர்கள் இருவரும் இணைந்தே ஆட்சியைக் கவனித்து வந்ததாக (மீண்டும்) குறிப்பிட்டிருக்கின்றனர். எப்படி வீரப்ப நாயக்கரின் ஆட்சியைப் பற்றித் தவறாகக் குறிப்பிட்டிருந் தார்களோ அதைப் போலவே இதுவும் உண்மையல்ல என்பதை பொயு 1596ம் ஆண்டிலிருந்து 1600 வரை இரண்டாம் கிருஷ்ணப்பரின் ஆட்சிப் பகுதி முழுவதும் கிடைக்கும் பல சாசனங்கள் எடுத்துக் காட்டுகின்றன. இக்காலகட்டத்தில் விசுவப்பரின் கல்வெட்டுகள் ஒன்றும் கிடைக்கவில்லை. போலவே மூன்றாவது மகனான கஸ்தூரி ரங்கப்பர் என்ன செய்துகொண்டிருந்தார் என்பது பற்றிய விவரங்களும் இக்காலகட்டத்தில் பதிவு செய்யப்படவில்லை.

வீர கிருஷ்ணா என்ற இயற்பெயருடைய கிருஷ்ணப்பர் 1595ம் ஆண்டு பதவியேற்றுக்கொண்டார். அவரது ஆட்சி அமைதியாகவே நடைபெற்றது. அவரது ஆட்சியின் பொழுது 1596ம் ஆண்டுச் சாசனம் ஒன்று 'வல்லப நரேந்திரனின் சிம்மாசனத்தில் உறுதியாக அமர்ந்து' அவர் ஆட்சி செய்ததாகக் குறிப்பிடுகிறது. 'பாண்டிய பார்த்திவ கிருஷ்ண நிருபதி' என்று மற்றொரு சாசனம் அவரைப் புகழ்கிறது. இவற்றிலிருந்து தென்காசிப் பாண்டியர்களுக்கும் இரண்டாம் கிருஷ்ணப்பருக்கும் இடையே நல்லுறவு இருந்ததைப் புரிந்து கொள்ளலாம்.

விஜயநகர அரசைப் பொருத்த மட்டில், முதலாம் வேங்கடரின் கட்டுப்பாட்டிலேயே மதுரை நாயக்க அரசு தொடர்ந்து இருந்தது. இரண்டாம் கிருஷ்ணப்பர் தன் முன்னோர்களின் வழியில் வேங்கடருக்கு அடங்கியே ஆட்சி செய்து வந்தார். அவரது ஆட்சியின்போது 1597ம் ஆண்டு அளிக்கப்பட்ட மதுரைச் செப்பேடுகளில் கிருஷ்ணப்ப நாயக்கரின் வேண்டுகோளை ஏற்று மருதங்குடி, காருபுரம் ஆகிய இரு கிராமங்களை பல வைஷ்ணவ பிராமணர்களுக்கு முதலாம் வேங்கடர் தானமாக அளித்ததாகக் குறிப்பிடப்பட்டுள்ளது.

விஸ்வநாதர்-கிருஷ்ணர்-வீரபூபதி-கிருஷ்ணர் என்று நாயக்க வம்சாவளி அதில் கூறப்பட்டுள்ளது. பத்மநேரி (நாங்குநேரி) செப்பேடுகளில் திருவடி ராஜ்யத்தைச் சேர்ந்த கிராமம் வேங்கடபதிராயரால் அந்தணர்களுக்குத் தானமாக வழங்கப்பட்ட விவரம் சொல்லப்பட்டிருக்கிறது. அதில் அந்த நிலக் கொடை வேங்கடபதிராயரை தன்னுடைய தலைவராகவும் முதன்மைக் கொடையாளராகவும் அங்கீகரித்த கிருஷ்ணப்ப நாயக்கரால் வழங்கப்பட்டதாகக் குறிப்பிடப்பட்டுள்ளது. மேலும் இந்தச் செப்பேடுகள் விஸ்வநாத நாயக்கர் திருவடி தேசத்தையும் வாணாதிராயர்களையும் வென்ற விவரங்களைப் பதிவு செய்கிறது.

போலவே கல்லிடைக்குறிச்சியில் கிடைத்த வெல்லங்குடிச் செப்பேடுகள், வீர வேங்கடபதிராயர் வீரபூப சமுத்திரம் என்ற கிராமத்தை வீர கிருஷ்ண நாயக்கரின் வேண்டுகோளுக்கு இணங்க தானமாக அளித்த செய்தியைக் குறிப்பிடுகிறது. அந்தக் கிராமம் திருவடி தேசத்தைச் சேர்ந்த முள்ளி நாடு என்ற இடத்தில் அமைந்திருந்தது என்றும் விஸ்வநாத நாயக்கர் திருவடி தேசத்தை வென்று அந்த இடங்களை எல்லாம் தன் ஆட்சியின் கீழ் கொண்டு வந்தார் என்றும் கூறுகிறது. வேங்கட ராயரின் ஆட்சிக் காலத்தில்

அதிவீரராம பாண்டியர் மூன்று தனி நபர்களுக்கு தன் ஆட்சிக்குட்பட்ட பகுதியில் நிலங்களைச் சர்வ மான்யமாக வழங்கிய செய்தியை ஒட்டப்பிடாரத்தில் கிடைத்த சாசனம் ஒன்று தெரிவிக்கிறது.

மேற்கண்டவற்றால், திருவடி தேசம் வரையிலான பகுதி இரண்டாம் கிருஷ்ணப்பரின் ஆட்சியின் கீழ் இருந்தது என்பதையும் அவரும் தென்காசிப் பாண்டியர்களும் விஜயநகர அரசர்களின் கீழ் அடங்கியே ஆட்சி செய்து வந்தார்கள் என்பதும் தெளிவாகிறது.

இருப்பினும் கிருஷ்ணப்பரின் ஆட்சியின் பிற்பகுதியில் பல சோகங்கள் அவரைச் சூழ்ந்தன. தனக்குச் சந்ததி இல்லாத கவலை அவரை வாட்டியது. இது ஒருபுறமிருக்க, 1600ம் ஆண்டு அவரது தம்பியும் ஆட்சியில் அவருக்குத் தோளோடு தோள் கொடுத்த வருமான விசுவப்பர் இறந்து பட்டார். இந்த அதிர்ச்சியிலிருந்து மீள்வதற்குள் நாயக்க வம்சத்திற்குப் பெரும் தொண்டு செய்து தன் வாழ்நாளைக் கழித்த அரியநாதரும் மறைந்தார். மதுரை நாயக்க வம்சத்தை அதன் தொடக்க நாளிலிருந்து தூண் போலக் காத்து வந்த அரியநாதர் மறைந்தது கிருஷ்ணப்பரை சோகத்தில் ஆழ்த்தியது. அரியநாதரின் இறப்பைக் குறிப்பிடும் ம்ருத்யுஞ்சயச் சுவடிகள் ‘மதுரை நாயக்கர் ஆட்சியில் பிரதானியாகவும் தளவாயாகவும் இருந்த அரியநாதர் சார்வரி வருடம் சித்திரை மாதம் 7ம் நாள் மறைந்தார்’ என்று கூறுகிறது.

இதை வைத்து அரியநாயதர் வீரப்ப நாயக்கரின் ஆட்சியின் போதே மறைந்ததாகச் சொல்வோர் உண்டு. ஆனாலும் பல ஆய்வாளர் களின் குறிப்புகளின் படி 1600ம் ஆண்டில் 80 வயதைக் கடந்த நிலையில் அரியநாதர் மறைந்ததாகவே எடுத்துக்கொள்ளலாம். இப்படி அடுத்தடுத்து தனக்குத் துணையாக இருந்தவர்கள் மறைந்ததாலோ என்னவோ, இரண்டாம் கிருஷ்ணப்பரும் அடுத்த ஓராண்டிலேயே அதாவது 1601ம் ஆண்டில் இப்பூவுலகை விட்டு மறைந்தார். ஐந்து வருடங்களும் ஐந்தே மாதங்களும் கொண்ட குறுகிய கால ஆட்சியில் பிரச்சனை எதுவுமில்லாமல் மதுரை நாயக்கரின் ஆட்சிப் பரப்பும் மாறாமல் தனது அரசை நிலை நிறுத்திவிட்டு கிருஷ்ணப்பர் சென்றார்.

அத்தியாயம் 7

முத்து கிருஷ்ணப்ப நாயக்கர்

அரியநாதரைப் போல ஒரு ராஜதந்திரி இல்லாத குறையை கிருஷ்ணப்ப நாயக்கர் மறைந்தவுடன் மதுரை நாயக்கர் வம்சம் அறிந்துகொண்டது. இரண்டாம் கிருஷ்ணப்பருக்குச் சந்ததி இல்லாத காரணத்தாலும் அவருக்கு அடுத்து இளவரசுப் பட்டம் சூட்டப்பட்டிருந்த விசுவப்பர் அவருக்கு முன்பே இறந்து பட்டதாலும் விசுவப்பரின் மகனான முத்து கிருஷ்ணப்பருக்கு முடிசூட்ட அரசவைப் பிரமுகர்கள் முடிவெடுத்தனர். ஆனால் இரண்டாம் கிருஷ்ணப்பரின் இன்னொரு தம்பியான கஸ்தூரி ரங்கப்பர் மதுரை ஆட்சியை வலுக்கட்டாயமாகக் கைப்பற்றிக் கொண்டார். இதை அரசவைப் பிரமுகர்களும் மக்களும் விரும்பவில்லை. அவர் பதவியேற்ற ஒரு வாரத்தில் 'சந்தியா மண்டபத்தில்' வைத்துப் படுகொலை செய்யப்பட்டார். இதற்கு நாட்டில் ஆங்காங்கே தூக்கிய கலவரங்கள் காரணம் என்று சொல்லப்பட்டாலும் இந்தக் கொலையைச் செய்தவர்கள் யார் என்பது இன்று வரை மர்மமாகவே இருந்து வருகிறது.

கஸ்தூரி ரங்கப்பர் கொல்லப்பட்டதை அடுத்து முத்துக் கிருஷ்ணப்பர் அரியணையில் அமர்ந்தார். இவரை இரண்டாம் கிருஷ்ணப்பரின் மகன் என்று சில ஆய்வாளர்கள் தவறாகக் குறிப்பிடுகின்றனர். ஆனால் இரண்டாம் வேங்கடரின் குனியூர்ச் செப்பேடுகள், மதுரைத் தலவரலாறு ஆகியவற்றில் கூறப்பட்டுள்ள

நாயக்க வம்சாவளி விவரங்கள் முத்துக் கிருஷ்ணப்பரை விசுவப்பரின் மகன் என்று உறுதியாகக் கூறுகின்றன.

வீரம் மட்டுமல்ல சிறந்த நிர்வாகத் திறனும் மிக்கவர் முத்துக் கிருஷ்ணப்ப நாயக்கர். ஆட்சிப் பொறுப்பேற்றுக்கொண்டவுடன் கடற்கரைப் பகுதிகளில் நிலவிய குழப்பங்களைத் தீர்ப்பதில் அவரது கவனம் சென்றது.

நாயக்கர் ஆட்சி மதுரையில் உருவானது முதல் வங்காள விரிகுடாக் கடற்கரை மீது அவர்கள் கவனம் அதிகமாகச் செல்லவில்லை என்ற கருத்தை சில வரலாற்றாய்வாளர்கள் முன் வைக்கிறார்கள். அதில் உண்மை இல்லாமலில்லை. வணிகம் செய்ய வந்த போர்ச்சுக் கீசியர்கள் தமிழகக் கடற்கரைப் பகுதியை ஆக்கிரமித்துக் கொண்டதுமில்லாமல் அங்கு வாழ்ந்த மீனவர்களை மதம் மாற்றி தங்கள் பக்கம் சேர்த்துக்கொண்டனர். அது மட்டுமல்லாமல், அங்கே வரி வசூலிப்பது, கட்டப்பஞ்சாயத்து செய்வது போன்ற வற்றையும் தன்னிச்சையாக அவர்கள் கையில் எடுத்துக் கொண்டனர். விஸ்வநாதர் ஆட்சிக்காலத்தில் விட்டலராயர் மூன்று முறை படையெடுத்து அவர்களை ஒடுக்கியதைப் பார்த்தோம். ஆனால் அதன்பின்னும் தங்களது அதிகாரத்தை அவர்கள் கடற்கரைப் பகுதிகளில் செலுத்திவந்தனர். பாளையங்கள் உருவாகப்பட்டு அப்பகுதிகள் பெரும்பாலும் வாணாதிராயர் களிடம் ஒப்படைக்கப்பட்ட நிலையிலும் நாயக்கர்களால் கடற்கரைப் பகுதிகளை முழுவதும் தங்கள் கட்டுப்பாட்டிற்குள் கொண்டுவர இயலவில்லை. அதன் காரணமாக அங்கே இருந்த ராமேஸ்வரம் போன்ற ஹிந்துக்களின் புனிதத் தலங்களுக்கு போர்ச்சுகீசியர்களால் அடிக்கடி பிரச்சனைகள் உருவாகி வந்தன. இந்தச் சிக்கலைத் தீர்க்க முதலில் முன்வந்தவர் முத்துக் கிருஷ்ணப்ப நாயக்கர்.

சேதுபதிகள்

சோழர்கள் காலத்திலிருந்து ராமநாதபுரத்தைச் சுற்றியுள்ள பகுதிகளை ஆட்சி செய்து வந்தவர்கள் சேதுபதிகள். சேது என்ற ராமர் பாலத்தைக் காக்கும் காவலர்கள் என்பதால் அவர்களுக்கு இந்தப் பெயர் வந்தது. பின்னால் பிற்காலப் பாண்டியர்களின் சிற்றரசர்களாக அவர்கள் தொடர்ந்தனர். மதுரையில் நாயக்கர்களின் ஆட்சி ஏற்பட்டு பாளையங்கள் பிரிக்கப்பட்டபோது, மறவர் சீமையின் பெரும்பகுதி வாணாதிராயர்களிடம் சென்றது. மீதிப்

பகுதிகளை கவனிக்க இரு ஆளுநர்கள் நியமிக்கப்பட்டதாகத் தெரிகிறது. இது அந்தப் பகுதிகளில் பெரும் குழப்பத்தையும் தடி எடுத்தவன் தண்டல் காரன் என்ற நிலையையும் ஏற்படுத்தியது. கன்னியாகுமரி முதல் ராமேஸ்வரம் வரையிலான கடற்பகுதிகளில் போர்ச்சுகீசியர்கள் கோட்டைகள் அமைத்துக்கொண்டு இலங்கை வரையான கடற்பகுதி முழுவதையும் தங்கள் கட்டுப்பாட்டில் வைத்திருந்தனர். பாண்டியர் காலத்திலிருந்து இருக்கும் செல்வாக்கு மிக்க முத்துக் குளிக்கும் உரிமையைத் தங்கள் கையில் எடுத்துக் கொண்டு பெரும் பணம் சம்பாதித்து வந்தனர்.

இக்காலகட்டத்தில் முத்துக் கிருஷ்ணப்ப நாயக்கரின் ராஜகுரு ராமேஸ்வரத்திற்குச் சென்றார். வழியெங்கும் நடைபெறும் கொள்ளைகளையும் ஆட்சியே இல்லாத நிலைமையையும் பார்த்து அதிர்ச்சியடைந்தார். அப்போது அவருக்குத் துணையாகச் சென்றவர் சடைக்கன் சேதுபதி என்ற மறவர் சீமையின் காவலராவார். இந்த நிகழ்வைப் பற்றி ஓலைச்சுவடிகள் கூறியிருப்பதைப் பார்ப்போம்.

> 'தன்னரசு நாடாய், ஊருக்குஊர் கோட்டை உண்டு பண்ணி அரண்மனைக்கு வார வரிசை கொடாமல், எங்கே பார்த்தாலும், காடுவளத்துக்கொண்டு சீமை கொள்ளையிடுகிறதும், சேது மார்க்கத்தில் ராமேசுவரத்துக்குப் போகிற பரிசுகளை சில்லரை பண்ணி, வெட்டிக்குத்தி, பறித்து போறதுமாயிருந்தது. கர்த்தாக்களாகிய முத்துக்கிருஷ்ணப்ப நாயக்கருடைய குருக்கள் ராமேசுவரத்துக்கு தலயாத்திரை சென்றார். அப்போது போகலூரில் இருந்த உடையார் சேதுபதியானவர், குருக்களுக்கு காவலாக இராமேசுவரம் வரைக்கும் போய் வழிப்பாதையில், சல்லியமில்லாமல், பத்திரமாய் பார்த்து குருக்கள் இராமேசுவரத்துக்குப் போய் மதுரை வருகிறவரைக்கும் கூடவே வந்தார்......'

ஊர் திரும்பிய ராஜகுரு, விவரங்களை மன்னர் முத்துக் கிருஷ்ணப்ப நாயக்கரிடம் தெரிவித்தார். நிலைமையைச் சீர் செய்ய விரும்பிய முத்துக் கிருஷ்ணப்பர் சடைக்கன் சேதுபதியைப் பாராட்டி மறவர் சீமைக்குத் தலைவராக அவரை நியமனம் செய்தார். அந்த நாட்டின் எல்லைகளை வகுத்து ஆவணப்படுத்தினார். உள்நாடு மட்டுமல்லாமல், கடலில் உள்ள தீவுகள் (இப்போது சர்ச்சைக் குள்ளாயிருக்கும் கச்சத்தீவு உட்பட) பலவற்றையும் சேதுபதி களுக்குச் சாசனம் செய்து கொடுத்தார்.

சடைக்கன் சேதுபதி முதலில் ராமேஸ்வரத்திலிருந்தும் அதன்பின் போகலூர் என்ற இடத்திலிருந்தும் ஆட்சி செய்தார் என்று தெரிகிறது. 'காளையார் கோவில், பட்டமங்கலம் ஆகிய இடங்களில் பயங்கரமான குழப்பங்களை உருவாக்கிய குறும்பர்களை அவர் அடக்கினார்' என்று சாசனங்கள் கூறுகின்றன. கடல் பகுதியில் பறங்கியர்களது ஆதிக்கத்தை ஒடுக்கி அமைதியை சடைக்கன் சேதுபதி நிலை நாட்டினார். முத்துக் குளிக்கும் உரிமையை மீண்டும் மீட்டெடுத்தார். ராமேஸ்வரத்திற்கு யாத்திரீகர்கள் தங்கு தடையின்றிச் சென்றுவர வழி செய்தார். அவரது ஆட்சிக்காலத்தில் ராமேஸ்வரம் கோவிலுக்குப் பல நிவந்தங்கள் அளிக்கப்பட்டன. அந்த நிலக்கொடைகளை மூன்று தாமிர சாசனங்கள் பதிவு செய்திருக்கின்றன. முத்துக் கிருஷ்ணப்ப நாயக்கரால் 'தளவாய்' பட்டம் அளிக்கப்பட்டதால் இவரைத் தளவாய் என்ற பெயரில் அந்தச் சாசனங்கள் குறிப்பிடுகின்றன.

ராபர்ட் டி நொபிலி

பெர்னாண்டஸ் என்பவரால் மதுரையில் வீரப்ப நாயக்கர் காலத்தில் ஏசு சபை தொடங்கப்பட்டதை ஏற்கனவே பார்த்தோம். தொடர்ந்து மதம் மாற்றும் முயற்சியில் ஈடுபட்டுவந்த பெர்னாண்டஸால் ஒருவரைக்கூட தன் மதத்திற்கு மாற்ற முடியவில்லை என்றும் அதற்கான காரணங்களையும் கண்டோம். ஒரு கட்டத்தில் பெர்னாண்டஸ் நாயக்க மன்னரிடம் இது பற்றி முறையிட்டபோது, மதத்தைப் போதிக்கத்தான் அனுமதி அளிக்கப்பட்டிருக்கிறதே தவிர மதம் மாற்றும் உரிமை அவருக்கு இல்லை என்று அவருக்கு எச்சரிக்கை விடப்பட்டது.

இந்த நிலையில் ராபர்ட் டி நொபிலி என்பவர் மதுரையில் ஏற்பட்ட தேக்க நிலையைக் கண்டு, 'தான் ஒரு இந்தியராகவே செயல்பட்டு, அவர்களை மதம் மாற்றுவேன்' என்ற சபதத்துடன் யூரோப்பிலிருந்து புறப்பட்டார். இத்தாலியைச் சேர்ந்த அவர் 1606ம் ஆண்டு டிசம்பர் மாதம் மதுரை வந்தடைந்தார். பெர்னாண்டஸுக்கு ஏற்பட்ட தோல்வியின் காரணங்களை ஆராய்ந்த அவர், தம்மைத் தனியாக அடையாளப்படுத்திக்கொள்ளும் வேலையைக் கைவிட்டு 'ரோமாபுரியைச் சேர்ந்த பிராமணன்' என்று தன்னைக் கூறிக் கொண்டார்.

மதம் மாற்ற அவர் மேற்கொண்ட திட்டங்களுக்கு மூன்று கூறுகள் இருந்தன. அதாவது முதலாவது பிராமணர்களைப் போன்ற வாழ்வியல் முறையை மேற்கொள்வது, இரண்டாவது ஹிந்து

மதத்திலிருந்து சடங்குகளை எடுத்துக்கொள்வது, மூன்றாவது சமஸ்கிருதம், தமிழ், தெலுகு போன்ற உள்ளூர் மொழிகளைக் கற்றுக்கொண்டு இங்கே உள்ள இலக்கியங்களைப் படித்து அந்த வழியிலேயே மக்களிடம் உரையாடுவது. இந்த மூன்று கூறுகளின் அடைப்படையில் தன்னுடைய திட்டங்களை அவர் செயல் படுத்தத் தொடங்கினார்.

அதன் படி பிராமணர்களைப் போல பூணூலை அணிந்துகொள்ளத் தொடங்கினார் நொபிலி. அவர்களது சடங்குகளையும் செய்ய ஆரம்பித்தார். அவருக்குத் துணையாக கிடைத்த உள்ளூர் பிராமணர் ஒருவரை மதமாற்றம் செய்து 'பொனிபேஷியோ சாஸ்திரி' என்று அவருக்குப் பெயர் வைத்தார். கோவில், அருள், வேதம், பூசை போன்ற பெயர்களை தன்னுடைய மதத்திற்குப் பயன்படுத்தத் தொடங்கினார். இந்தத் திட்டத்தை அவர் கையாளத் தொடங்கிய போது ஆரம்பத்தில் அவருக்கு வெற்றிகள் கிடைக்கத் தொடங்கின. அவரது 'புகழ்' பரவத் தொடங்கியது. 1609ல் நொபிலி எழுதிய கடிதமொன்றில் 'பிராமணர்கள் என்ற புயலைக் கடந்துவிட்டேன்' என்று குறிப்பிட்டிருக்கிறார்.

முத்துக்கிருஷ்ணப்பரின் ஆளுமை

போர்கள் எதையும் செய்யாமல் தன்னுடைய ஆட்சிப் பகுதிகளை நிலைநிறுத்திக் கொண்ட முத்துக்கிருஷ்ணப்பர் மிகச் சிறந்த நிர்வாகி என்பதில் சந்தேகமேயில்லை. சேதுபதிகளின் சீமையை அவர் உருவாக்கியது அதற்கொரு சிறந்த உதாரணம். தொலை நோக்குப் பார்வையோடு அவர் செயல்படுத்திய இந்த நடைமுறை பிற்காலத்தில் நாயக்க மன்னர்களுக்குத் துன்பம் ஏற்பட்ட போதெல்லாம் கைகொடுத்தது. தொடர்ந்து சிக்கல்களில் ஆழ்ந்திருந்த விஜய நகர அரசர்களுக்கு அவர் தொல்லை எதுவும் கொடுக்கவில்லை என்றாலும் அந்த அரசர்களுடனான உறவு அவர் காலத்தில் இருந்து தொய்வு அடையத் தொடங்கியது. இருப்பினும் தன்னுடைய நாணயங்களில் ஒரு புறம் 'திருவேங்கட' என்று விஜயநகர அரசரின் பெயரையும் மறுபுறம் 'முத்துக்கிருஷ்ண' என்று தன் பெயரையும் பொறித்தே அவர் அச்சடித்துவந்தார்.

ஏசு சபையினரின் நடவடிக்கைகளை அதிகம் கட்டுப்படுத்தாமல் அதே சமயம் அவர்களுக்கு அதிகாரங்களை அள்ளிக்கொடுக்காமல் சரிசமமாகவே அவர் நடத்தி வந்தார் என்பது அவரது சமயப் பொறையைக் காட்டுகிறது.

கடற்கரையோரத்தில் அவரது ஆதிக்கம் 1609ம் ஆண்டில் நிலை நிறுத்தப்பட்டுவிட்டது என்பதை கன்னியாகுமரி அம்மனுக்கு அவர் அளித்த கொடை பற்றிய கல்வெட்டும் அந்தப் பகுதியில் ஆட்சியாளர்கள் அவருக்குக் கப்பம் செலுத்தினார்கள் என்று கால்ட்வெல் ஒரு கடிதத்தை மேற்கோள் காட்டிக் குறிப்பிட்டதும் தெளிவுபடுத்திகிறது.

மற்றபடி கோவில் திருப்பணிகள், நீர்ப்பாசனத்திற்காகக் குளங்கள் வெட்டுதல் போன்ற நாட்டு நலப்பணிகளில் தன் காலத்தை முத்துக் கிருஷ்ணப்பர் செலவிட்டார். திருப்பரங்குன்றத்திற்கு அருகில் கிருஷ்ணாபுரம் என்ற ஊரை இவர் ஏற்படுத்தியதாக ஒரு கல்வெட்டு தெரிவிக்கிறது.

அத்தியாயம் 8

முத்து வீரப்ப நாயக்கர்

விஸ்வநாத நாயக்கர் தொடங்கி மதுரை நாயக்கர் வம்சத்தில் ஆட்சி செய்த முதல் ஐந்து அரசர்களும் தங்கள் தலைமை அரசான விஜயநகரப் பேரரசுக்கு அடங்கி, தங்கள் நாயக்கத் தானத்தை மதித்துக் கப்பம் கட்டி வந்தனர் என்று பார்த்தோம். எப்படி தங்களுக்குக் கட்டுப்பட்ட பாளையக்காரர்களிடமிருந்து வர வேண்டிய தொகையைக் கறாராக வசூலித்து வந்தார்களோ அதேபோல தாங்கள் கட்டவேண்டிய தொகையை விஜயநகர அரசுக்குத் தவறாமல் செலுத்தி வந்தனர் மதுரை நாயக்கர்கள். கிருஷ்ணதேவராயர், அச்சுதராயர் போன்றவர்களின் காலத்தில் விஜயநகரம் பேரரசாக இருந்தபோதும் சரி, பின்னால் தலைக்கோட்டைப் போரில் தோற்று பெனுகொண்டா, சந்திரகிரி என்று தலைநகரங்களை மாற்றி அவர்களது வலிமை குறைந்த போதும் சரி, மதுரை நாயக்க மன்னர்களின் விஸ்வாசம் அசையாமல் தொடர்ந்தது.

ஆனால் எந்த ஒரு விஷயமும் ஒரு சமயத்தில் மாற்றம் அடைந்தே தீர வேண்டியது காலத்தின் கட்டாயம் அல்லவா. அது போல மதுரை நாயக்கர்களின் விஸ்வாசத்திற்கும் ஒரு முடிவு முத்து வீரப்ப நாயக்கர் காலத்தில் வந்தது.

முத்து கிருஷ்ணப்ப நாயக்கருக்கு முத்து வீரப்பர், திருமலை, குமரப்பா என்று மூன்று மகன்கள் இருந்தனர். இதில் குமரப்பா என்ற

மகன் இருந்தாரா இல்லையா என்பது பற்றி ஆய்வாளர்களிடையே சர்ச்சைகள் நிலவுகின்றன. அதைப் பற்றிய விவரங்களைப் பின்னால் விரிவாகப் பார்ப்போம். இப்போது முத்து வீரப்ப நாயக்கரின் ஆட்சியைக் கவனிப்போம்.

பொயு 1609ம் ஆண்டு ஆட்சிக்கு வந்தார் முத்து வீரப்பர். மிகவும் துடிப்பு மிக்கவராகவும் துணிச்சலாக முடிவுகளை எடுக்கக் கூடியவராகவும் இருந்தவர் முத்து வீரப்ப நாயக்கர். அவரது ஆட்சியின் தொடக்கத்திலேயே விஜயநகர அரசராக இருந்த வேங்கடபதி ராயர் தன்னுடைய தலைநகரை சந்திரகிரிக்கும் அதன்பின் தமிழகத்தின் வேலூருக்கும் மாற்றியிருந்தார். இது ஒருபுறமிருக்க, மைசூரின் ஆட்சி அதிகாரத்தையும் விஜயநகர அரசர்கள் இழந்துவிட்டிருந்தனர். அங்கே உடையார்கள் தன்னாட்சி பெற்று அதிகாரம் செலுத்தத் தொடங்கியிருந்தனர். எங்கோ தொலைவில் தலைமை அரசு இருப்பது வேறு, மிக அருகில் அதன் தலைநகர் அமைந்து ஆட்சி செய்வது வேறு என்பதை முத்து வீரப்பர் அறிந்திருந்தார். விரைவில் விஜயநகர அரசாலும் மைசூர் அரசாலும் தொல்லைகள் வரக்கூடும் என்று அவர் கணித்தார். அதனால், மதுரை நாயக்க அரசின் தலைநகரை திருச்சிக்கு மாற்றினார். அங்கே அவரது முன்னோர்கள் கட்டியிருந்த கோட்டையை மேலும் வலுப்படுத்தினார்.

இவையெல்லாம் ஒரு புறம் நடந்துகொண்டிருந்தாலும், விஜயநகர அரசிடம் ஆரம்பத்தில் அவர் அணுக்கமாகவே நடந்து கொண்டார். 1609ம் ஆண்டு வெளியிடப்பட்ட செப்பேடு ஒன்றில் முத்து வீரப்பரின் கோரிக்கையை ஏற்று வேங்கடபதிதேவராயர் நாகேனல்லூரு என்ற கிராமத்தைத் தானமாக அளித்த செய்தி குறிப்பிடப்பட்டுள்ளது. அதை வைத்து முத்து வீரப்பருக்கும் விஜயநகர அரசருக்கும் சுமுகமான உறவே இருந்ததாக ரங்காச்சாரி என்ற வரலாற்றாய்வாளர் கூறுகிறார்.

ஆனால் ஏசு சபைப் பாதிரியார் வைகோ எழுதிய குறிப்பில் ‘முத்து வீரப்பர் விஜய நகர அரசருக்குக் கட்டவேண்டிய கப்பத்தை ஒழுங்காகக் கட்டாமல் காலம் தாழ்த்தி வந்தார். ஒரு முறை கூட தானாக முன்வந்து கப்பம் கட்டவில்லை’ என்று குறிப்பிட்டிருக்கிறார். இதற்கு அவரது ஆட்சியின்போது விஜயநகர அரசில் ஏற்பட்ட குழப்பங்கள் காரணமாக இருந்திருக்கக் கூடும். அந்தக் குழப்பங்கள் காரணமாக விஜயநகர அரசிலிருந்து விடுபட்டு தன்னாட்சி பெற முத்து வீரப்பர் முடிவெடுத்தார். அதற்கான தகுந்த சமயத்தையும் எதிர்பார்த்துக் காத்திருந்தார்.

விஜயநகர அரசில் ஏற்பட்ட மாற்றங்கள்

முத்து வீரப்பர் சரிவரக் கப்பம் கட்டாததற்கு விஜய நகர அரசுரிமையில் ஏற்பட்ட குழப்பங்களும் ஒரு காரணம் என்று குறிப்பிட்டோம் அல்லவா. அவை என்னென்ன என்று பார்ப்போம். தலைநகரை வேலூருக்கு மாற்றிய வேங்கடபதிராயர், அதன்பின் நீண்ட நாள் உயிரோடு இருக்கவில்லை. சீக்கிரமே அவர் நோய்வாய்ப்பட்டு படுக்கையில் வீழ்ந்தார். அப்போது ஒரு கவலை அவரை வாட்டியது. வேங்கடபதிராயருக்குச் சந்ததி இல்லாத காரணத்தால், அவரின் இரண்டாவது மனைவியான பாயம்மா என்பவர் எங்கே அரசு தங்களை விட்டுப் போய்விடுமோ என்ற பதட்டத்தில் ஒரு வேலை செய்தார். அரண்மனையில் ஒரு பெண் கர்ப்பமாக இருப்பதைக் கண்ட அவர், தானும் கர்ப்பமாக இருப்பதாகச் சொல்லி அனைவரையும் நம்பவைத்தார். அந்தப் பெண்ணுக்குக் குழந்தை பிறந்தவுடன், அது தன் குழந்தை என்று எல்லாரிடமும் சொல்லி அந்தப் பெண்ணுக்கு ஒரு பெரும் தொகையைக் கொடுத்துச் சரிக்கட்டிவிட்டார். ஆனால், தன் வம்சத்தின் பிறக்காத அந்தக் குழந்தையை அடுத்த வாரிசாக அறிவிப்பது தகாது என்ற எண்ணம் வேங்கடபதிராயரை உறுத்தியது. அதனால், தன் அண்ணனான ராமனின் மகன் ஸ்ரீரங்கனை அழைத்து அவனே அடுத்து பட்டத்திற்கு உரியவன் என்று அறிவித்துவிட்டார் வேங்கடர். அதன்பின் சில நாட்களில் இவ்வுலகை விட்டு மறைந்தார்.

ஆனால் பாயம்மாவிற்கு அரசை விட்டுக்கொடுக்க மனம் வரவில்லை. தன் உறவினனும் கோலாரை ஆட்சி செய்து கொண்டிருந்தவனுமான கொப்பூரி ஜக்கராயனை உதவிக்கு அழைத்தார். அவன் ஒரு படையுடன் வந்து பாயம்மாவிற்குப் ‘பிறந்த’ குழந்தையே அடுத்த அரசன் என்று அறிவித்து ஸ்ரீரங்கரையும் அவரது குடும்பத்தையும் வேலூர் சிறையில் வைத்துவிட்டான். இந்தச் செய்தியைக் கேள்விப்பட்ட வேங்கடபதிராயரின் நெருங்கிய நண்பனும் பல போர்களில் விஜயநகர அரசுக்கு உதவியவனுமான யச்சம நாயக்கன், ஸ்ரீரங்கரைத் தப்புவிக்க ஒரு சலவைத் தொழிலாளியை நியமித்தான். கடும் முயற்சியெடுத்து ஸ்ரீரங்கரையும் அவர் குடும்பத்தையும் அந்தச் சலவைத் தொழிலாளி தப்புவிக்க முயலும்போது மீண்டும் அவர்கள் மாட்டிக்கொண்டனர். ஸ்ரீரங்கனின் மகனான ராமன் மட்டும் தப்பிச் சென்றான். இதைக் கேள்விப்பட்டு ஆத்திரமடைந்த ஜக்கராயன், ஸ்ரீரங்கரையும் அவர் குடும்பத்தார் அனைவரையும்

கொன்றுவிட்டான். இந்தப் படுகொலைச் சம்பவத்தைக் கேள்விப்பட்ட யச்சமன், தானே ஒரு படை திரட்டி வந்து வேலூர்க் கோட்டையிலிருந்து ஜக்கராயனைத் துரத்தினான். ராமனை அடுத்த அரசராக அறிவித்தான்.

தன் முயற்சியில் மனம் தளராத ஜக்கராயன், மீண்டும் தனக்கு அரசு வேண்டும் என்று தமிழகத்தின் மூன்று நாயக்கர்களிடம் உதவி கேட்டான். இதுபோன்ற ஒரு சமயத்தை எதிர்பார்த்துக் கொண்டிருந்த முத்து வீரப்பர் அவனுக்கு உதவுவதாக வாக்களித்தார். விஜயநகரின் அதிகாரப்பூர்வ வாரிசைத் தோற்கடித்துத் துரத்திவிட்டால் மதுரை தன்னாட்சி பெறும் என்று அவர் கணக்குப் போட்டார். செஞ்சி நாயக்கரான கிருஷ்ணப்பரும் இந்த ஏற்பாட்டுக்கு ஒப்புக்கொண்டார். ஆனால் அப்போது தஞ்சாவூரை ஆட்சி செய்துகொண்டிருந்த ரகுநாத நாயக்கர் இதை ஏற்கவில்லை. விஜயநகரத்தின் வாரிசு அல்லாத ஒருவருக்குத் தான் துணை செய்ய முடியாது என்று கைவிரித்து விட்டு யச்சமனுக்குத் தான் தன் உதவி என்று அறிவித்துவிட்டார்.

மதுரைப் படைகளும் செஞ்சிப் படைகளும் ஜக்கராயனோடு கைகோர்க்க, யச்சமனும் தஞ்சை ரகுநாத நாயக்கரும் ஒன்று சேர்ந்தனர். இரு தரப்புப் படைகளும் பொயு 1616ம் ஆண்டு கல்லணைக்கு அருகில் உள்ள தோப்பூர் என்ற இடத்தில் கடுமையாக மோதிக்கொண்டன. அளப்பரிய வீரத்தைக் காட்டிய ரகுநாத நாயக்கர் ஜக்கராயனின் படைகளைத் தோற்கடித்து அவனைப் போர்க்களத்தில் கொன்றார். தோற்றோடிய செஞ்சி நாயக்கரை புவனகிரியில் தன் படைகளோடு சந்தித்து அங்கும் அவரைத் தோற்கடித்துத் துரத்தினார். மதுரை முத்து வீரப்ப நாயக்கர் திருச்சிக் கோட்டைக்குப் பின்வாங்கினார். வெற்றியடைந்த விஜயநகரப் படைகள் வேலூருக்குச் சென்று அங்கே ராமனுக்கு முடிசூடின. தன்னாட்சி பெறும் முயற்சியில் தோல்வியடைந்த முத்து வீரப்பர் மீண்டும் விஜயநகர அரசுக்கு கப்பம் கட்ட வேண்டியவரானார்.

இந்த நிகழ்வைப் பற்றி ஏசு சபைக் கடிதம் ஒன்று தெரிவிக்கிறது. காவியங்களான சாஹித்யரத்னாகரமும் ரகுநாதாப்யுதயமும் இந்த நிகழ்வுகளைப் பற்றி விரிவாகப் பதிவு செய்திருக்கின்றன. லியோன் பெஸ்ஸி என்பவர் ''மதுரை நாயக்கர் தன் அரசவையையும் படைகளையும் 1616ல் இந்தப் போரின் காரணமாக திருச்சிக்கு மாற்றினார்'' என்று குறிப்பிட்டிருக்கிறார். ஆனால் அதற்கு முன்பே தலைநகர் மாற்றம் நடந்துவிட்டது என்பது தெளிவு.

தென்காசிப் பாண்டியர்கள்

ஒருபுறம் விஜயநகரோடு மோதல்கள் இருந்தாலும், தெற்கில் தென்காசிப் பாண்டியர்களோடு சுமூகமான உறவையே முத்து வீரப்பர் கொண்டிருந்தார். வரதுங்கராம பாண்டியரும் வரகுண ராம குலசேகர பாண்டியரும் முத்து வீரப்ப நாயக்கரோடு நட்புரிமை பாராட்டி வந்ததை, தோப்பூர்ப் போரில் பங்கு கொண்ட பாண்டியப் படைகள் நிரூபிக்கின்றன. ஆனால் முத்து வீரப்பர் காலத்தோடு தென்காசிப் பாண்டியர்களின் அரசு வரலாற்றிலிருந்து மறைந்து விட்டது.

சங்ககாலத்திலிருந்து தமிழகத்தின் ஒரு பகுதியை ஆட்சி செய்து வந்த பாண்டியர்கள் நீண்ட நெடிய வரலாற்றைக் கொண்டவர்கள். பாண்டிய அரசு அழிய நாயக்கர்கள்தான் காரணம் என்று பலர் சொல்லி வந்தாலும், பாண்டியர்களோடு தொடர்ந்து நட்போடு நாயக்க மன்னர்கள் இருந்தனர் என்பதைப் பல சாசனங்கள் எடுத்துக் காட்டுகின்றன. 'பாண்டிய குல ஸ்தாபனாச்சார்யா' என்று அவர்களுக்கு உதவியதால் நாயக்க மன்னர்கள் பலர் விருதுப் பெயர்களையும் சூட்டிக்கொண்டனர்.

நாயக்க அரசு மதுரையில் உருவான பின்னரும் ஒரு நூற்றாண்டு பாண்டியர்களின் அரசு தெற்கில் நீடித்திருந்தது ஒருவரோடு ஒருவர் கொண்டிருந்த நல்லிணக்கத்தைக் காட்டுகிறது.

மைசூர்ப் போர்

முத்து வீரப்பர் கணித்ததைப் போலவே மைசூர் அரசு விரைவில் தன் கைவரிசையைக் காட்ட ஆரம்பித்தது. தன்னை வலுப்படுத்திக் கொண்ட பிறகு மைசூரின் அரசரான உடையார், தன் எல்லைகளை விரிவுபடுத்த நினைத்தார்.

தோப்பூர்ப் போரில் மதுரை நாயக்க அரசு தோல்வியடைந்ததைக் கண்ட அவர் முகிலன் என்பவரின் தலைமையில் ஒரு படையை 1620ம் ஆண்டு திண்டுக்கல்லை நோக்கி அனுப்பிவைத்தார். விருப்பாட்சி, கன்னிவாடிப் பாளையக்காரர்கள் தங்கள் படைகளோடு சென்று மைசூர்ப் படைகளைத் தோற்கடித்து விரட்டினர். இதைக் கண்டு மகிழ்ச்சியடைந்த முத்து வீரப்ப நாயக்கர், விருப்பாட்சி பாளையக்காரருக்கு 'பாதைக் காவல்' என்ற பட்டத்தையும் கன்னிவாடிப் பாளையக்காரருக்கு 'சின்ன மைசூரான்' என்ற பட்டத்தையும் வழங்கிச் சிறப்பித்தார்.

ஏசு சபைக் குழப்பங்கள்

இதற்கிடையில் மதுரை ஏசு சபையில் சிக்கல்கள் எழுந்தன. 'புதுமையான' முறைகளைக் கையாண்டு மதமாற்ற முயற்சிகளில் வெற்றிகண்ட நொபிலிப் பாதிரியார், 1610ம் ஆண்டு மதுரையில் ஒரு தேவாலயத்தைக் கட்டினார். அவருக்கு உதவியாக வைகோ என்ற பாதிரியாரையும் சேர்த்துக்கொண்டார்.

மும்முரமாகச் செயல்பட ஆரம்பித்த இந்த மதமாற்ற முயற்சிகளை முத்து வீரப்ப நாயக்கர் கண்டித்தார். அதில் ஈடுபட்டவர்களைத் தண்டிக்கத் தொடங்கினார். வைகோ எழுதிய கடிதம் ஒன்றில் 'அரண்மனையிலிருந்து கடுமையான வார்த்தைகள் வந்தன' என்று குறிப்பிட்டிருக்கிறார். எருமைக்கட்டியின் பாளையக்காரர் மட்டுமே தங்களுக்கு ஆதரவு தந்ததாகவும் அதில் அவர் தெரிவித்திருக்கிறார்.

இது ஒருபுறமிருக்க, இங்குள்ளவர்களைப் போலவே பூணூல் அணிந்துகொள்வது, மாமிசம் உண்ணாமல் இருப்பது, பொட்டு வைத்துக்கொள்வது, சந்தியா வந்தனம், முன்னோர்களுக்குத் திதி போன்ற சடங்குகளைச் செய்வது ஆகியவற்றை மேற்கொள்வதின் மூலம் நொபிலி தங்கள் மதக் கோட்பாடுகளை மீறிவிட்டார் என்று பெர்னாண்டஸ் ஏசு சபைத் தலைமையகத்தில் புகார் செய்தார்.

தான் எடுத்துக்கொண்ட முயற்சிகள் பலனளிக்காதபோது, திடீரென்று வந்து மக்களை மதம் மாற்றும் முயற்சியில் வெற்றி பெற ஆரம்பித்த நொபிலியைக் கண்டு அவருக்கு எரிச்சல் வருவது நியாயம்தானே.

ஆரம்பத்தில் நொபிலியின் முயற்சிகளுக்கு ஆதரவாக இருந்தது தலைமையகம். ஆனால் அங்கேயும் ஒரு மாற்றம் நடந்தவுடன், நொபிலியின் திட்டங்களுக்கு முட்டுக்கட்டை போட ஆரம்பித்தது. பெர்னாண்டஸின் செல்வாக்குக் கூடியது. அவருடைய பணிகளை நிறுத்துமாறு 1613ம் ஆண்டு தலைமையகத்தால் நொபிலி கேட்டுக்கொள்ளப்பட்டார். அடுத்த பத்து வருடங்களுக்கு தலைமையகத்துடன் அவர் போராட வேண்டியிருந்தது. இதன் காரணமாக மதுரையில் மதமாற்றப் பணிகள் முற்றிலுமாக நின்றுபோயின.

1624ம் ஆண்டு வைகோ பாதிரியார் குறிப்பிட்டதைப் போல 'மதுரையைப் போல மதமாற்றத்திற்குக் கடும் தடையை எங்கும் சந்தித்ததில்லை' என்பது உண்மையாயிற்று.

கோவில் திருப்பணிகள்

தன் முன்னோர்களைப் போலவே மதுரைக் கோவில் திருப்பணிகளைத் தொடர்ந்து செய்தார் முத்து வீரப்ப நாயக்கர். அவருக்கு உறுதுணையாக செவ்வந்தி சகோதரர்கள் பல திருப்பணிகளை மதுரையில் செய்திருக்கின்றனர்.

முத்து வீரப்ப நாயக்கர் செய்த திருப்பணிகளைச் சொல்லும் 'திருப்பணி மாலை'...

தண்டாள நகையெங்க ளங்கயற் கண்ணம்மை
    தனது பா சுத்தில்வாழுந்
தக்கமது ராபுரிச் சொக்கநா யகர்திருச்
    சந்நிதி விளங்கியிடவே
கொண்டல்படி மகமேரு வரைதனைக் குத்திக்
    குடைந்துவெளி யாக்கிமற்றக்
குலகிரிக ளைத்தூண்க ளாகவே வெளியிற்
    குறித்திடை நிறுத்திபதென
மண்டலந் தனிலுள்ள மண்டபக் குலதீப
    மண்டபங் கட்கு நாயன்
மண்டப சிரோரத்ன மானவீ ரவசந்த
    மண்டபங் கட்டுவித்தான்.
வெண்டாள மணிவிசுவ நாதகிருஷ் ணயவீரன்
    மெச்சும்விசு வப்பனன்பான்
மேவுமுத் துக்ருஷ்ண மகிபால னருள்முத்து
    வீரப்ப பூபாலனே.

அதாவது அங்கயற்கண்ணி அம்மை பாகத்தில் உறைய மதுரையில் வாழும் சொக்கநாதர் திருச்சன்னதி விளங்க, பல மண்டபங்களை முன்னால் கட்டி அதிலும் குறிப்பாக வீர வசந்த ராயர் மண்டபத்தை முத்து வீரப்ப நாயக்கர் கட்டினார் என்று குறிப்பிடுகிறது.

முத்து வீரப்பரின் பங்களிப்பு

மதுரை நாயக்கர் வரலாற்றில் ஒரு திருப்பத்தை ஏற்படுத்திய அரசராக முத்து வீரப்ப நாயக்கரைச் சொல்லலாம். அதுவரை விஜயநகர அரசுக்கு அடங்கியிருந்த முறையை மாற்ற வேண்டி தன்னாட்சி பெற விரும்பிப் போர்க்கொடி உயர்த்தியவர் முத்து வீரப்பர். அந்த முதல் முயற்சியில் அவர் வெற்றிபெறா விட்டாலும், அதற்கான அடித்தளமிட்டவர் அவர்தான் என்பதை மறுக்க முடியாது.

முன்யோசனையோடு செயல்பட்டு தலைநகரை மாற்றிய விதத்திலும் மைசூர் அரசால் தங்களுக்கு ஆபத்து வரும் என்பதைக் கணித்த வகையிலும் அவர் ஒரு சிறந்த ராஜதந்திரியாவே செயல்பட்டார். மதத்தைப் பொறுத்த வரையில் மதமாற்றத்திற்கு எதிராக உறுதியான முடிவையும் எடுத்தவர் அவரே. மதுரை நாயக்க அரசின் தன்னாட்சிக் கனவுகளுக்கு அஸ்திவாரமிட்டவர் என்ற வகையில் முக்கியமான அரசராக அவரைக் குறிப்பிடலாம்.

அத்தியாயம் 9

திருமலை நாயக்கர்

பரராச சேகரன் பரராச பூஷணன் பரராச ராச திலகன்
பரராசர் பணிமுத்துக் கிருஷ்ணப்ப பூபனருள் பால திருமலைபூபனே

- மதுரைத் திருப்பணி மாலை

மதுரை நாயக்கர் வம்சத்தில் ஒப்பாரும் மிக்காரும் இல்லாத மாமன்னராக விளங்கிய திருமலை நாயக்கரின் வரலாற்றை இனி காண்போம்.

மதுரை நாயக்கர் அரசை தன்னாட்சியாக்க முயன்ற முத்து வீரப்ப நாயக்கருக்கு சந்ததி இல்லாததால் அவர் தனது தம்பியான திருமலை நாயக்கருக்கு முடிசூட்டினார். இந்த நிகழ்வு நடந்தது எப்போது என்பது பற்றி இருவேறு கருத்துகள் நிலவுகின்றன. மதுரைத் தலவரலாறு 'சுதுந்துபி வருடம் மார்கழி மாதம் முத்து வீரப்ப நாயக்கர் தம்பி முத்துத் திருமலை நாயக்கரய்யனவர்கள் சந்நிதியிலே ஸ்ரீமீனாக்ஷி சுந்தரேசுவரர் கடாக்ஷத்துக்கு மிகவும் பாத்திரமாகி' பட்டம் சூட்டிக்கொண்டார் என்று கூறுகிறது. இது தோராயமாக 1623ம் ஆண்டு ஜனவரி மாதத்தைக் குறிக்கிறது. இதை ம்ருத்யஞ்சய ஓலைச்சுவடிகளும் ஆமோதிக்கின்றன. இந்தத் தேதியை வைத்து முத்து வீரப்ப நாயக்கர் அதற்கு முன்பு இறந்துபட்டார் என்றும் அதன்பின் திருமலை அரியணை ஏறினார் என்றும் பலர் கூறுகின்றனர்.

ஆனால் முத்து வீரப்ப நாயக்கரின் கல்வெட்டுகள் 1623ம் ஆண்டு ஜனவரி மாதத்திற்குப் பின்னும் கிடைப்பது இது சரியான தகவல் அல்ல என்பதைத் தெளிவுபடுத்துகிறது. உதாரணமாக மே மாதம் 1623ம் ஆண்டைச் சேர்ந்த ஒரு கல்வெட்டு முத்து வீரப்பர் அளித்த கொடை ஒன்றைப் பற்றிப் பேசுகிறது. போலவே 1624ம் ஆண்டைச் சேர்ந்த முத்து வீரப்பரின் கல்வெட்டுகளும் உள்ளன. இக்காலகட்டத்தில் திருமலை நாயக்கரின் கல்வெட்டுகள் எதுவும் கிடைக்கவில்லை. அவர் ஆட்சிக்காலத்தின் முதல் சாசனம் 1634ம் ஆண்டைச் சேர்ந்த இரண்டாம் வேங்கடரின் குனியூர்ச் செப்பேடுகள் தான்.

வைகோ பாதிரியாரின் 1626ம் ஆண்டுக் கடிதம் ஒன்றும் முத்து வீரப்ப நாயக்கரையே அதிகாரம் மிக்கவராகக் குறிப்பிடுகிறது. முகமது ஷரீப் ஹனாபி என்ற வரலாற்றாசியர் எழுதிய குறிப்புகள் ஒன்றில் அவர் மதுரைக்குச் சென்றிருந்தபோது 'அதன் ஆட்சியாளர் மறைந்தார்' என்று கூறுகிறார். சத்தியநாதய்யர் இந்தக் குறிப்பை ஹனாபி 1628ம் ஆண்டில் எழுதியிருக்கலாம் என்று ஊகிக்கிறார். அதை வைத்து முத்து வீரப்ப நாயக்கர் மறைந்தது 1628ம் ஆண்டு என்று அவர் கருதுகிறார்.

இந்தக் குறிப்புகளை வைத்துச் சிலர் திருமலை அரியணை ஏறியது 1629ம் ஆண்டுக்குப் பிறகே என்று கூறுகின்றனர். ஆனால் அக்காலத்து ஆவணங்களான மதுரைத் தலவரலாறு, ம்ருத்யுஞ்சயச் சுவடிகள், பாண்டியர் வரலாற்று ஆவணங்கள் ஆகியவை ஒன்றுபோல துந்துபி ஆண்டையே திருமலை நாயக்கர் முடிசூடிய வருடமாகக் குறிப்பிடுகின்றன என்பதையும் ஒதுக்கித் தள்ள முடியாது.

மேற்குறிப்பிட்டவற்றை தொகுத்துப் பார்க்கும்போது, சந்ததி இல்லாத முத்து வீரப்பர், தனக்குப் பின் வாரிசுரிமைச் சண்டைகள் வரக்கூடாது என்று கருதி திருமலை நாயக்கருக்கு பொயு 1623ம் ஆண்டில் முடிசூடியிருக்கக்கூடும் என்று கருதவேண்டியிருக்கிறது. அதன்பின் முத்து வீரப்ப நாயக்கரின் பெயரால் திருமலை நாயக்கர் ஆட்சி செய்திருக்கக்கூடும். முத்து வீரப்பர் 1628ம் ஆண்டு மறைந்தவுடன், திருமலை நாயக்கர் முழு அதிகாரம் பெற்ற மன்னராக ஆட்சியில் அமர்ந்திருக்கக்கூடும்.

நெல்சன், ரங்காச்சாரி போன்ற ஆய்வாளர்களும் திருமலை நாயக்கர் 1623ம் ஆண்டு முடிசூடியதையே ஆமோதிக்கின்றனர்.

திருமலை நாயக்கர்

பொயு 1584ம் ஆண்டு, அதாவது பார்த்திப வருடம் தை மாதம் முழுநிலவு நாளான பூச நட்சத்திரத்தில் பிறந்தவர் திருமலை நாயக்கர். திருமலை சௌரி நாயனு அய்யலுகாரு என்ற முழுப்பெயரைக் கொண்ட அவர் தனது முப்பத்து ஒன்பதாம் வயதில் ஆட்சிபீடம் ஏறினார். தமிழ்த் திரைப்படம் ஒன்றில் வரும் பிரபல வசனமான 'நாயக்கரே நீங்க நல்லவரா கெட்டவரா' என்ற கேள்வியை யாராவது அவரிடம் கேட்டிருந்தால், அந்தப் படத்தில் வரும் பாத்திரத்தைப் போலவே 'தெரியலையேப்பா' என்று அவர் சொல்லியிருக்கக்கூடும். அந்த அளவு மிகவும் கலவையான ஆளுமையைக் கொண்டவர் திருமலை.

நாயக்கர் வரலாற்றை ஆய்வு செய்தவர்களில் முக்கியமானவரான ரங்காச்சாரி, திருமலை நாயக்கரின் வழிமுறைகளைக் கண்டனம் செய்திருக்கிறார். ஆனால், நாயக்கர்களின் வரலாற்றைத் தொகுத்து எழுதிய சத்தியநாதய்யர் தன்னுடைய அறிமுக அத்தியாயத்தில் சில ஆய்வாளர்களை மேற்கோள் காட்டி 'வரலாற்று நிகழ்வுகளை அக்காலகட்டத்தின் சூழ்நிலைகளை வைத்தே கணிக்கவேண்டும். ஒரு நல்ல வரலாற்று ஆசிரியர் நெப்போலியன் மேற்கொண்ட போர்முறைகளைப் பற்றியோ நேப்பிள்ஸில் நெல்சனின் குணாதிசயங்கள் ஏன் அப்படி இருந்தது என்பது பற்றியோ தன்னுடைய கருத்தைத் தெரிவிக்காமல் அங்கே நடந்ததை நடந்தபடி கூறுவதே சரியானது' என்கிறார். அதன் அடிப்படையிலேயே நாம் திருமலை நாயக்கரின் சரித்திரத்தை அணுகவேண்டும்.

மதுரை நாயக்க வம்சத்தில் அரசாண்ட பதிமூன்று அரசர்களின் நடுநாயகமாக, ஏழாவது அரசராகப் பதவியேற்றவர் திருமலை நாயக்கர். நடுநாயகம் என்பதற்கேற்ப சிறந்த அரசராக அவர் திகழ்ந்தார். திருமலையின் தமையனார் ஆட்சி செய்த திருச்சி மாநகரிலேதான் அவர் முடிசூடிய நிகழ்வும் நடந்தது. அவர் ஆட்சிப் பொறுப்பேற்றபோது வடக்கே கோவை முதல் தெற்கே கன்னியாகுமரி வரை மதுரையின் ஆட்சி பரந்து விரிந்திருந்தது. ஆனால் மதுரை அரசின் அண்டை நாடுகளில் நிலைமை அவ்வளவு திருப்திகரமாக இல்லை.

யச்சம நாயக்கரின் உதவியோடு விஜயநகர அரசுப் பொறுப்பேற்ற ராமதேவன் தன்னுடைய தகப்பனைக் கொன்றவனும் பரம எதிரியுமான ஜக்கராயனின் தம்பி மகளைத் திருமணம் செய்து கொண்டான். இதனால் அதிருப்தியுற்ற யச்சமன் விஜய நகர அரசுப்

பதவியிலிருந்து விடுபட்டு தன்னுடைய ஊருக்குத் திரும்பிச் சென்றுவிட்டான். மைசூரில் உடையார் அரசர்கள் தன்னாட்சி பெற்று விஜயநகர அரசின் அதிகாரத்திலிருந்து விலகிவிட்டார்கள். அதன்பின் தங்களுடைய அரசை விரிவுபடுத்த எல்லா முயற்சிகளையும் செய்ய ஆரம்பித்தனர். தஞ்சை நாயக்கரோடு மதுரை நாயக்கர்களின் உறவு அவ்வளவு சுமூகமாக இல்லை என்பதை ஏற்கனவே பார்த்தோம். தெற்கில் திருவடி தேசத்தைச் சேர்ந்த அரசர் மீண்டும் சுதந்திரம் பெறுவதற்கான முயற்சிகளில் ஈடுபட ஆரம்பித்தார். போதாதென்று, தமிழகத்தின் கடற்கரையோரமாக போர்ச்சுகீசியர்கள் குடியேறி அங்குள்ள மீனவர்களை மதம் மாற்றினர். தங்களுக்குத்தான் வரி கொடுக்கவேண்டுமென்று அவர்களை நிர்பந்தப்படுத்தவும் செய்தனர்.

இப்படிப் பல நெருக்கடிகள் சூழ்ந்த சமயத்தில் அரசுப் பொறுப்பேற்ற திருமலை நாயக்கரின் கவனம் முதலில் தன்னுடைய அரசைக் காப்பாற்றிக் கொள்வதில் சென்றது. அதற்கான பல்வேறு ராஜதந்திர முறைகளையும் கையாண்டார் அவர்.

தனது ஆட்சியின் ஆரம்பகாலத்தில் தன்னைச் சுற்றியுள்ள அண்டை அரசர்களோடு நல்லுறவு பேணவே செய்தார் திருமலை நாயக்கர். குறிப்பாக தனது அண்ணனைப் போல விஜயநகர அரசோடு முரண்படாமல், தொடர்ந்து கப்பம் கட்டி வந்தார். 1630ம் ஆண்டு விஜயநகர அரசனான ராமதேவன் மறைந்து அவருக்குப் பின் ராமராயரின் பேரனான பெத்த வேங்கடர் ஆட்சிக் கட்டிலில் ஏறினார். சில நாட்களிலேயே ராமதேவனின் சிற்றப்பனான திம்மராஜு என்பவன், அரசு தனக்கே உரியது என்று கலகம் செய்ய ஆரம்பித்தான். திருமலை நாயக்கரும் செஞ்சி, தஞ்சை ஆகிய அரசுகளின் நாயக்கர்களும் வேங்கடரையே ஆதரித்தனர். அதனால் திம்மராஜுவின் முயற்சி பலனளிக்கவில்லை என்றாலும் அரசுக்கு அவன் குடைச்சல் கொடுத்துக்கொண்டே இருந்தான். தனது தம்பி மகனான ஸ்ரீரங்கனின் உதவியோடு இதைச் சமாளித்து வந்தார் வேங்கடர்.

தலைநகர் மாற்றம்

இந்நிலையில் திருமலை நாயக்கர் தன் தலைநகரை பொயு 1634ம் ஆண்டு திருச்சியிலிருந்து மீண்டும் மதுரைக்கு மாற்றினார். இதற்குப் பல காரணங்கள் சொல்லப்பட்டாலும் முக்கியக் காரணமாகக் குறிப்பிடப்படுவது பின்வரும் நிகழ்வுதான்.

குமார கம்பண்ணரின் காலத்திலிருந்தே மதுரை மீனாட்சி அம்மனின் பட்டாபிஷேக நிகழ்வன்று அம்மனின் கையிலிருந்து செங்கோலை வாங்கி அன்னை மீனாட்சியின் பிரதிநிதியாக விஜயநகர அரசர்களும் அவர்களுக்குப் பின் வந்த நாயக்க அரசர்களும் ஆட்சி செய்து வந்தனர். திருச்சியிலிருந்து ஆட்சி செய்துகொண்டிருந்த திருமலை நாயக்கர், அந்த விழாவில் கலந்துகொள்வதற்காக ஒரு தடவை மதுரைக்குப் புறப்பட்டு வந்தார். அந்தச் சமயம் அவர் கடுமையான மண்டைச் சளியால் அவதிப்பட்டுக்கொண்டிருந்தார். எத்தனையோ மருத்துவம் செய்தும் அந்த நோய் குணமாகவில்லை.

மதுரை செல்லும் வழியில் திண்டுக்கல்லில் அவர் தங்கியிருந்த போது இரவு முழுவதும் சளித்தொல்லையால் அவதியடைந்தார். அப்போது அவர் கனவில் எல்லாம் வல்ல சித்தர் உருவில் தோன்றிய மதுரை சோமசுந்தரக் கடவுள் 'திருமலை, பண்டைப் பதியான மதுரையில் நிலையாகத் தங்கி மீனாட்சி அம்மைக்கும் சொக்கநாதருக்கும் வழிபாடுகள் செய்து திருவிழாக்கள் நடத்தி வருவாயாக. உன்னுடைய நோய் விரைவில் நீங்கும்' என்று கூறி திருநீறு தந்தருளினார். கனவிலிருந்து விழித்த திருமலை நாயக்கர் அதன் பின் உறங்கவில்லை. 'மீனாட்சி சுந்தரேஸ்வர் அருளால் என் நோய் குணமானால் நான் நிலையாகவே மதுரையில் தங்கி ஆட்சி செய்வேன். மதுரைக் கோவிலுக்கு ஐந்து லட்சம் பொன் செலவில் திருப்பணிகளும் திருவாபரணமும் செய்து வைப்பேன்' என்று வேண்டிக்கொண்டார்.

மறுநாள் காலை பல் துலக்கும்போது அவருடைய சளி வெளியேறியது. மதுரைக்கு வந்த அவர் ஆலயம் சென்று அங்கயற்கண்ணிக்கும் சுந்தரேஸ்வரருக்கும் வழிபாடுகள் நடத்தினார். அதன்பின் அவர் நோயும் குணமானது. இதைப் பற்றி தன்னுடைய அவைப் பிரமுகர்களிடம் ஆலோசித்த அவர், கனவில் சொக்கநாதர் கூறியதைப் போல தன்னுடைய தலைநகரை மதுரைக்கு மாற்றினார். இந்த நிகழ்வை நெல்சன் தனது நூலில் குறிப்பிட்டு தலைநகர மாற்றத்திற்கான காரணம் இதுவே என்று கூறுகிறார். (Madura Country Manual, J H Nelson, Page 122)

ஆன்மிக ரீதியாக இப்படி ஒரு காரணம் சொல்லப்பட்டாலும் அரசியல் ரீதியாக தலைநகர் மாற்றத்திற்குப் பல காரணங்கள் சொல்லப்படுகின்றன. விஜயநகர அரசு மீண்டும் குழப்பத்தில் ஆழ்ந்ததைக் கண்ட திருமலை நாயக்கர் விரைவில் அந்த அரசுக்கு ஆபத்து வரும் என்று கணித்தார். அப்படி வேலூருக்கு ஆபத்து

வருமானால் அதை அடுத்து திருச்சிக்கு அபாயம் நேர அதிக நாள் ஆகாது என்ற காரணத்தாலும் வடமேற்கே மைசூர் அரசிடமிருந்தும் ஆபத்து வரக்கூடும் என்ற காரணத்தாலும் பாதுகப்பான இடமான மதுரைக்குத் தன் தலைநகரை அவர் மாற்றினார்.

முத்து வீரப்ப நாயக்கரின் சிந்தனைக்கு நேர்மாறான திட்டமாக இது தெரிந்தாலும், காலங்கள் மாறியதையும் நாம் கவனிக்கவேண்டும். ஆபத்தான் மூன்று இடங்களுக்கு (வேலூர், மைசூர், தஞ்சை) மதுரையை விட அருகில் இருந்தது திருச்சி. தவிர முத்து வீரப்பரின் காலத்தில் தெற்கிலிருந்து தொல்லைகள் எதுவும் இல்லை. ஆனால் திருமலையின் காலத்தில் திருவடி தேசத்தின் எதிர்ப்பையும் போர்ச்சுகீசியர் ஏற்படுத்திய குழப்பங்களையும் அவர் சமாளிக்க வேண்டியிருந்தது. இது போன்ற பல விஷயங்களையும் ஆழ்ந்து சிந்தித்த பிறகே அவர் நாட்டின் மையமான மதுரை நகருக்குத் தன் தலைநகரை மாற்றியிருக்கக்கூடும்.

நெல்சன் இந்த தலைநகர் மாற்றத்தைப் பற்றி எழுதும்போது 'திருச்சியில் பத்துப் பனிரெண்டு ஆண்டுகள் ஆட்சி செய்தபிறகு திருமலை நாயக்கர் மதுரைக்குத் தலைநகரை மாற்றினார்' என்கிறார். ம்ருத்யுஞ்சய ஓலைச்சுவடிகளோ இது 1626ம் ஆண்டு நிகழ்ந்தது என்று கூறுகின்றன. ஆனால் 1634ம் ஆண்டிலிருந்து மதுரை, ராமநாதபுரம், திருநெல்வேலி ஆகிய இடங்களைச் சுற்றி அதிகமாகக் கிடைக்கும் திருமலை நாயக்கரின் கல்வெட்டுகளை வைத்து தலைநகர் மாற்றம் நடந்தது 1634ம் ஆண்டில் என்று நாம் ஊகித்துக்கொள்ளலாம்.

மதுரைக்குத் தன் தலைநகரை மாற்றிய பிறகு நாட்டுப் பாதுகாப்பில் அதிக கவனம் செலுத்த ஆரம்பித்தார் திருமலை நாயக்கர். ஏசு சபைக் கடிதம் ஒன்று,

> 'நாயக்க அரசர் மறைந்ததும் (முத்து வீரப்பர்) அவரது மகனும் (தம்பியை மகன் என்று தவறாகக் குறிப்பிடுகிறது இந்தக் கடிதம்) மதுரை நாயக்க வம்சத்தில் சிறந்தவருமான திருமலை நாயக்கர் பதவியேற்றார். தன்னுடைய முன்னோரைப் போல, விஜயநகர அரசிலிருந்து விடுபடுவதற்கான முயற்சிகளை எடுக்க ஆரம்பித்தார். அதற்காக வலுவான இரு கோட்டைகளைக் கட்டினார். 30000 பேருக்கு அதிகமான படையைத் திரட்டினார்'

என்றெல்லாம் குறிப்பிடுகிறது. ஒரு சில தகவல் பிழைகள் இருந்தாலும், திருமலை நாயக்கர் வரும் அபாயங்களை எதிர் நோக்க வலுவான படை ஒன்றைத் திரட்டினார் என்பதை மறுக்க முடியாது.

தன்னுடைய படைகளுக்குத் தளவாயாக (தளபதி) ராமய்யன் என்ற ராமப்பையரை திருமலை நாயக்கர் நியமித்தார். அந்தணர் குலத்தைச் சேர்ந்த ராமப்பையர் மதுரை அருகே உள்ள சதுர்வேதி மங்கலம் என்ற ஊரில் பிறந்தவர். தற்போது கூத்தியார்குண்டு என்று அந்த ஊர் அழைக்கப்படுகிறது. அந்த ஊர் சிவன் கோவிலுக்குப் பல திருப்பணிகள் செய்தவர் ராமப்பையர். அவருடைய திருவுருவச் சிலை அந்தக் கோவிலில் உள்ளது. பெரும் வீரரான ராமப்பையரின் பெயரில் அம்மானை ஒன்று இயற்றப்பட்டுள்ளது. தமிழகத்தைச் சேர்ந்த தளபதிகளில் அம்மானை பாடப்பெற்றவர் ராமப்பையர் ஒருவரே என்று சொல்லலாம்.

முதல் போர்கள்

திருச்சியிலிருந்து மதுரைக்குத் தலைநகரை மாற்றிய திருமலை நாயக்கர், வலுவான படை ஒன்றைத் திரட்டத் தொடங்கி அருகிலுள்ள அரண்களை வலுப்படுத்தத் தொடங்கியதன் காரணம், நாடு அன்றிருந்த சூழ்நிலையில் விரைவில் போர்கள் வரும் என்ற எதிர்பார்ப்புத்தான். அவர் கணிப்புப் பொய்க்கவில்லை. ஆட்சியின் ஆரம்பத்திலேயே அவரைப் போர் தேடிவந்தது.

முதல் மைசூர்ப் போர்

விஜயநகர அரசிலிருந்து விடுபட்டு தன்னாட்சிப் பிரகடனம் செய்த மைசூர் அரசு, தன் எல்லைகளை விரிவுபடுத்தச் சமயம் பார்த்துக் கொண்டிருந்தது. மதுரை நாயக்கர்களுடன் முத்து வீரப்ப நாயக்கர் காலத்தில் போரில் ஈடுபட்டு அது தோற்ற வரலாற்றை ஏற்கனவே பார்த்தோம். அந்தத் தோல்வியின் வடுவை மறைப்பதற்காகவும் தன்னுடைய ஆட்சியின் எல்லையை தெற்கில் விரிவுபடுத்தவும் படை ஒன்றை மைசூரின் அரசரான சாமராஜ உடையார் மதுரையை நோக்கி அனுப்பிவைத்தார். அதற்கு ஹரசூர நந்தி ராஜா என்பவர் தலைமை தாங்கிவந்தார். இந்தப் போரைப் பற்றிய விவரங்களை மெக்கின்ஸி ஓலைச் சுவடிகள் பதிவு செய்திருக்கின்றன.

மைசூரிலிருந்து படை வரும் தகவலை அறிந்த திருமலை நாயக்கர் தன்னுடைய தளபதியான ராமப்பையரை அழைத்து அவரது தலைமையில் ஆயிரக்கணக்கான வீரர்கள் அடங்கிய படையை அனுப்பிவைத்து மைசூர்ப்படைகளை எதிர்த்துச் சண்டை செய்யுமாறு பணித்தார். திண்டுக்கல்லின் எல்லையிலேயே மைசூர்ப்படைகளைத் தடுத்து நிறுத்துமாறும் ராமப்பையருக்கு

அவர் ஆணையிட்டார். அதற்காக கன்னிவாடியின் பாளையக் காரரான ரங்கண்ண நாயக்கருக்கு ஓலை ஒன்றையும் அனுப்பினார். ரங்கண்ண நாயக்கரும் பெரும் வீரர், விவேகம் மிக்க மதியூகி. நாயக்கருக்கு 7000 பொன்னைக் கொடுத்து உதவியதோடு மட்டுமல்லாமல் தன்னுடைய படைகளைத் திரட்டி ராமப்பையரின் படைகளோடு அதை ரங்கண்ணர் இணைத்தார், மைசூர்ப் படைகளை திண்டுக்கல்லுக்கு வடக்கில் மலைக்கணவாய் ஒன்றில் திருமலை நாயக்கரின் படைகள் சந்தித்தன.

அந்தப் பகுதியைப் பற்றி அதிகம் தெரியாத மைசூரின் படைகள் மதுரைப் படைகளின் கடுமையான தாக்குதலைச் சமாளிக்க முடியாமல் திணறின. ராமப்பையரும் ரங்கண்ண நாயக்கரும் வீரப்போர் புரிந்தனர். அவர்களைச் சமாளிக்க முடியாமல் மைசூர்ப் படை பின்வாங்கி ஓடியது. 'ஓடுபவரைத் துரத்துவது எளிது' என்ற பழமொழிக்கேற்ப மைசூர்ப் படைகளை மதுரைப் படைகள் விரட்டிச் சென்றன.

அடிக்கடி போர் தொடுத்துத் தொல்லை அளிக்கும் மைசூர் அரசுக்குச் சரியான பாடம் புகட்டாவிட்டால் மீண்டும் அங்கிருந்து பிரச்சனைகள் வரக்கூடும் என்பதை உணர்ந்திருந்த ராமப்பையர், அந்தப் போரில் மைசூர்ப் படைகளை அடியோடு அழிக்க உறுதி பூண்டார். அதன்படி மைசூர்க் கோட்டைக்குள் சென்று ஒளிந்து கொண்ட படைகளை அழிக்க, கோட்டையை முற்றுகையிட்டார். அந்த முற்றுகை சில நாட்கள் நீடித்தது. உள்ளே சிக்கிக்கொண்ட மைசூர்ப் படைகளின் உறுதியும் தளர்ந்தது. மதுரைப் படைகளுக்கு வெற்றி கிடைக்கும் நேரத்தில் ஒரு புதுச்சிக்கல் வந்தது.

எப்போதுமே வெற்றியாளர்களின் மீது பொறாமை கொண்டு அவர்களைப் பற்றி அவதூறு பரப்பும் கூட்டம் ஒன்று உண்டல்லவா. அதுபோலவே ராமப்பையர் விரைவாக மன்னரின் அபிமானத்தைப் பெற்றது மட்டுமின்றி, முதல் போரில் வெற்றியை அடைந்தது மதுரையில் சிலருக்கு அவர் மீது அசூயையை வளர்த்தது. அப்படிப்பட்டவர்கள் சும்மா இருப்பார்களா. திருமலை நாயக்கரிடம் சென்று ராமப்பையரைப் பற்றி அவர்கள் அவதூறு சொன்னார்கள். ராமப்பையர் அரசைக் கைப்பற்றச் சதி செய்கிறார் என்றும், மைசூர்ப் போர் முடிந்தவுடன் திருமலை நாயக்கரை அகற்றிவிட்டு அரியணையில் அமரப் போகிறார் என்று அரசரிடம் அவர்கள் கூறினர். திருமலை நாயக்கர் இதை முதலில் நம்பவில்லை. அதைக் கண்ட அந்தக் கூட்டம், 'மைசூர் முற்றுகையை உடனே

முடித்துக் கொண்டு நாடு திரும்புமாறு அவருக்குக் கட்டளை இடுங்கள், அவர் திரும்பி வந்தால் ராமப்பையர் உங்களுக்கு அடங்கியவர் என்பதை ஒப்புக் கொள்கிறோம். இல்லாவிட்டால் நாங்கள் சொன்னதுதான் நடக்கும்' என்றனர்.

இதைக் கேட்டுக் குழம்பிய திருமலை நாயக்கர் அவர்கள் கூறியபடி தூதுவர்களை அனுப்பச் சம்மதித்தார். அதன்படி இருவர் ராமப்பையரிடம் தூது சென்றனர். மைசூர் சென்ற அவர்கள் ராமப்பையரைச் சந்திக்கப் பயந்து ரங்கண்ண நாயக்கரிடம் சென்று தங்கள் வந்த செய்தியைத் தெரிவித்தனர். அதைக் கேட்ட ரங்கண்ணர் அவர்களை ராமப்பையரிடம் அழைத்துச் சென்றார்.

திருமலை மன்னர் உடனே உங்களை நாடு திரும்பும்படி அழைக்கிறார் என்றும் ஆகவே தங்களுடன் கிளம்பி அவர் வரவேண்டும் என்றும் அவர்கள் ராமப்பையரிடம் வற்புறுத்தினர். ராமப்பையருக்குத் தர்மசங்கடமான நிலைமை. மைசூர்ப் படைகளை முழு வெற்றி கொள்ள இதை விடச் சரியான சந்தர்ப்பம் கிடைக்காது என்பதை அவர் உணர்ந்திருந்தார். ஆகவே மதுரைக்குச் செல்லத் தயக்கம் காட்டினார். இன்னும் ஓரிரு நாட்களில் போர் முடிந்துவிடும் என்றும் அதன்பின் வெற்றியோடு திரும்பிவருவதாக மன்னரிடம் சொல்லுங்கள் என்றும் அவர் அந்தத் தூதுவர்களிடம் சொன்னார். ஆனால் அதைக் கேட்க மறுத்த அந்த இருவரும் தங்களுடன் வருமாறு சொல்லி ராமப்பையரின் கைகளைப் பற்றி இழுத்தனர். இதைக் கண்டு ஆத்திரமடைந்த ராமப்பையர், ரங்கண்ண நாயக்கர் தடுத்தும் கேட்காமல் தன் வாளை எடுத்து அந்த இருவரின் கைகளையும் வெட்டிவிட்டார்.

கைகள் இழந்த இருவரும் திருமலை நாயக்கரிடம் வந்து முறையிட்டனர். சஞ்சல மனதை உடைய திருமலை நாயக்கரை ஓரளவு இந்த நிகழ்வு குழப்பியது என்றுதான் சொல்லவேண்டும். ராமப்பையரின் பேரில் அவர் சந்தேகம் கொண்டார். இதற்கிடையில் மைசூரின் கோட்டைக் கதவுகளை உடைத்து உள்ளே புகுந்த மதுரைப் படைகள் அங்கே பெருவெற்றி அடைந்தன. அந்த இடத்திலிருந்து பெரும் பொக்கிஷங்களை எடுத்துக்கொண்டு நாடு திரும்பின. வெற்றியோடு திருமலை நாயக்கரை அவையில் சந்தித்த ராமப்பையர், மைசூரிலிருந்து கொண்டு வந்த செல்வத்தை அவர் முன்னால் வைத்து தன் வாளையும் கீழே வைத்து தன் தவறைப் பொறுக்குமாறு வேண்டினார். சந்தேகம் விலகிய திருமலை நாயக்கர், ராமப்பையரைத் தழுவிக் கொண்டார்.

மதுரை நாயக்கர்கள் | 89

இந்தப் போரில் தமக்கு வெற்றி தேடித்தந்த காரணத்தால் ரங்கண்ண நாயக்கர் கட்டவேண்டிய கப்பப் பணத்தையும் அவர் தள்ளுபடி செய்துவிட்டார்.

திருவடி தேசத்துடன் போர்

இரண்டாம் தேவராயரின் காலத்தில் விஜயநகரப் பேரரசின் கீழ் வந்த திருவடி தேசம் என்ற திருவாங்கூர் அரசு, விஜயநகரத்தின் பிடியிலிருந்து விடுபட அடிக்கடி முயற்சிகள் எடுத்தது நமக்குத் தெரிந்த செய்தி. மதுரை நாயக்கர் அரசு அமைந்த ஆரம்ப நாட்களில் விஜயநகரப் பேரரசர் அச்சுதராயருக்கு எதிராக திருவடி தேசத்தைச் சேர்ந்த உதயமார்த்தாண்ட வர்மன் என்ற அரசன் கலகம் செய்தான்.

தெற்கு நோக்கிப் படையெடுத்து வந்த அச்சுதராயர், மதுரை அரசர் விஸ்வநாத நாயக்கரோடு சேர்ந்து உதயமார்த்தாண்ட வர்மனை வென்றார். அதன்பிறகு சதாசிவராயரின் காலத்தில் உன்னிக்கேரள வர்மன் என்ற திருவடி அரசன் விஜயநகரப் பேரரசுக்குத் திறை கட்டுவதை நிறுத்தியது மட்டுமின்றி தென்காசிப் பாண்டியர்களின் மீது படையெடுத்து அந்த அரசுக்குச் சொந்தமான சில பகுதி களையும் கைப்பற்றிக்கொண்டான். அவனை அடக்க விட்டலராயர் படையெடுத்து உன்னிக்கேரளவர்மனை வென்று திருவடி தேசத்தை மீண்டும் விஜயநகரத்திற்குக் கப்பம் கட்டும்படி செய்தார். போலவே முதலாம் கிருஷ்ணப்ப நாயக்கரின் காலத்திலும் திருவடி தேசத்துடன் போர் நடந்ததாக சில ஆவணங்கள் கூறுகின்றன.

அதன்பின் சிறிதுகாலம் அடங்கியிருந்த திருவடி தேச அரசர்கள், திருமலை நாயக்கரின் காலத்தில் மீண்டும் போர்க்கொடி தூக்கினர். இதைப் பற்றி நாயக்கரின் ஆவணங்கள் விரிவாகப் பதிவுசெய்யா விட்டாலும், திருவாங்கூர் அரசன் உன்னிக்கேரள வர்மனின் கல்வெட்டு ஒன்று 'திருமலை நாயக்கரின் படையெடுப்பால் ஏற்பட்ட சேதத்திற்கான' வரிகளைப் பற்றிப் பதிவு செய்கிறது.

'மாங்குளத்தையும் மணக்குடியையும் சேர்ந்த நாட்டார்கள் நாம் கல்குளத்தில் உள்ள வீட்டில் இருக்கும்போது வந்து விண்ணப்பம் ஒன்றைச் செய்தனர். அதன்படி கன்னி மாதத்தில் (புரட்டாசி) விளைச்சல் ஏதும் இல்லாததாலும் கும்ப மாத (மாசி) விளைச்சல் திருமலை நாயக்கரின் படையெடுப்பால் பாழ்பட்டுப் போனதாலும் அந்த வருடத்தில் செலுத்த வேண்டிய வரிகளைச் செலுத்த முடியாத நிலைமை இருப்பதைத் தெரிவித்தார்கள். அதை ஏற்றுக்கொண்டு நாஞ்சில் நாட்டின்

தென்பகுதியில் நமக்கு வரவேண்டிய வரியிலிருந்து விலக்கு அளித்தோம்'

என்று அந்தச் சாசனம் தெரிவிக்கிறது.

இந்தப் படையெடுப்பு உன்னிக் கேரளவர்மன் திறை செலுத்தாததால் விஜயநகர அரசின் சார்பில் திருமலை நாயக்கரால் மேற்கொள்ளப்பட்டது என்று இரண்டாம் வேங்கடரின் குனியூர்ச் செப்பேடுகளால் தெரிகிறது. இதில் திருமலை நாயக்கரே நேரடியாகப் பங்குகொண்டதாகவும் தெரிகிறது. தவிர இந்தப் போரில் மதுரைப் படைகளுக்கே வெற்றி கிடைத்தது என்பது அதற்கடுத்த போர்களில் நாஞ்சில் நாட்டின் படைகள் திருமலை நாயக்கரின் சார்பில் போரிட்டதிலிருந்து தெளிவாகிறது. இந்த வெற்றியின் காரணமாக திருவடி தேசம், மதுரை நாயக்கர்களுக்கு அடங்கிய அரசாக பல ஆண்டுகள் நீடித்தது. ஜான் ந்யூஹாப் என்ற ஆய்வாளர் திருவாங்கூர் மன்னர்கள் மதுரை நாயக்கர் களுக்குப் பயந்து பத்தாயிரம் வீரர்கள் அடங்கிய படையை நிரந்தரமாக வைத்திருந்தனர் என்று பொயு 1664ம் ஆண்டுக் குறிப்பு ஒன்றில் தெரிவிக்கிறார். (History of Nayaks of Madura, Sathyanatha Iyer, p122)

சேதுபதி நாட்டில் குழப்பம்

திருமலை நாயக்கரின் தந்தையான முத்துக் கிருஷ்ணப்ப நாயக்கர் சேதுபதி நாட்டின் எல்லைகளை வரையறுத்து அதற்கு அரசனாக சடைக்கன் சேதுபதி என்ற தளவாய் சேதுபதியை நியமித்தார் அல்லவா. சில ஆண்டுகள் ஆட்சி செய்த சடைக்கன் சேதுபதிக்கு அடுத்தபடியாக அவரது மகன் கூத்தன் சேதுபதி என்பவர் ஆட்சிக்கு வந்தார். திருமலை நாயக்கரோடு நெருங்கிய நட்புக் கொண்ட கூத்தன் சேதுபதி, திருமலை மன்னரின் பெயரில் செப்பேடுகளை வெளியிட்டிருக்கிறார். கூத்தன் சேதுபதி காலத்தில் ராமேஸ்வரம் கோவிலில் பூஜைகள் செய்துவந்த மராட்டிய அர்ச்சகர்களும் குருக்கள் சபையோரும் கோவில் நடைமுறைகளை முறையாக நடத்துவோம் என்று இசைவு தெரிவித்து எழுதிக் கொடுத்த ஒப்பந்தம் ஒரு செப்பேட்டில் ஆவணப்படுத்தப்பட்டிருக்கிறது. அதின் திருமலை நாயக்கர்களின் தளவாய் என்று கூத்தன் சேதுபதி குறிக்கப்பட்டிருக்கிறார்.

கூத்தன் சேதுபதிக்கு வேறு ஒரு சமூகத்தைச் சேர்ந்த மனைவியின் மூலம் ஒரு மகன் இருந்தான். அதன் காரணமாக அவன் அடுத்த

வாரிசாக நியமிக்கப்படுவதை அவைப் பிரமுகர்களும் மக்களும் விரும்பவில்லை. எனவே கூத்தன் சேதுபதியின் சகோதரனான இரண்டாம் சடைக்கன் சேதுபதி கூத்தன் சேதுபதிக்குப் பின் முடிசூடினார். ஆனால் 'தம்பி' என்று நாயக்கர் ஆவணங்களில் குறிப்பிடப்படும் கூத்தன் சேதுபதியின் மகன், தானே உண்மையான வாரிசு என்றும் அரசு தனக்கே உரியது என்றும் பிடிவாதம் பிடித்தான். இதை பெரும்பாலானோர் ஏற்றுக்கொள்ளாததை அடுத்து அவன் திருமலை நாயக்கரிடம் சென்று முறையிட்டான். திருமலை நாயக்கர் இதைக் கேட்டுச் செய்தது என்ன?

சேதுபதிகளுடன் போர்

ராமநாதபுரம் சமஸ்தானத்தில் வாரிசுரிமைப் பிரச்சனை எழுந்ததை அடுத்து அரசுக்குப் போட்டியிட்ட வாரிசுகளில் ஒருவரான தம்பி என்பவர் திருமலை நாயக்கரிடம் வந்து தாம்தான் கூத்தன் சேதுபதியின் மகன் என்றும் தமக்கு நேரடியாக வரவேண்டிய அரசை சடைக்கன் சேதுபதி அபகரித்துக்கொண்டுவிட்டார் என்றும் முறையிட்டார். அப்பகுதியின் சமூகப் பழக்க வழக்கங்களைச் சரிவரத் தெரிந்து கொள்ளாத திருமலை நாயக்கர், தம்பியிடம் அரசை ஒப்படைக்கச் சொல்லி இரண்டாம் சடைக்கன் சேதுபதியிடம் தூதனுப்பினார். ஆனால் அரசவைப் பிரமுகர்களும் மக்களும் தன் பக்கம் இருக்கும் தைரியத்தில் அந்தத் தூதை சடைக்கன் சேதுபதி நிராகரித்துவிட்டார். அரசு தமக்கே உரியது என்றும் தம்பியிடம் அதை ஒப்படைக்க முடியாது என்றும் திருமலையிடம் செய்தியும் அனுப்பிவிட்டார் சேதுபதி.

இதைக் கேட்டு வெகுண்ட திருமலை நாயக்கர், ராமநாதபுரம் அரசோடு போர் தொடுக்க முடிவு செய்தார். தன் தளவாயான ராமப்பையரை அழைத்து படையுடன் சென்று சேதுபதியை வென்று வருமாறும் அரசை உரிய வாரிசிடம் ஒப்படைக்குமாறும் ஆணையிட்டார். அவருக்குத் துணையாக கன்னிவாடிப் பாளையக்காரரும் மைசூர்ப் போரில் மதுரை அரசுக்கு உதவி செய்த ரங்கண்ண நாயக்கர் நியமிக்கப்பட்டார். இந்தப் போர் நடந்தது 1637ம் ஆண்டு. ஓலைச்சுவடிகளும் ஏசுசபைக் கடிதங்களும் இந்தப் போர் ராமநாதபுரம் அரசு நாயக்கருக்குக் கப்பம் செலுத்த மறுத்ததால் நிகழ்ந்தது என்று குறிப்பிட்டிருக்கின்றன. ஆனால் போருக்குப் பிந்தைய நிகழ்வுகளைப் பார்க்கும்போது, வாரிசுரிமைச் சண்டையின் விளைவாகவே இந்தப் போர் நடந்தது என்று நாம் கருதவேண்டியிருக்கிறது.

ராமப்பையர் நாயக்கரின் படையோடு ராமநாதபுரம் சென்று போரிட்ட வரலாறு 'ராமப்பையன் அம்மானை'யில் விரிவாகச் சொல்லப்பட்டிருக்கிறது (Madras Government Oriental Series, No. XLV). அதன் சில பகுதிகளை இங்கே காண்போம்.

திருமலை நாயக்கரிடமிருந்து ஆணை வந்தவுடன் ராமப்பையர் அவரிடம் சென்று ராமநாதபுரம் அரசை ஒரு நொடியில் வீழ்த்தி விடுவேன் என்று சூளுரைத்தார். ஆனால் மதியூகியான திருமலை நாயக்கர் ராமப்பையருக்கு பின்வருமாறு எச்சரிக்கை செய்தார்.

'வேண்டாமடா ராமா வீரியங்கள் பேசாதே
பண்டுமுன்னாள் நம்சேனை பாருலகு தானறிய
குழல்வாய்க் கிரையாக கொள்ளைக் கொடுத்தோமே
இன்று பகைத்தால் எதிர்த்தமன்னர் தான் நகைப்பார்
சேதுக்கரை தனிலே சென்றவர்கள் மீண்டதில்லை
வாளுக்கிரையிட மறவன் வலுக்காரன்
மதுரைப் படையென்றால் மதியான் மறவனும் தான்
....
உன்னுடைய வாள்திறத்தை ஒருக்காலும் எண்ணான் காண்'

என்று மறவர் சீமையின் வீரத்தை எடுத்துரைத்து கவனத்தோடு ராமப்பையர் போரிட வேண்டிய அவசியத்தை வலியுறுத்தினார். ஆனாலும் ராமப்பையர் தன் வீரத்தைப் பற்றி திருமலை நாயக்கருக்கு விளக்கினார்.

'எந்தனிட வாள்திறத்தை இனிப்பாரும் மன்னவனே
திரியோதனனை சித்திர சேனன் முன்னாள்
பரிவாகத் தேர்க்காலில் பாசமுடன் கட்டுகைபோல்
அரக்கர் குலத்தை அனுமார் அறுத்தாப்போல்
நாடழித்துத் தீக்கொழுத்தி நன்னகரைப் பாழாக்கி
வெட்டிச் சிறைப்பிடித்து வேந்தன் சடைக்கனையும்
கட்டிக்கொண்டுவருவேன்'

என்று சொல்லி படையுடன் புறப்பட்டார். படை மதுரையை விட்டுக் கிளம்புவதற்கு முன்னால் மன்னனும் ராமப்பையரும் மீனாட்சி அம்மன் கோவிலில் ஆசீர்வாதம் வாங்கிக் கொண்டனர்.

'மற்ற நாள் தானும் மன்னன் புலி ராமய்யனும்
செப்பமுடன் மீனாட்சி திருவாசல் தனில் நின்று
சிங்கார மண்டபமும் திருத்தேரு முந்தனக்கு
வங்கார மாக வயிரமுடி தங்கமுடி
மெய்யாகக் கட்டிவைப்பேன் மீனாட்சி உமையே'

என்று பிரார்த்தித்துக்கொண்டனர். தன்னுடைய தமையனான வைத்தி அய்யரிடமும் ஆசி வாங்கிக் கொண்டு ராமப்பையர் ஆயிரக் கணக்கான வீரர்கள் அடங்கிய படையோடு புறப்பட்டார். வைகைக் கரையோரம் தன்னுடைய படையை நடத்தி சின்ன ராவுத்தர் பாளையம் என்ற இடத்தில் ராமப்பையர் முதலில் தங்கினார். அங்கிருந்து கிளம்பி வண்டியூர்க் கோட்டையை அடைந்து அங்கே மன்னரிடம் விடைபெற்றுக்கொண்டார் ராமப்பையர். அந்த இடத்தில் பாளையக்காரர் பலரும் தங்கள் படையோடு வந்து சேர்ந்தனர்.

அதை அடுத்து மதுரை நாயக்கரின் படை திருப்புவனம் என்ற இடத்தில் தண்டு இறங்கியது. அதன்பின்,

'வானரவீரன் மதுரைதனில் வந்திறங்கி
ஆற்றங்கரையும் அடர்ந்த மரத்தடியும்
தோப்ப மரமும் சோலையிடம் கொள்ளாமல்'

வானரவீரன் மதுரை என்ற மானாமதுரையில் வந்து இறங்கி அங்கே உள்ள தோப்புகளை அழிக்காமல் ஊருக்கு ஒதுக்குப் புறமாக இருந்த இடத்தில் கூடாரமடித்துத் தங்கியது ராமப்பையரின் படை. அது கிட்டத்தட்ட ராமநாதபுரம் சமஸ்தானத்தின் எல்லை என்பதால், அங்கிருந்து ராமநாதபுரம் அரசின் ஒற்றன் ஒருவன் அந்தப் படையின் நிலையைக் கண்டு சடைக்கன் சேதுபதியிடம் சென்று பின்வரும் தகவலைச் சொன்னான்.

'கச்சித் திருமலேந்திரர்க்குக் கண்ணான ராமய்யனும்
காசனையில் வென்றதம்மை கம்பம்நட்டு செயித்தவராம்
வணங்காத பேரை வணங்கவைத்த ராமய்யனும்
மானா மதுரையிலே வளைந்தடித்தான் கூடாரம்'

என்று பெரும் படையுடன் வந்திருக்கிறார் ராமப்பையர் என்ற தகவலைச் சொன்னான் ஒற்றன். இதைக் கேட்டு வெகுண்டெழுந்த சடைக்கன் சேதுபதி,

'பரம்பக் குடிக் கோட்டையிலே பட்டந்தரிப்பாரோ
துப்பாக்கி தன்னாலே சூறையிட்டேன் கண்டாயே
அறிந்திருந்தும் பார்ப்பான் அவன் படைதான் வந்ததென்றால்
இதற்குப் பயந்து வந்தாயே என்னடா தூதுவனே'.

பரமக்குடிக் கோட்டையைக்கூட மதுரைப் படையால் தாண்ட முடியாது என்று சொல்லி,

'பார்ப்பான் தனக்கு பயந்து மெள்ள நானும் இனி
கப்பமும் கட்டி கைகட்டி நிற்பேனா'

என்று முழங்கினார். அதன்பின் தனக்கு அடங்கிய தலைவர்களையும் அவர்கள் படைகளையும் திரட்டிய சடைக்கன் சேதுபதி, அந்தப் படைக்கு தன்னுடைய மருமகனான வன்னித் தேவரைத் தலைவராக நியமித்தார். அந்தப் படையோடு ராமப்பையரின் சேனையை எதிர்நோக்கிச் சென்றார் வன்னித் தேவர்.

அரியாணிக் கோட்டையை அடைந்த சேதுபதிகளின் படை அங்கே கோட்டைக்குள் புகுந்தது. அதை அறிந்த ராமப்பையரின் படை கோட்டையை முற்றுகையிட்டது. அடுத்த நாள் இருதரப்புப் படைகளுக்கும் கடுமையான போர் மூண்டது. தமிழகத்தில் முதன் முறையாக வெடி மருந்துகளும் எரிவாணங்களும் பயன்படுத்தப் பட்டது இந்தப் போரில்தான். சேதுபதிகள்தான் அதை முதலில் பயன்படுத்தியது.

'பார்ப்பான் படைமேலே பாருலகு தானறிய
எறிந்தார் எரிவாணம் எல்லையற்ற சேனையின் மேல்'

போரில் வன்னித்தேவர் தன் வீரத்தைக் காட்டினார். நாயக்கர்கள் படையில் முன்னூறு பேர் இறந்தனர். சேதுபதி படையில் அறுபது பேர் உயிரிழந்தனர். அத்தோடு அன்றைய போர் முடிந்தது.

முதல் நாள் போரில் பின்னடைவு அடைந்த ராமப்பையர், கோடப்ப நாயக்கன், வீரமலை நாயக்கன், எட்டப்ப நாயக்கன், பூச்சி நாயக்கன், சின்னணஞ்சாத் தேவன், கட்டப்பொம்ம நாயக்கன், தும்பிச்சி நாயக்கன், அப்பாச்சிக் கவுண்டன், முத்தப்ப நாயக்கன், விருப்பாச்சி நாயக்கன் உள்ளிட்ட அனைத்து பாளையக்காரர்களையும் அழைத்தார். அத்தோடு தன் மாப்பிளையான திருமலை கொண்டய்யனையும் அழைத்து அடுத்த நாள் போரில் முன்னேறித் தாக்கி தங்கள் வீரத்தைக் காட்டுமாறு ஆணையிட்டார்.

ராமப்பையன் அம்மானை தரும் இந்தப் பாளையக்காரர்களின் பட்டியலைப் பார்க்கும்போது நாயக்கரின் அரசில் இருந்த அனைத்துப் பாளையக்காரர்களும் ராமநாதபுரத்திற்கு எதிரான இந்தப் போரில் கலந்து கொண்டதை அறிய முடிகிறது. அம்மானையில் சொல்லப்படுகின்ற சேதக் கணக்குகள் கொஞ்சம் அதிகம் என்றே வைத்துக்கொண்டாலும் ஒரு பெரும் படை திருமலை நாயக்கர்களின் சார்பில் போரிட்டது என்று தெரிகிறது.

மறுநாள் போரில் தன்னுடைய சேனையை பதினெட்டு வகையாக அணிவகுத்து எட்டப்ப நாயக்கனையும் பூச்சி நாயக்கனையும் ராமநாதபுரம் படைக்கு நேரெதிராக நின்று தாக்குமாறு கட்டளையிட்டு மற்ற பிரிவுகளைப் பக்கவாட்டில் அணிவகுத்தான் ராமப்பையர். இதற்கு எதிராக வன்னியத்தேவர் தன் படைகளை ஐந்து வகையாகப் பிரித்து பாளையப்படைக்குள் ஊடுருவினார். அன்றைய கடுமையான போரின் இறுதியில் பாளையக்காரர்கள் படையில் மூவாயிரம் பேரும் சேதுபதிகள் படையில் முன்னூறு பேரும் மாண்டனர்.

மீண்டும் வெற்றியடைந்த வன்னித்தேவர், தன் படையோடு கோட்டையிலிருந்து வெளியேறி ராமநாதபுரம் சென்று சடைக்கன் சேதுபதியிடம் வெற்றிச் செய்தியைக் கூறினார். இதைக் கேட்டு மகிழ்ந்த சடைக்கன் சேதுபதி ராமப்பையருக்கு ஓலை எழுதினார். அதில் பிராமணன் என்பதால் ராமப்பையரைக் கொல்வதில்லை என்றும் அதற்குப் பதிலாக கண்ணைப் பிடுங்கிக் காட்டில் ஓட்டப்போவதாகவும் எச்சரிக்கை விடுத்திருந்தார்.

ஓலையைப் படித்து ஆத்திரமடைந்த ராமப்பையர், தனது படையோடு முன்னேறி ராமநாதபுரத்திற்கு அருகிலுள்ள போகலூர்க் கோட்டையை முற்றுகையிட்டார். போகலூரில் ஏற்பட்ட கடும்போருக்கு அடுத்து இருதரப்புப் படைகளும் அரியாசைபுரம் என்ற இடத்தில் மோதிக்கொண்டன. இங்கே சடைக்கன் சேதுபதியே நேரடியாகப் போருக்கு வந்தார். அந்தப் போரில் ராமப்பையரின் படைகள் சடைக்கனின் படைகளை வளைத்துக்கொண்டன. போரில் சடைக்கன் சேதுபதி படுகாயமுற்றார்.

> ‘காயமது பட்டுக் கலங்கியே சடைக்கனுந்தான்
> என்மருகா வன்னி யினிவந்து கூடுமென்றான்’

காயம் பட்ட சடைக்கன் சேதுபதி வன்னியை தனது உதவிக்கு அழைத்தார். மாமனைப் பார்த்துக் கலங்கிய வன்னித் தேவர், சேதுபதியையும் மீதியுள்ள படைகளையும் திரட்டிக் கொண்டு ராமேஸ்வரம் தீவுக்குச் சென்றார். இதுவரை நடந்தவற்றைத் தொகுத்துப் பார்க்கும்போது முதலில் ராமநாதபுரம் படைகள் வெற்றியை அடைந்தாலும் அதன்பின் அவர்களுக்குச் சேதம் அதிகமாகவே இருந்தது என்பதைக் கணிக்க முடிகிறது. அதனாலேயே அவர்கள் பின்வாங்கி பாதுகாப்பான இடமான

ராமேஸ்வரம் தீவுக்குச் செல்ல நேரிட்டது. பலத்த சேதம் அடைந்தாலும் படைபலம் அதிகம் என்பதால் ராமப்பையர் தன் படைகளைச் சோர்வடையாமல் நடத்தி போகலூரைத் தாண்டிக் கொண்டு சென்றார்.

இங்கு குறிப்பிட்டவை எல்லாம் ஏதோ கதைப்பாடல் என்றோ வரலாற்றில் நடந்த சம்பவங்கள் அல்ல என்றோ நினைத்துவிட வேண்டாம். கீழைநாட்டு ஓலைச்சுவடிகள், ஏசு சபைக் கடிதங்கள் ஆகியவற்றில் எல்லாம் ஆவணப்படுத்தப்பட்ட நிகழ்வுகள் இவை. உதாரணமாக டெய்லர் தொகுத்த கீழை நாட்டு ஓலைச்சுவடிகளில் பின்வருமாறு கண்டிருக்கிறது.

> *'அப்போது கூத்தன் சேதுபதி குமாரன் தளவாய் சேதுபதி, சடைக்கத் தேவனென்றும் அவருக்கு இரண்டு நாமகரணம். அஞ்தச் சடைக்கத் தேவனென்கிறவர் அரமனைக்குப் பணமும் குடாமல் நிகாரித்து ரெம்பத் துற்மாற்கங்களாய் நடப்பித்துக் கொண்டு வந்தார்கள். அது சமாசாரம் இராசா திருமலை நாயக்கர் கேட்டு அவருக்குத் தாகிதையாய் நிருபம் எளுதி அனுப்பிவிச்சார்கள். அந்த நிருபத்தையும் தள்ளிப் போன மனுசரையுமடித்துக் கோபம் வைத்துத் தளவாய் இராமப்பய்யரையும் சகல தளமும் யெளுபத்திரண்டு பாளைய காரரையும் அனுப்பி இராமனாதபுரத்து வரைக்குஞ் சண்டை பண்ணிக் கோட்டையை விட்டுப்போட்டு சடைக்கத் தேவர் ராமேசுபரத்தில்ப் போயிருந்தார்.'* (Taylor's Oriental Historical Manuscript Volume II, Page 24-26)

சேதுபதிகளின் படை அவர்களின் அரசனான சடைக்கத் தேவருடனும் படைத்தலைவனான வன்னித் தேவருடனும் வலுவான அரணான ராமேஸ்வரம் கோட்டைக்குள் சென்றதைக் கண்ட ராமப்பையர் அத்திபுத்திக் கோட்டையில் வந்து இறங்கி அடுத்த கட்ட நடவடிக்கைகளைப் பற்றி ஆலோசனை செய்து கொண்டிருந்தார்.

அப்போது திருமலை நாயக்கரிடமிருந்து அவருக்கு ஒரு ஓலை வந்தது. அதில் ராமநாதபுரத்தோடான போரை நிறுத்துமாறும் உடனே படைகளோடு தலைநகர் திரும்புமாறும் கண்டிருந்தது.

ராமப்பையருக்கு திருமலை நாயக்கர் இப்படி ஒரு ஓலை அனுப்ப என்ன காரணம்?

விஜயநகர அரசின் காப்பாளர்

ராமநாதபுரத்தின் சேதுபதியுடன் நடந்த போரின்போது சடைக்கன் சேதுபதியும் அவர் மருமகனான வன்னித்தேவரும் ராமேஸ்வரம் தீவுக்குள் தன் படைகளுடன் சென்று அங்கே அரண் அமைத்துக்கொண்டவுடன், அவர்களை முன்னேறித் தாக்குவது பற்றி ராமப்பையர் தன் உபதளபதிகளுடனும் பாளையக் காரர்களுடனும் ஆலோசனை நடத்திக்கொண்டிருந்தார். அப்போது திருமலை நாயக்கர் அனுப்பிய ஓலையுடன் சென்ற தூதுவன் ராமப்பையரைச் சந்தித்தான். அந்த ஓலையில் போரை நிறுத்திவிட்டு மதுரைக்கு வருமாறு ராமப்பையருக்குத் திருமலை நாயக்கர் ஆணையிட்டிருந்தார். அதற்கான காரணத்தை அறிந்து கொள்ள விஜயநகர அரசுரிமையில் நேர்ந்த சிக்கல்கள் சிலவற்றைப் பற்றித் தெரிந்துகொள்ளவேண்டும்.

வேங்கடரும் ஸ்ரீரங்கனும்

பெத்த வேங்கடர் விஜயநகரத்தின் அரசுரிமையை ஏற்றதும் அதைப் பிடிக்காமல் திம்மராஜு என்பவன் அவருக்குத் தொல்லைகள் அளித்ததையும் அவனுக்குத் தமிழகத்தின் நாயக்கர்கள் உதவி செய்ய முன்வராததால் அவன் அடங்கிப்போனதையும் பார்த்தோம். அதன்பின் ஆந்திரத்தின் தெற்குக் கடலோரப் பகுதிகள் சிலவற்றை திம்மராஜுக்கு அளித்து அவனை அங்கே ஆட்சி செய்துவருமாறு வேங்கடர் சொல்லியிருந்தார். ஆனாலும் அவன் வேங்கடரைப் பதவியிலிருந்து அகற்றும் முயற்சிகளைத் தொடர்ந்தான். அவற்றைத் தன் சகோதரன் சென்ன வேங்கடரின் மகனான ஸ்ரீரங்கனின் உதவியால் சமாளித்து வந்தார் வேங்கடர்.

ஒரு கட்டத்தில் தனக்கென ஒரு படையைத் திரட்டிக்கொண்டு வேங்கடருடன் நேரடியாக மோதத் துணிந்தான் திம்மராஜு. பொயு 1635ம் ஆண்டில் நடந்த இப்போரில் செஞ்சி நாயக்கரோடு சேர்ந்து போரிட்டு ஸ்ரீரங்கன் திம்மராஜுவை முறியடித்தான். போரில் செஞ்சி நாயக்கரால் திம்மராஜு கொல்லப்பட்டதை அடுத்து வேங்கடருக்கு அவனால் ஏற்பட்ட தொல்லைகள் நீங்கியது. அதன்பின் சிறிது காலம் வேங்கடர் அமைதியாக ஆட்சிசெய்து வந்தார். இக்காலகட்டத்தில் தமிழகத்தின் நாயக்கர்களோடு அவர் போர் செய்தார் என்று ஏசு சபைக் கடிதங்கள் சில குறிப்பிடுகின்றன. ஆனால் அவற்றில் சிறிதளவும் உண்மையில்லை என்பதைச் சாசனங்கள் சுட்டுகின்றன.

உதாரணமாக, திருவடி தேசத்தில் உள்ள முள்ளிநாடு, வீரவநல்லூர் பிரதேசத்தைச் சேர்ந்த குனியூர் என்ற கிராமத்தை சில அந்தணர்களுக்கு திருமலை நாயக்கருடைய கோரிக்கையின் பேரில் வீர வேங்கட மகாராயர் தானம் செய்ததாகக் குனியூர் செப்பேடு கூறுகிறது. ஆகவே திருமலை நாயக்கர் வேங்கடரோடு நெருக்கமாகவே இருந்திருக்கிறார். வேங்கடருடைய ஆட்சியும் திம்மராஜுவின் மறைவுக்குப் பின் சிறிது காலம் போர்கள் இல்லாமல் அமைதியாகவே கழிந்திருக்கிறது.

(V. 54.) Then, having been eagerly anointed to the sovereignty over the whole kingdom by many chiefs of ministers, (*and*) having obtained the whole surface of the earth through the great compassion of (*the god*) **Sundarêśa**, prince **Tirumala** shines (*like*) an Indra on earth.

(Vv. 55-59.) Sanctioning the request of this glorious prince **Tirumala**,— the strength of whose arm was hard to be resisted by the enemies, who was a Sutrâman (Indra) on earth in happiness, who was a *kalpa* tree on earth in liberality, whose enemies ascended high mountains as soon as he ascended (*his*) mighty elephant, who surpassed the enemy of the ocean (*i.e.* the submarine fire) in attacking a town for conquest, who spent the time in gifts of brides, food, gold and land, (*and*) whose beauty surpassed that of Jayanta, the Moon, and Cupid,— the glorious king **Vîra-Veṅkaṭapatimahârâya** joyfully made (*the above*) grant with libations of water (*poured*) over gold.[3] (*The names of*) the Brâhmaṇas, deeply versed in the Vêdas, who received shares of this (*grant*), are written (*here*) :—

திருமலை நாயக்கரின் குனியூர்ச் செப்பேடுகள்

ஆனால் அமைதியான இந்த ஆட்சி நீண்ட நாள் நீடிக்கவில்லை. எந்த ஸ்ரீரங்கன் திம்மராஜுவுக்கு எதிரான போரில் வேங்கடருக்கு வெற்றி தேடித்தந்தானோ எவனைத் தன் சகோதரன் மகன் என்ற அன்போடு அரசில் பல உரிமைகளை அளித்து வேங்கடர் போற்றி வந்தாரோ, அந்த ஸ்ரீரங்கனே வேங்கடருக்கு எதிராகத் திரும்பினான். வேங்கடரிடம் அரசைத் தனக்கு அளிக்குமாறு வற்புறுத்தினான். ஆனால் வேங்கடர் அதை மறுக்கவே, விஜயநகர அரசின் பரம எதிரிகளில் ஒன்றான பீஜப்பூரின் சுல்தானிடம் சென்று வேலூரின் மீது படையெடுக்குமாறு தூண்டிவிட்டான். கரும்பு தின்னக் கூலியா என்று நினைத்த பீஜப்பூர் சுல்தான் 1638ம் ஆண்டு வேலூரின் மீது படையெடுத்து வந்தான். ஆனால் அவனோடு போரிட்டு துரத்தினார் வேங்கடர். ஆனால் முயற்சியைக் கைவிடாத ஸ்ரீரங்கன், மறுபடியும் பீஜப்பூர் சுல்தானை அழைக்கவே மீண்டும் படையெடுத்து வந்தான் அவன்.

மிகக் குறுகிய காலத்தில் இன்னுமொரு போரைச் சந்திக்க வலுவில்லாத காரணத்தால் வேங்கடர், நாயக்கர்களின் உதவியைக் கோரினார். பீஜப்பூருக்கு எதிரான இந்தப் போரில் விஜயநகர

அரசருக்கு உதவாவிட்டால் விஜயநகர அரசு அழிந்துவிடும் என்பதையும் அதன் பின் நாயக்கர்களின் நிலை அபாயகரமாகிவிடும் என்பதையும் உணர்ந்திருந்த திருமலை நாயக்கர், அப்போதைய சூழ்நிலையில் வேங்கடருக்குக் கை கொடுப்பதே சரியான நடவடிக்கை என்று தீர்மானித்து ராமப்பையருக்கு ஓலை அனுப்பினார்.

'பாட்சா முப்பதினாயிரங்குதிரை
கணவாயை வந்துகட்டிக் கொண்டா ரென்று சொல்லி..
இராயரிட சீமையெல்லாம் நாலுதிக்குங் கொள்ளையிட்டு
விசையாபுரமும் வேலூருங் கொள்ளையிட்டு
இராயரிட காயிதமும் நமக்குவந்த தென்றுசொல்லி'

உடனே வேலூர் விரைந்து, படையெடுத்து வரும் பீஜப்பூர் சுல்தானை வெல்லவேண்டும் என்று அவர் அதில் எழுதியிருந்தார். மன்னனின் கருத்தில் உள்ள உண்மையை உணர்ந்த ராமப்பையர், உள்நாட்டுப் போரை எப்போது வேண்டுமானாலும் நடத்திக் கொள்ளலாம் என்று முடிவெடுத்து தன்னுடைய மாப்பிள்ளை கொண்டய்யனையும் சில பாளையக்காரர்களையும் அழைத்து தாங்கள் கைப்பற்றிய கோட்டைகளைக் காத்து வரச் சொன்னார். அதன்பின் தன்னுடைய படையின் பெரும்பகுதியை அழைத்துக் கொண்டு மதுரைக்குச் சென்றார் ராமப்பையர். அங்கு திருமலை நாயக்கரைச் சந்தித்து வேண்டிய விவரங்களை அறிந்து கொண்டு வேலூரை நோக்கிப் பயணமானார்.

'வடமதுரை தன்னின் வளமுடன் சென்றிறங்கி
திண்டுக்கல்லும் கடந்து தேக்கமலை தன்னில் வந்து
மற்றநாள் தானும் மன்னன் புலிராமய்யனும்
மணப்பாரை தன்னில் மன்னவனும் சென்றிறங்கி
திருச்சினாப்பள்ளி கடந்து சீரங்கம் தன்னில் வந்து
சமயபுரம் கண்ணனூர் தன்னிலே வந்திரங்கி'

என்று அவர் சென்ற வழியை ராமப்பையன் அம்மானை குறிப்பிடுகிறது. அதன்பின் வேலூர் வந்து வேங்கடராயரைச் சந்தித்தார் ராமப்பையர்.

'இராயனுட சமூகந்தனை நன்றாக வந்து கண்டு
ஆண்டவனே யிப்போ அழைத்த பணிவிடை யென
ராமப்பயனுரைக் கேட்டு ராயருந்தானேது சொல்வார்
துருக்கர் பெரும்படைதான் தொலையாத வான் பரியும்

கணவாய் வழியில் வந்து கடல்போல் வந்ததுகாண்
சீமையழித்துத் தீக்கொழுத்தி விட்டார் காண்
அதுகண்டு நாமும் அழைப்பித்தோம் ராமய்யனே'

என்று சொன்னார் வேங்கடர். அதன்பின் ராமப்பையரை உபசரித்து போருக்கு அனுப்பினார். அந்தப் பகுதிகளைப் பற்றி நன்கு தெரிந்த ஒருவர் வேண்டும் என்ற காரணத்தால் இக்கரை நாயக்கரிடமிருந்த வெங்கடகிருஷ்ணருக்கு ஓலை அனுப்பினார் ராமப்பையர். வேங்கடகிருஷ்ணய்யரும் ஒரு படையுடன் வர, ராமப்பையர் தன் படையுடன் பீஜப்பூர் சுல்தானை பெங்களூருக்கு அருகில் சந்தித்தார். மிகக் கடுமையாக நடந்த இப்போரில்,

'மன்னன் புலிராமன் மட்டில்லாச் சேனையுந்தான்
துருக்கர் பெரும்படையைச் சூறையிட்டுத் தான் விரட்டி
ஆறு கடக்க அலைகுலையத் தான் துறத்தி
வெட்டி விருதறுத்தான் வேந்தன் புலிராமய்யனும்
வெற்றி கொண்டு ராமய்யனும் வீரியங்கள் பேசிவந்தான்.'

பீஜப்பூர் சுல்தானின் பெரும்படையை விரட்டி அடித்தார் ராமப்பையர். அவனிடமிருந்து பல யானைகளையும் குதிரைகளையும் ஒட்டகங்களையும் கைப்பற்றிக்கொண்டு வேலூர் திரும்பி வேங்கடரைச் சந்தித்தார். இந்த வெற்றியால் மனம் மகிழ்ந்த வேங்கடர் ராமப்பையரைத் தன்னுடனே இருக்குமாறு கூறினார். ஆனால் 'கச்சித் திருமலையேந்திரனை காணாமல் நானிருந்தால் கண்கள் புகையாகுமைய்யா கர்த்தனே' என்று அதை மறுத்துவிட்டு மதுரை திரும்பினார் ராமப்பையர். திருமலை நாயக்கரிடம் அவர் கொண்டிருந்த அன்பின் ஆழம் இதிலிருந்து வெளிப்படுகிறது அல்லவா.

மதுரை திரும்பிய ராமப்பையருக்கு திருமலை நாயக்கர் பெரும் வரவேற்புக் கொடுத்தார். அந்த வரவேற்பு நிகழ்வில் பங்கேற்ற பெண்களெல்லாம்,

'மன்மதன்காண் என்பாரும் மதிச்சந்திரன் காணென்பாரும்
இராஜனிவ னென்பாரும் இராமய்யன் காணென்பாரும்
துருக்கர் துரைமக்களைத்தான் துரத்திவந்த சேவகன்காண்'

என்று அவர்களைப் புகழ்ந்தார்களாம். அப்படி அவரை வரவேற்ற திருமலை நாயக்கர் அவருக்குக் கனகாபிஷேகம் செய்வதற்கான எல்லா ஏற்பாடுகளையும் செய்தார். ஆனால், ராமப்பையர் அதை விரும்பவில்லை.

‘என்ன வெற்றிகண்டேன் எனக்குக் கனகஞ்சொரிய
சேதுமறவனைத்தான் சென்று பிடித்து வந்தால்
கனகமுடனே அப்போது கருதலாம் தானமெல்லாம்’

என்று சொல்லிவிட்டு ஏற்கனவே பாதியில் விட்டு வந்த ராமநாதபுரம் போரை முடிக்கவேண்டுமென்ற காரணத்தால் விரைவாக ராமேஸ்வரம் நோக்கிச் சென்றார்.

இந்த இடைப்பட்ட காலத்தில் சேதுபதி அவருடைய அரணை மிகவும் வலுப்படுத்தியிருந்தார். தீவான ராமேஸ்வரத்தை அடைவதை மிகக் கடினமான வேலையாகவும் ஆக்கியிருந்தார். கடலைக் கடந்து நீந்தியோ படகிலோ யாராவது வந்தால் அவர்களை அங்கேயே சமாப்தி செய்துவிட காவலர்களை ராமேஸ்வரத்தின் எல்லை முழுவதும் நிறுத்தியிருந்தார். அவற்றைத் தவிர, தீவைச் சுற்றிப் போர் நிகழப்போவதால் ஒரு கடற்படை மிகவும் அவசியம் என்று கருதிய சடைக்கன் சேதுபதி அப்போது இலங்கையில் சில இடங்களைக் கைப்பற்றியிருந்த டச்சுக்காரர்களுக்குத் தூதனுப்பினார். இந்தியாவில் எப்படியாவது கால்பதித்து விடவேண்டும் என்று துடித்துக்கொண்டிருந்த டச்சுக்காரர்களும் இதை ஒரு நல்வாய்ப்பாகக் கருதி சேதுபதிக்கு உதவ முன்வந்தனர்.

இந்தச் செய்திகளையெல்லாம் அறிந்த ராமப்பையர், சரியான ஏற்பாடுகள் செய்யாமல் ராமேஸ்வரத்தைத் தாக்குவது தற்கொலைக்குச் சமானம் என்று அறிந்தார். குறிப்பாக டச்சுக்காரர்களின் கடற்படைத் தாக்குதலைச் சமாளிக்க சரியான வலிமை தமக்கு வேண்டும் என்று திருமலை நாயக்கருக்குத் செய்தி அனுப்பினார். திருமலை மன்னரும் தூத்துக்குடிக் கடற்கரைப் பகுதிகளில் தளம் அமைத்துக்கொண்டிருந்த போர்ச்சுகீசியர்களுக்கு, தமக்கு உதவி செய்யுமாறு தூதனுப்பினார். ஏற்கனவே அந்தப் பகுதியில் ஆதிக்கம் செலுத்துவதில் போர்ச்சுகீசியர்களுக்கு சரியான சவாலாக டச்சுக்காரர்கள் உருவெடுத்து வந்தனர். ஆகவே எதிரிக்கு எதிரி நமது நண்பன் என்ற கொள்கைக்கு ஏற்ப போர்ச்சுகீசியர்கள் திருமலை நாயக்கருக்கு உதவ முன்வந்தனர். திருமலைநாயக்கர் செய்த சில தவறுகளைப் பட்டியலிட்டால், அதில் முதலாவதாக வெளிநாட்டவர்களான போர்ச்சுகீசியர்களிடம் உதவி கோரியதைச் சொல்லலாம். இது பின்னாளில் அவர் பல சமரசங்களைச் செய்துகொள்ள வழி வகுத்தது.

போர்ச்சுகீசியர்கள் உதவியளிக்க முன்வந்த தகவலை ராமப்பையருக்குத் தெரிவித்த திருமலை நாயக்கர், அவரை

முன்னேறுமாறு ஆணையிட்டார். அதன்படி ராமப்பையர் மண்டபத்திற்கு தன் படையோடு வந்திறங்கினார்.

'வாய்த்த துறைமுகத்தில் வந்துநின்று ராமய்யனும்
அயோத்தி ராமர் அடைத்த திருவணைதான்
ஏதடாவென்றான்'

ராமர் கட்டிய பாலம் எங்கே என்று அங்கிருந்தவர்களைக் கேட்க அவர்கள் ராமர் பாலத்தைக் கடலில் காட்டினார்கள். அதேபோல ஒரு பாலத்தை ராமேஸ்வரத்திற்குக் கட்டவேண்டும் என்று தன் படைகளுக்கு ராமப்பையர் ஆணையிட்டார்.

'நல்லதிரு வணையை நாமடைக்க வேணுமென்று
நாள்நட்சத்திரம் நன்றாகத் தான்பார்த்து
தேங்காயுடைத்தார்கள் தென்னவர்கள் மன்னர் முன்னே'

ஆனால் அலைபாயும் கடலில் பாலம் கட்டுவது அவ்வளவு சுலபமா என்ன?

'ஆக்க முடியுமோடா ஆழச் சமுத்திரத்தை
காவேரியாறுமல்ல கை வாய்க்கால் தானுமல்ல
பூவேரி தானுமல்ல பொன்னீர் மடுவுமல்ல
ஆழச்சமுத்திரைத்தை அடைக்க வென்றுதான்
துணிதல் இந்நாட்டில் கண்டதில்லை'

என்று படைவீரர்கள் அங்கலாய்க்கவே, ராமப்பையர் தானாகவே கற்களைச் சுமந்து சென்று பாலம் கட்ட ஆரம்பித்தார்.

'இராமனே கல்சுமந்தால் நாமெடுக்க லாகாதோ
என்று சொல்லி மன்னெரெல்லாரும் தான் கூடி
ஏலோலம் மிகப்பாடி எடுத்தார்கள் கல்லதனையும்'

இந்தப் பாலம் கட்டிய கதையை ராமப்பையன் அம்மானை சுவையாகச் சொல்லிச் செல்கிறது. பல்வேறு சமூகத்தினரும் கல்சுமந்து ராமேஸ்வரத்திற்குப் பாலம் கட்டினராம். ஏழு நாட்களில் இந்தப் பாலம் கட்டி முடிக்கப்பட்டதாய் அம்மானை சொல்கிறது. பாலம் கட்டி முடித்தவுடன், நாயக்கர் படை பாலத்தில் ஏறி ராமேஸ்வரம் தீவை நோக்கிச் சென்றது. இதை எதிர்பார்த்துக் காத்திருந்த சேதுபதிகளின் படை வீரர்கள் எரிவாணங்களை வீசி படையின் முன்னேற்றத்தைத் தடுத்தனர்.

'சுட்டார் குழல்கார் துங்கமுடி மன்னரையும்
எரிந்தார் எரிவாணம் எல்லையற்ற சேனையின்மேல்

வாணம் பிற்பட்டு மயங்கி கடலில் விழ
பட்டார்கள் ராமன் படை பாற்கடலில் தானிறைந்தார்'

இந்தப் போரினால் பாலத்தில் முன்னேற முடியாமல் ராமப்பையரின் படை திகைத்துப் பின்வாங்கியது. அந்த நேரத்தில் போர்ச்சுகீசியர்களின் படை வந்து சேர்ந்துகொண்டது. அவர்களை ராமப்பையர் கடல் வழியாகச் சென்று எதிரிகளைத் தாக்குமாறு ஆணையிட்டார். அதன்பின் அங்கே தீவிரமான கடற்போர் தொடங்கியது.

'பறங்கிகளெல்லரும் பாசை சொல்லி பல்கடித்து
இராமனாத சுவாமி நல்ல பெருந்தீவை
வந்து வளைத்துக் கொண்டார் வாய்த்த பறங்கியர்கள்'

சேதுபதியோடு சேர்ந்த டச்சுக்காரர்களும் கடலில் தங்களின் படகுகளோடு சென்று போர் புரிய ஆரம்பித்தனர். அவர்களுக்குத் துணையாக வன்னித்தேவரும் சென்றார். இப்படி கடற்போரில் எல்லாருடைய கவனமும் திரும்பியிருக்கும் நேரத்தில் பாலத்தின் வழியாக ராமப்பையரின் படை முன்னேறியது. விரைந்து ராமேஸ்வரம் சென்ற அவர்கள் சேதுபதியின் படைகளைத் தாக்க ஆரம்பித்தனர். இதன் காரணமாக வன்னித்தேவர் மீண்டும் நிலத்திற்கு வந்து ராமப்பையரின் படைகளோடு போரிட ஆரம்பித்தார். மிகக் கடுமையான போர் அங்கே நடந்தது.

'காலற்று வீழ்வாரும் கையற்று வீழ்வாரும்
துண்ட துண்டமாகத் துணிக்கப்பட்டு வீழ்வாரும்
சென்னியற்று வீழ்வாரும் தெரிப்பட்டு வீழ்வாரும்
குறைபிணமாய் நின்று கூத்தாடி வீழ்வாரும்
வேலவனே என்பாரும் விதிவசமோ என்பாரும்'

இப்படி இருதரப்பிலும் பலர் மடிந்தனர். அந்நாள் போர் முடிந்து பாசறை திரும்பிய வன்னித்தேவருக்கு வைசூரி நோய் கண்டது. இதற்கு எதிராக ராமப்பையருக்குப் பில்லி சூனியம் வைக்கப் பட்டதாக ராமப்பையன் அம்மானை சொல்கிறது.

நோய் வாய்ப்பட்டிருந்த நிலையிலும் விடாமல் வன்னித்தேவர் போருக்குச் சென்றார். பாம்பன் துறையருகே இருதரப்பும் மீண்டும் மோதிக்கொண்டனர். நோயைப் பொருட்படுத்தாமல் வன்னித் தேவர் வீரப்போர் புரிந்தார். ஆனால் அவர் கைகளும் சளைத்தன. படைகளும் பின்னடைந்தன. பாசறைக்குத் திரும்பிய வன்னித் தேவர், சடைக்கன் சேதுபதியிடம் ராமப்பையரோடு சமாதனமாகப் போய்ச் சரணடையுமாறு சொல்லிவிட்டு உயிர்நீத்தார்.

'என்வார்த்தை தன்னை யினி கேளும் மன்னவனே
படைத்தலைவர் தன்னையும் பாங்காக நம்பாதே
ஆனை குதிரை அடங்கலும் நம்பாதே
மன்னன் புலிராமனுக்கு வாகாக ஓலைதனை
கண்டு வணங்கக் காகிதமும் தானெழுதும்
அவன் தமையன் வைத்தியனார் அவர்மேல் ஆணையிட்டு
நம்பிக்கை ஓலை நமக்கு வரவேண்டும்'

என்று சொன்ன வன்னித்தேவர் இறந்து பட்டதும் ஆறாத்துயரம் அடைந்த சடைக்கன் சேதுபதி ராமப்பையருக்கு அடைக்கல ஓலை அனுப்பினார். அதனை ஏற்று ராமப்பையர் சடைக்கன் சேதுபதியை அழைத்துவரச் சொன்னார். அவரைக் கூட்டிக்கொண்டு மதுரைக்குத் திரும்பினார்.

வெற்றியுடன் மதுரை திரும்பிய ராமப்பையரை திருமலை நாயக்கர் மகிழ்ச்சியோடு வரவேற்றார். சடைக்கன் சேதுபதியைப் பார்த்து 'என் பாதம் காணாமல் இருக்க முடியுமா உன்னால்' என்று திருமலைநாயக்கர் கேட்க, சடைக்கனும் 'என் மருமகன் வன்னி இருந்தால் உங்கள் பாதத்தைத் தரிசித்திருக்க மாட்டேன்' என்று துடுக்காக மறுமொழி உரைத்தார். இதைக் கண்டு வெகுண்ட திருமலை நாயக்கர் சடைக்கன் சேதுபதியைச் சிறையில் போட்ட தாகவும் திருமாலின் அருளால் சடைக்கன் சேதுபதியின் விலங்குகள் தாமாக நீங்கியதாகவும் ராமப்பையன் அம்மானை தெரிவிக்கிறது. அதைக் கேட்ட திருமலை நாயக்கர் திருமாலின் அருள் பெற்ற சடைக்கன் தவறு செய்ய மாட்டார் என்று கருதி அவரை விடுதலை செய்ததாகவும் அது குறிப்பிடுகிறது. ஆனால் ஆய்வாளர்கள், சடைக்கன் சேதுபதியின் பக்கம் உள்ள நியாயத்தை உணர்ந்த திருமலை நாயக்கர், அவரையே ராமநாதபுரம் அரசை ஆளப் பணித்தார் என்று கூறுகின்றனர். எப்படியிருந்தாலும் சடைக்கன் சேதுபதியிடம் ராமநாதபுரம் அரசு ஒப்படைக்கப்பட்டது.

ராமேஸ்வரம் போரில் ராமப்பையர் இறந்துவிட்டதாக நெல்சன் தெரிவிக்கிறார். ஆனால் இது உண்மையல்ல என்பதை ராமப்பையன் அம்மானை தெளிவாக்குகிறது. மதுரைக்குத் திரும்பிய ராமப்பையருக்கு பல வெகுமதிகள் கொடுத்து அவரை யானைமீது ஊர்வலமாக திருமலை நாயக்கர் வரச்செய்ததாக கூறுகிறது. அது மட்டுமல்ல, திருமலை நாயக்கரின் சார்பில் கோவாவுக்கு அவர் தூதுவராகச் சென்றதை ஏசு சபைக் கடிதம் ஒன்று தெரிவிக்கிறது. ஆகவே ராமநாதபுரம் சேதுபதிகளுடனான போருக்குப் பின்னும் சில ஆண்டுகள் அவர் உயிருடனிருந்தது தெளிவு.

திருமலை நாயக்கரின் தன்னாட்சி

இரண்டாம் சடைக்கன் சேதுபதியிடம், ராமநாதபுரம் அரசைத் திருப்பி அளித்த பிறகு சேது நாட்டின் தொல்லைகள் ஒருவாறு ஓய்ந்துவிட்டது என்று திருமலை நாயக்கர் எண்ணியிருந்தார். ஆனால் அது விரைவிலேயே பொய்த்துப் போனது. நாடு திரும்பிய சடைக்கன் சேதுபதி, தன்னுடைய மருமகனான வன்னித்தேவர் போர்க்களத்தில் இறந்துபட்டதால் தன் சகோதரியின் மகனான ரகுநாதருக்கு இளவரசுப் பட்டம் கட்டிவைத்தார். ஏற்கனவே அரசுப் பதவி கைவிட்டுப் போன புகைச்சலில் இருந்த 'தம்பி'க்கு இது மேலும் ஆத்திரத்தை ஊட்டியது. அதனால் தகுந்த சமயம் பார்த்து பொயு 1645ம் ஆண்டு அவன் சடைக்கன் சேதுபதியைக் கொன்று விட்டான். சேதுநாட்டின் அடுத்த அரசராகப் பொறுப்பேற்க ரகுநாத சேதுபதிக்கு அவைப்பிரமுகர்கள் ஆதரவு தெரிவிக்கவே மீண்டும் ஒருமுறை அங்கே உள்நாட்டுப் போர் மூளும் சூழ்நிலை உருவானது.

இதைக் கவனித்த திருமலை நாயக்கர் இம்முறை அரசுரிமைக்குப் போரிட்டவர்களிடையே சமாதானம் செய்துவைக்கத் தீர்மானித்தார். ரகுநாதரையும் தம்பியையும் அழைத்துப் பேச்சுவார்த்தை நடத்தினார். அதன் முடிவில் சேது நாடு மூன்றாகப் பிரிக்கப்பட்டது அதில் ராமநாதபுரத்தை ரகுநாதத் தேவரும், சிவகங்கையைத் தம்பியும் திருவாடானையை ரகுநாதத் தேவரின் சகோதரர் தணக்கத் தேவரும் அரசாள்வது என்று தீர்மானிக்கப் பட்டது. ஆனால் சில மாதங்களுக்குள்ளாகவே தணக்கத் தேவரும் தம்பியும் அடுத்தடுத்து இறந்து போகவே, சேதுபதிகளின் சீமை மீண்டும் ஒன்றிணைக்கப்பட்டு ரகுநாதத் தேவரே அதன் சேதுபதியாகப் பொறுப்பேற்றார். திறமை மிக்கவரும் வீரருமான ரகுநாதத் தேவரின் ஆட்சியில் அமைதி நிலவியது. ராமேஸ்வரம் தீவையும் கோவிலையும் அழகுபடுத்தினார் ரகுநாத சேதுபதி. அதனால் ராமேஸ்வரக் காவலர் என்ற சிறப்புப் பெயரையும் பெற்றார். திருமலை நாயக்கரின் நெருங்கிய நண்பராகவும் விளங்கினார் ரகுநாத சேதுபதி. அவர் செய்த உதவிகள் பலவற்றைப் பின்னால் பார்ப்போம்.

மீண்டும் விஜயநகரச் சிக்கல்கள்

இதற்கிடையில் விஜயநகர ஆட்சியில் மீண்டும் பிரச்சனைகள் தலைதூக்கின. வேங்கடருக்குத் தொல்லைகள் கொடுத்துக் கொண்டிருந்த ஸ்ரீரங்கன், மதுரைப் படைகள் பீஜப்பூர் சுல்தானை

விரட்டியடித்த பிறகு சிறிது காலம் சும்மா இருந்தான். ஆனால் சில மாதங்கள் கழித்து மீண்டும் வேங்கடருக்குக் குடைச்சல் கொடுக்க ஆரம்பித்தான். தன்னுடைய சொந்தச் சகோதரன் மகனே இப்படித் தொடர்ந்து பிரச்சனைகள் கொடுப்பதால் மனமுடைந்த வேங்கடர், அரசுப் பதவியைத் துறந்து சித்தூர்க் காட்டுப் பகுதிக்குள் சென்றுவிட்டார். அங்கேயே இறந்தும்போனார்.

அரசனில்லாத விஜயநகர ஆட்சிப் பொறுப்பை ஸ்ரீரங்கன், மூன்றாம் ஸ்ரீரங்கர் என்ற பெயரோடு ஏற்றுக்கொண்டார். தமக்கு நெருங்கியவரான வேங்கடருக்குத் துரோகம்செய்து ஸ்ரீரங்கர் அரியணையில் அமர்ந்தது திருமலை நாயக்கருக்குப் பிடிக்க வில்லை. ஆயினும் அரசுப் பதவிக்கு மரியாதை கொடுத்து முதலில் திருமலை நாயக்கர் அவரோடும் சுமுகமாகவே போக முயன்றார். ஸ்ரீரங்கர் பெயரில் திருமலை நாயக்கர் அளித்த தானங்களைப் பற்றிய சில சாசனங்கள் அதற்குச் சான்றாக உள்ளன.

ஆனால் ஆட்சிப் பொறுப்பேற்ற சில மாதங்களிலேயே கோல்கொண்டா சுல்தானின் படையெடுப்பை ஸ்ரீரங்கர் எதிர் கொள்ள நேரிட்டது. அதை முறியடிப்பதற்காக தன்னுடைய நண்பனான பீஜப்பூர் சுல்தானிடம் உதவி கேட்டார் ஸ்ரீரங்கர். அதை ஏற்றுக்கொண்டு பீஜப்பூர் சுல்தானும் ஒரு படையை அனுப்பினான். அதை சும்மா அனுப்புவானா? பெரும் தொகை ஒன்றை அதற்காகப் பெற்றுக்கொண்டான் பீஜப்பூர் சுல்தான்.

பீஜப்பூர் படைகளின் உதவி கொண்டு 1644ம் ஆண்டு நடந்த இந்தப் போரில் கோல்கொண்டா சுல்தானை ஸ்ரீரங்கர் முறியடித்தாலும், தான் பீஜப்பூர் சுல்தானுக்குக் கொடுக்கவேண்டிய பணத்தை தமிழகத்து நாயக்கர்களிடமிருந்து வசூலித்தார் ஸ்ரீரங்கர். இதனைத் திருமலை நாயக்கர் ரசிக்கவில்லை. சிற்றரசர் ஒருவர் பேரரசருக்குக் கப்பம் கட்டுவது, அவருக்கு ஏதேனும் ஆபத்து வந்தால் பேரரசிடமிருந்து படைகள் வந்து காப்பாற்றும் என்ற நம்பிக்கையில்தான். ஆனால் இங்கே மீண்டும் மீண்டும் பேரரசைக் காப்பாற்ற தாம் படைகளை அனுப்ப வேண்டிய நிலையும் தமக்கே ஏதாவது ஆபத்து நேரிட்டால் யாரும் காப்பாற்ற வராத நிலையும் இருப்பதைக் கண்ட திருமலை நாயக்கர், விஜயநகர அரசுக்கு ஏன் கப்பம் கட்டவேண்டும் என்று யோசித்தார்.

அக்கால கட்டத்திலேயே திருமலை மன்னருக்குக் கிடைத்த வருமானம் ஒரு கோடி இருபது லட்சம் ரூபாய்கள். அதில் மூன்றில் ஒரு பகுதியை, அதாவது 40 லட்சம் ரூபாயை கப்பமாக விஜயநகர

அரசுக்குக் கட்டவேண்டியிருந்தது. இவ்வளவு தொகையை எந்தப் பயனும் இல்லாமல் கப்பமாகக் கட்ட திருமலை நாயக்கர் விரும்பவில்லை.

தாம் மட்டுமே முரண்பட்டால் அதில் சிக்கல்கள் வரும் என்று கருதி, தமிழகத்தின் மற்ற இரண்டு நாயக்கர்களான செஞ்சி நாயக்கரிடமும் தஞ்சை நாயக்கரிடமும் பேச்சு வார்த்தை நடத்தத் தீர்மானித்தார் திருமலை நாயக்கர். இதற்கான 'உச்சி மாநாடு' ஒன்றை திருச்சிக்கு அருகில் கூட்டினார். இந்த மாநாட்டு விவரங்களைப் பற்றி ஏசு சபை உறுப்பினரான பாதிரியார் டி கோஸ்டா பின்வருமாறு எழுதியிருக்கிறார்.

'திருச்சிக்கு அருகே மூன்று பெரிய வரவேற்புப் பந்தல்கள் அமைக்கப்பட்டன. மதுரையிலிருந்து 30,000 போர் வீரர்களோடு திருமலை நாயக்கர் திருச்சிக்குச் சென்று மற்ற இரண்டு நாயக்கர்களுக்காகக் காத்திருந்தார். அப்போது தஞ்சையை ரகுநாத நாயக்கரின் மகனான விஜயராகவ நாயக்கர் ஆண்டு கொண்டிருந்தார். அவரும் ஆயிரக்கணக்கான போர் வீரர்களோடு திருச்சியை அடைந்தார். செஞ்சி நாயக்கர் ஒரு லட்சம் போர் வீரர்களோடு வந்தார். ஒரு வெள்ளிக்கிழமை மாலை நான்கு மணிக்கு இம்மூவரும் அங்கே சந்தித்தனர். அரைமணி நேரம் அன்போடு உரையாடிய பின்னர் அவரவர் இருப்பிடத்திற்குச் சென்றனர். மறுநாள் போர்ச்சுகீசிய முறைப்படி சிறப்பு விருந்து ஒன்றிற்கு திருமலை நாயக்கர் ஏற்பாடு செய்திருந்தார். அந்த விருந்து முடிந்ததும் நடன நிகழ்ச்சிகள் நடந்தன. அதன்பின் பேச்சு வார்த்தைகளை முடித்துக்கொண்டு தஞ்சை அரண்மனைக்கு விருந்துக்குச் செல்ல அவர்கள் திட்டமிட்டனர். ஆனால் அதற்குள் தஞ்சை அரண்மனையில் தீ விபத்து ஏற்படவே விஜயராகவ நாயக்கர் உடனே தஞ்சைக்குத் திரும்பிச் சென்றார்.

மூன்று நாட்களுக்குப் பிறகும் விஜயராகவ நாயக்கர் வராததால், திருமலை நாயக்கரும் செஞ்சி நாயக்கரும் தஞ்சைக்குச் சென்று அரண்மனையில் அவரைச் சந்தித்தனர். பேச்சுவார்த்தை அங்கே நடைபெற்றது. ஸ்ரீரங்கர் இளைஞராகவும் தடுமாறும் புத்தி உள்ளவராகவும் இருப்பதால் அவரோடு உறவு கொள்வது ஆபத்தில் முடியும் என்று திருமலை நாயக்கர் வலியுறுத்தினார். ஆகவே அவருக்குக் கப்பம் கட்டுவதில் எந்தப் பயனும் இல்லை என்றும் மாறாக அவரோடு தாம் மூவரும் சண்டையிட்டு தங்கள் வலிமையை நிலை நிறுத்தலாம் என்றும்

கூறினார். அதை செஞ்சி நாயக்கர் ஆதரித்தார். ஆனால் விஜயராகவ நாயக்கர் இதற்குச் சம்மதிக்கவில்லை. ஸ்ரீரங்கருடைய படைபலம் பெரிது என்றும் நம் மூவரையும் எளிதாக அவர் வென்று விடுவார் என்றும் விஜயராகவர் கூறினார். போர் ஒன்று ஏற்பட்டால் நாடு ஒட்டுமொத்தமாகச் சீரழிந்துவிடும் என்று அவர் சொன்னார். ஆனால் கப்பம் கட்டுவதால் எந்த லாபமும் இல்லை என்பதை மீண்டும் வலியுறுத்திய திருமலை நாயக்கர், அதற்குப் பதிலாக அன்பளிப்புப் பொருட்களை அளிக்கலாம் என்றார். எப்படியும் ஸ்ரீரங்கர் தங்கள் மீது படையெடுப்பார் என்று உறுதிபடக் கூறினார் திருமலை நாயக்கர்.'

இப்படிப் போய்க்கொண்டிருந்த பேச்சுவார்த்தை எந்தவித முடிவும் எட்டாமல் நிறைவடைந்தது என்கிறது ஏசு சபைக் கடிதம். வெறும் கையோடு திருமலை நாயக்கர் மதுரை திரும்பினார். இந்தப் பேச்சுவார்த்தையின் விவரங்களை விஜயராகவ நாயக்கர், ஸ்ரீரங்கரிடம் 'போட்டுக் கொடுத்துவிட்டார்'. ஆத்திரமடைந்த ஸ்ரீரங்கர், தன்னை எதிர்த்துக் குரல் கொடுக்கும் திருமலை நாயக்கரை அழிக்காவிட்டால் தமக்கு ஆபத்து நேரும் என்று நினைத்து படை ஒன்றைத் திரட்டி மதுரை மீது போரிட வந்தார்.

1645ம் ஆண்டில் மதுரை அரசுக்கும் விஜயநகர அரசுக்கும் இடையில் பெரும்போர் ஒன்று நிகழும் சூழ்நிலை நிலவியது. அப்போது தன்னுடைய வலதுகரம் போன்ற ராமப்பையரை இழந்திருந்த திருமலை நாயக்கர், அரசைக் காப்பாற்ற ஒரு யுக்தி செய்தார். கோல்கொண்டாவின் சுல்தானுக்குப் பணம் கொடுத்து அவனை வேலூர் மீது படையெடுத்து வரத் தூண்டினார் (சிலர் பீஜப்பூர் சுல்தான் என்று கூறுவார்கள்). கரும்பு தின்னக் கூலியா என்ற மகிழ்ச்சியோடு கோல்கொண்டாவின் சுல்தான் வேலூரை நோக்கிப் படையோடு வந்தான். முதலுக்கே மோசம் வந்துவிடும் என்று அஞ்சிய ஸ்ரீரங்கர், மதுரைப் படையெடுப்பைக் கைவிட்டு வேலூருக்குச் சென்றார்.

மிகுந்த சிரமப்பட்டு கோல்கொண்டா சுல்தானின் படைகளை முறியடித்துத் துரத்தினார் ஸ்ரீரங்கர். ஆனால் சில நாட்களிலேயே படைகளை மேலும் சேர்த்துக்கொண்டு மீண்டும் போருக்கு வந்தான் கோல்கொண்டா சுல்தானின் படைத்தலைவனான மீர் ஜும்லா. இம்முறை ஸ்ரீரங்கரால் அவனைச் சமாளிக்க முடிய வில்லை. போர்க்களத்திலிருந்து தோற்றோடி தென் தமிழகம்

வந்தார் ஸ்ரீரங்கர். தமிழகத்து நாயக்கர்களின் உதவி கிடைத்தால் அன்றி, சுல்தான்களை முறியடிப்பது இயலாத விஷயம் என்பதைப் புரிந்துகொண்ட ஸ்ரீரங்கர் அவர்களிடம் உதவி கேட்டார். ஏற்கனவே ஸ்ரீரங்கர் மீது வெறுப்புடன் இருந்த திருமலை நாயக்கரும் செஞ்சி நாயக்கரும் கையை விரித்துவிட்டனர். விஜயராகவ நாயக்கர் படைகளைத் தர முடியாது ஆனால் தன்னால் அடைக்கலம் அளிக்க முடியும் என்று கூறவே தஞ்சைக்கு வடக்கில் உள்ள காடுகளில் சிறிது காலம் ஸ்ரீரங்கர் வாழ நேரிட்டது. இதற்கிடையில் வேலூரைக் கைப்பற்றிக் கொண்ட கோல்கொண்டா சுல்தானின் தளபதி, அடுத்ததாக செஞ்சிக் கோட்டையின் மீது தன் பார்வையைச் செலுத்தினான்.

தன்னுடைய நண்பரான செஞ்சி நாயக்கர் அபாயகரமான நிலையில் இருப்பதைக் கண்ட திருமலை நாயக்கர் அவருக்கு உதவத் தீர்மானித்தார். முப்பதாயிரம் பேர் கொண்ட படையைத் திரட்டிக் கொண்டு செஞ்சிக்கு விரைந்தார் அவர். போதாதற்கு பீஜப்பூர் சுல்தானிடம் படையுதவி கேட்டுத் தூதனுப்பினார். அதை ஏற்றுக்கொண்ட பீஜப்பூர் சுல்தான், பதினேழாயிரம் வீரர்களை அனுப்பினான். செஞ்சிக்கோட்டையில் நடந்த போரில் முதலில் நாயக்கரின் படை வெற்றி பெற்றது. ஆனால் மீர் ஜும்லா, தந்திரமாக 'ஒரே மதத்தில் உள்ளோர்கள் பிரிந்ததுபோதும்' என்ற கோட்பாட்டின் அடிப்படையில் பீஜப்பூர் சுல்தானோடு ஒரு உடன்படிக்கை செய்துகொண்டு கோட்டையை அவனிடம் ஒப்படைத்துவிட்டு நாடு திரும்பினான். தனக்கு ஆதரவாக வந்த பீஜப்பூர் படைகள் செய்த துரோகத்தினால் செய்வதறியாது திகைத்தார் திருமலை நாயக்கர். இது செஞ்சிப் படைகளின் ஆத்திரத்தையும் கிளறிவிடவே அவர்களும் திருமலை நாயக்கருக்கு எதிராகத் திரும்பினார்கள். அங்கே ஏற்பட்ட குழப்பத்தில் பீஜப்பூரின் வீரர்கள் செஞ்சியை எளிதாகக் கைப்பற்றினர். இது நடந்தது 1646ம் ஆண்டு.

தனிமைப்படுத்தப்பட்ட திருமலை நாயக்கர், வேதனையோடு மதுரை திரும்பினார். ஸ்ரீரங்கர், தஞ்சாவூரில் இருப்பதை அறிந்த பீஜப்பூர் படைத் தளபதி தஞ்சையை நோக்கி வந்தான். அந்தப் போரில் விஜயராகவ நாயக்கர் படுதோல்வி அடைந்தார். ஆனால் ஸ்ரீரங்கர் மைசூருக்குத் தப்பிச் சென்றார்.அவருக்கு அங்கே மைசூர் அரசரான காந்திரவ நரசர் அவருக்கு அடைக்கலம் அளித்தார். தஞ்சையை வென்ற பீஜப்பூர் படைகள் மதுரையை நோக்கி வந்தன. தீட்டிய மரத்திலேயே கூர்பார்ப்பது போல பீஜப்பூர் படைகள்

தன் மீதே போர் தொடுக்க வருவதை அறிந்த திருமலை நாயக்கர் ஆத்திரமடைந்தார். அவருக்கு உதவியாக ரகுநாத சேதுபதி படைகளுடன் வந்தார். மதுரையைச் சுற்றியிருந்த கள்ளர் சமூகத்தினரும் திருமலை நாயக்கருக்கு உதவியாக நின்றனர். மதுரைப் படை பீஜப்பூர் சேனையோடு தீரத்தோடு போரிட்டு அவர்களைத் தோற்கடித்துத் துரத்தியது. தமக்கு உதவிய ரகுநாத சேதுபதிக்கு திருமலை சேதுபதி என்ற விருதை அளித்துக் கௌரவித்தார் திருமலை நாயக்கர்.

பீஜப்பூருக்கு ஏற்பட்ட தோல்வியைக் கேள்விப்பட்ட ஸ்ரீரங்கர் மைசூர் அரசரின் துணையோடு அவர்களை வென்று மீண்டும் விஜயநகர ஆட்சியை மீட்க முயன்றார். இந்தக் காலகட்டத்தில் திருமலை நாயக்கர் அவர்களோடு சேர்ந்து சுல்தான்களை எதிர்த்திருந்தால் வரலாற்றின் போக்கே மாறியிருக்கும் என்று நெல்சன் கருதுகிறார். ஆனால் திருமலை மன்னர் அப்படிச் செய்யவில்லை. தொடர்ந்து மைசூர் அரசர்களால் தமக்கு ஏற்பட்ட பிரச்சனைகளை நினைத்தோ என்னவோ அவர் எந்த உதவியையும் அளிக்கவில்லை. இந்தப் போருக்கான பணத்தை வேலூரின் மக்களிடமும் திருப்பதி கோவிலிலிருந்தும் திரட்டிய ஸ்ரீரங்கர், மைசூர்ப்படையோடு சேர்ந்து பீஜப்பூரை எதிர்த்தார். ஆனால் அந்தப் போரில் படுதோல்வி அடைந்து அவர் திரும்ப நேரிட்டது.

இம்முறை சுல்தான்களால் தமக்கு ஏதும் பிரச்சனைகள் வரக்கூடும் என்று நினைத்து மைசூர் அரசரும் அவருக்கு எந்த உதவியும் அளிக்கவில்லை. ஆகவே பெத்தனூரில் தஞ்சமடைந்த ஸ்ரீரங்கர், தமது அரசைப் பெற பல வகையிலும் முயன்றார். 1653ல் ராமராவ் என்பவனை முகலாய அரசன் ஔரங்கசீப்பிடம் தூதனுப்பி பீஜப்பூர் சுல்தானிடமிருந்து தமக்குப் பாதுகாப்பு அளிக்கக் கோரினார். அதற்கு ஔரங்கசீப் எந்த பதிலையும் அளிக்கவில்லை. 1655ம் ஆண்டு மீண்டும் ஒருவனைத் தூதனுப்பி இரண்டரைக் கோடி ரூபாயும் இருநூறு யானைகளும் அனைத்து அணிகலன்களைக் கொடுப்பதாகவும் தக்காணத்து சுல்தான்களிடமிருந்து தம்மைப் பாதுகாத்தால் கப்பம் கட்ட இசைவதாகவும் ஏன் இஸ்லாமிய மதத்தைத் தழுவக்கூடத் தயார் என்றும் ஸ்ரீரங்கர் தெரிவித்ததாக பேராசிரியர் ஜாதுநாத் சர்க்கார் குறிப்பிட்டிருக்கிறார். இதற்கும் ஔரங்கசீப் அசைந்து கொடுக்கவில்லை. அதன்பின் போக்கிடம் இல்லாமல் வாரிசுமில்லாமல் ஸ்ரீரங்கர் 1672ம் ஆண்டு மறைந்து போனார். அவரோடு ஹரிஹர, புக்கரால் தோற்றுவிக்கப்பட்ட விஜயநகரப் பேரரசும் மறைந்துபோனது.

இவை எல்லாம் நடப்பதற்குப் பல ஆண்டுகள் முன்பே, அதாவது பீஜப்பூரின் மீது அடைந்த வெற்றிக்குப் பின், திருமலை நாயக்கர் தன்னாட்சி பெற்று சுதந்தரமாக மதுரை அரசை ஆட்சி செய்யலானார்.

கோவில் சீர்திருத்தங்கள்

சென்ற பகுதிகளில் திருமலை நாயக்கர் செய்த போர்கள் பற்றித் தொடர்ந்து பார்த்துக்கொண்டே வந்தோம். அதனால், தன்னுடைய ஆட்சிக்காலம் முழுவதுமே போர்களில் கழித்தவர் திருமலை நாயக்கர் என்று எண்ணவேண்டாம். ஒருபுறம் அவ்வப்போது போர்கள் நடந்தபடி இருக்கும்போதே, நாட்டின் நிர்வாகத்திலும் கவனம் செலுத்தி அதைச் சீர்திருத்திய பெருமை திருமலை நாயக்கருக்கு உண்டு. அவருடைய ஆட்சிக்காலத்தில் பாளையக்காரர்கள் திருமலை நாயக்கருக்கு அடங்கி நடந்தனர். நாட்டின் நிர்வாகம் குழப்பமில்லாமல் நடந்தது. விளைச்சல் அதிகமாகி வருவாயும் பெருகியது. மதுரை நாயக்கர்களின் ஆட்சிக்காலத்தில் அதிகபட்ச வருமானம் வந்தது திருமலை நாயக்கரின் காலத்தில்தான். அதனால்தானோ என்னவோ அவர் அதை விஜயநகர அரசர்களிடம் பங்குபோட விரும்பாமல், முடிவில் தன்னாட்சி பெற்றார்.

திருமலை நாயக்கர் மேற்கொண்ட சீர்திருத்தங்களில் மதுரைக் கோவிலில் அவர் செய்த சீர்திருத்தங்கள் முதன்மை பெறுகின்றன. தன்னுடைய தலைநகரை மதுரைக்கு அவர் மாற்றியதற்கு ஒரு முக்கியமான காரணமாக அவருடைய நோயை ஆலவாய் அண்ணல் குணப்படுத்தியதும் அதற்காக அவர் செய்துகொண்ட வேண்டுதலும் என்பதைப் பார்த்தோம். ஐந்து லட்சம் பொன்களுக்கு மதுரைக் கோவிலில் திருப்பணியும் திருவாபரணங்களும் செய்து வைப்பேன் என்ற தனது வேண்டுதலை, மதுரை வந்ததும் நிறைவேற்ற திருமலை நாயக்கர் முயன்றார். ஆனால் அது அவ்வளவு எளிதான விஷயமாக இல்லை.

அரியநாதருக்கு பின், நாயக்கர் அரசில் எவரும் கோவிலின் நிர்வாகத்தில் சரியான கவனம் செலுத்தாததனாலும் சில ஆண்டுகள் தலைநகரமே மதுரையில் இயங்காததனாலும் மதுரைக் கோவிலின் நிலைமை சீர்கெட்டிருந்தது. திருமலை நாயக்கர் மதுரை வந்தபோது கோவிலின் நிர்வாகம் அபிஷேகப் பண்டாரம் என்பவரிடம் இருந்தது. அவர் தற்கால வழக்கப்படி கோவிலின் வருமானம்

என்பது நிர்வாகிகளுக்கே என்ற கொள்கை உள்ளவராக இருந்தார். பக்தர்கள் செலுத்திய காணிக்கைகள் கொள்ளையடிக்கப்பட்டு அவர் வீட்டில் சேர்ந்தன. ஆகவே பூஜைகள் சரிவர நடைபெறவில்லை. மீனாக்ஷியே திருமலை நாயக்கரின் கனவில் தோன்றி 'திருமலை என்னை யாரும் கவனிக்கவில்லையே' என்று சொன்னாதாக மதுரைப் பக்கம் இன்னமும் சொல்லப்படுவது உண்டு. அந்த அளவிற்குக் கோவிலின் நிலைமை இருந்தது.

ஆனாலும் அதிரடியாக அபிஷேக பண்டாரத்தின் மீது நடவடிக்கை எடுத்து சிக்கலை உருவாக்கிக்கொள்ள திருமலை நாயக்கர் விரும்பவில்லை. அவருடைய பணத்தாசையைக் கண்டுகொண்ட திருமலை நாயக்கர் அவருக்கு நிலங்களையும் கொஞ்சம் பணத்தையும் கொடுத்து கோவிலின் நிர்வாகத்தைத் தன் கையில் எடுத்துக்கொண்டார். ஆனால் அபிஷேக பண்டாரத்திடம் கொஞ்சம் நீதி உணர்வு இருந்தது. ஆகவே,திருமலை நாயக்கர் கொடுத்த பணத்தில் கொஞ்சம் எடுத்து கோவிலில் ஒரு பிரகாரம் ஒன்றைக் கட்டி முடித்து அங்கே தனக்கு ஒரு சிலையையும் வைத்துக் கொண்டார். சுவாமி கோவிலின் இரண்டாம் பிரகாரம் அவர் கட்டியதே என்று சொல்லப்படுகிறது.

ஒருவழியாகக் கோவில் நிர்வாகத்தைக் கையில் எடுத்துக் கொண்ட திருமலை நாயக்கருக்கு அடுத்த சிக்கல் கோவில் பட்டர்களிடமிருந்து வந்தது. கோவில் பூஜைகளை குலசேகர பாண்டியர் வகை என்றும் விக்கிரமபாண்டியர் வகை என்றும் இரு குடும்பத்தினர் கவனித்து வந்தனர். இதில் குலசேகர பட்டர் வம்சம் கம்பண்ணரின் காலத்திலிருந்தே இருந்து வந்தது. நாயக்கர்கள் காலத்தில் விக்கிரமபாண்டியர் வகையினர் நியமிக்கப்பட்டனர். பூஜை முறைகளைக் கவனித்துக்கொள்வதில் இரு தரப்பினருக்கும் அடிக்கடி பூசல் மூண்டது. இதனால் வழிபாடுகளுக்கு தடங்கல் ஏற்பட்டது. இதைக் கவனித்த திருமலை நாயக்கர், அவர்களுக்குள் சமாதானம் செய்து வைத்து கோவிலின் பூஜைமுறைகளை பின்வருமாறு வகைப்படுத்தினார்.

1. சிவாச்சார்யர் - பூஜைகள், உற்சவம், பிரதிஷ்டை, பிராயச்சித்தங்கள் மேற்பார்வை, சீடர்களைத் தயார் செய்தல்.
2. அர்ச்சகர் - கருவறையில் அர்ச்சனைகள், நாள் பூஜை ஆகியவற்றைச் செய்தல்.
3. ஸ்தானீகர் (தேவகார்யம்) - உற்சவருக்கு அலங்காரம் செய்து வீதி உலா செய்வித்தல். தொடர்பான விழாக்களை நடத்துதல்.

4. பாசகர் - இறைவனுக்கான நைவேத்தியங்களைத் தயார் செய்தல்
5. பரிசாரகர் - சிவாச்சார்யர் / அர்ச்சகருக்கு உதவி செய்தல். விளக்கேற்றல்.
6. திருமாலை - பூஜைக்கு வேண்டிய பூக்கள், மாலைகளைத் தயார் செய்தல்
7. வேதபாராயணம் - வேதங்களை ஓதுதல், யாகசாலையில் யாகங்களைச் செய்தல், உற்சவங்களுக்கு முன்பு நடைபெறும் நியமங்களைச் செய்தல்.

மேற்கண்ட பூஜைப் பணிகளை விக்கிரமபாண்டியர் பட்டர் வகைக்கும் குலசேகர பட்டர் வகைக்கும் பிரித்துக் கொடுத்த திருமலை நாயக்கர், ஒரு மாதத்தில் கோவில் வேலைகளை விக்கிரமபாண்டியர் வகையினர் ஒரு ஞாயிற்றுக்கிழமை மாலை முதல் மறு செவ்வாய் வரை 16 நாட்களும் குலசேகர பாண்டியர் வகையினர் செவ்வாய் மாலை முதல் ஞாயிறு மாலை வரை 12 நாட்களும் சுழற்சி முறையில் கவனித்து வருமாறு செய்தார். விழாக்களில் பூஜை முறைக்கேற்ப அந்தந்த வகைப் பட்டர்களுக்கு முதல் மரியாதை அளிக்கும்படி ஏற்படுத்தினார். திருவிழாக்களில் கட்டளை இருதரப்பினருக்கும் சரியாக வருமாறு செய்தார். கோவில் உற்சவங்களில் இரு பிரிவினருக்கும் தகுந்த இடத்தைக் கொடுத்து கௌரவித்தார். இந்த ஒழுங்குபடுத்தலின் காரணமாக, பட்டர்களின் இரு தரப்பிற்கும் இடையே ஏற்பட்ட பூசல்கள் நின்று பூஜைகள் இடையூறுகள் இல்லாமல் வழக்கம் போல நடைபெற ஆரம்பித்தன.

அடுத்ததாக தன்னுடைய கவனத்தைக் கோவில் ஊழியர்கள் மேல் செலுத்தினார் திருமலை நாயக்கர். அபிஷேகப் பண்டாரம் நிர்வாகத்தைக் கவனித்துக்கொண்டு இருந்தவரை, தலைவரே கொள்ளையடிக்கும்போது நமக்கென்ன என்ற எண்ணத்தில் கோவில் பணத்தை தங்களிஷ்டப்படி எடுத்துச் செலவு செய்து கொண்டிருந்தனர் கோவில் பணியாளர்கள். திருமலை நாயக்கர் கையில் கோவில் நிர்வாகம் வந்ததும் அப்படிச் செய்ய முடியாததால் ஆத்திரமடைந்த அவர்கள் கலகம் செய்ய ஆரம்பித்தனர். அவர்களை அழைத்துப் பேசிய திருமலை நாயக்கர் ஐராவத நல்லூர், வலையபட்டி, வலையன்குளம், நெடுமதுரை, பெரிய ஆலங்குளம், சொக்கநாதன்பட்டி, ஆண்டிப்பட்டி, தாதன்பட்டி, சின்னமநாயக்கன் பட்டி, போடிநாயக்கன் பட்டி, கொண்டையன் பட்டி, தும்பிச்சி நாயக்கன் பட்டி, சம்பக்குளம்,

விராலிபட்டி, கிண்ணிமங்கலம், சடைச்சிபட்டி உள்ளிட்ட இருபத்தி ஐந்து கிராமங்களை அவர்களின் நிர்வாகத்தில் விட்டு, அந்த கிராமங்களிலிருந்து கிடைக்கக்கூடிய 12000 பொன் வருவாயை கோவிலுக்குக் கொடுக்கச் சொன்னார். இதையும் மூன்று பிரிவாகப் பிரித்து அவர் அளித்தார்.

1. நிர்வாக / சிப்பந்திப் பொறுப்பு கட்டளை - இந்த வகைக் கிராமங்களைக் கவனித்துக் கொள்பவர்கள், சில குறிப்பிட்ட கோவில் பணிகளைக் கவனிக்கவேண்டும்.

2. அர்ச்சனாபாகம் - இந்த வகைக் கிராமங்களிலிருந்து கிடைக் கூடிய வருவாய், நித்தியப்படி பூஜைகளுக்கு ஆக வேண்டிய செலவுகளுக்காக அளிக்கப்படவேண்டும்.

3. அறக்கட்டளை - இந்த வகை கிராமங்களில் நிலங்கள் இறையிலியாக வழங்கப்பட்டு அவற்றிலிருந்து வரும் வருவாய் சிறப்பு பூஜைகளுக்கும் திருவிழாக்களுக்கும் அளிக்கப்பட வேண்டும்.

திருடனின் கையில் சாவியைக் கொடுத்தது போன்ற இந்த நடவடிக்கையின் காரணமாக அவர்கள் இந்த ஏற்பட்டுக்கு ஒப்புக்கொண்டு அந்த கிராம நிர்வாகங்களைக் கவனிக்கலாயினர். இந்தக் கட்டளைகளிலிருந்து இன்று வரை மீனாட்சியம்மனுக்கும் சுந்தரேஸ்வரருக்கும் ஆறு கால பூஜைகள், வசந்த உற்சவம், தெப்ப உற்சவம் போன்ற திருவிழாக்கள் ஆகியவற்றுக்குத் தேவையான பணம் கொடுக்கப்பட்டு வருகிறது. பிற்காலத்தில் பிரிட்டிஷ் ஆட்சியாளர்கள் திருமலை நாயக்கர் கட்டளையில் ஆவணப் படுத்தப்பட்ட சில செலவினங்களைப் பின்வருமாறு அட்டவணைப் படுத்தியிருக்கிறார்கள்.

ஆவணி மூலத் திருநாள் - 100 பணம்
தெப்பத் திருநாள் - 150 பணம்
தெப்பத் திருவிழாவின்போது மைய மண்டப அலங்காரம் - 50 பணம்
வேதபாராயணம் செய்யும் பத்து பிராமணர்களுக்கு - ஒருவருக்கு மாதம் ஒன்றுக்கு 4 சக்கரங்கள்
நாதஸ்வர வித்வான்கள் இருவருக்கு - ஒருவருக்கு மாதம் ஒன்றுக்கு 4 சக்கரங்கள்
குடை / சுருட்டி தாங்கி வருவோருக்கு - 15 பணம்
யானைக்குத் தீனி வாங்க - மாதம் ஒன்றுக்கு 10 சக்கரம்

மேற்குறிப்பிட்ட வகைப்படுத்தப்பட்ட செலவினங்களிலிருந்து எந்த அளவிற்குத் துல்லியமாக கோவிலின் செலவுகள் கணக்கிடப்பட்டு ஆவணப்படுத்தப்பட்டன என்று தெரிந்து கொள்ளலாம். இவை ஒழுங்காகச் செலவிடப்படுகின்றதா என்று மேற்பார்வை பார்க்க ஸ்ரீபண்டாரக் கணக்கர் என்ற ஒரு அலுவலரை ஏற்படுத்தி அவருக்குத் துணையாக பல கணக்கர்களையும் திருமலை நாயக்கர் நியமித்தார்.

சகல அதிகாரங்களும் கொண்ட அரசராக இருந்தாலும், கோவில் நிர்வாக விஷயத்தில் எடுத்தோம் கவிழ்த்தோம் என்று அதிரடி முடிவுகளை அமல்படுத்தாமல், அமைதியான முறையில் மதுரைக் கோவிலை திருமலை நாயக்கர் சீரமைத்த பணி பாராட்டுக் குரியது. இது போன்ற சீர்திருத்தங்களை மதுரைக் கோவிலில் மட்டுமல்லாமல் திருப்பரங்குன்றம், அழகர் கோவில், திருவாதவூர், ஸ்ரீவில்லிப்புத்தூர் போன்ற அருகிலுள்ள பல கோவில்களிலும் திருமலை நாயக்கர் மேற்கொண்டார். அதன்பின், தான் வாக்களித்தபடி பல்வேறு திருவாபரணங்களை செய்து வைத்தார்.

குதிரை வாகனத்தின்போது சுவாமி அணியும் இரத்தினத்தாலும் முத்தாலும் செய்யப்பட்ட தலைப்பகை, நாயக்கர்களின் ரத்தினக் கொண்டை, திருக்கல்யாணக் கிரீடம், நீலநாயக்கப் பதக்கம் (பின்னாளில் விக்டோரியா மகாராணியார் இதன் அழகில் மயங்கி இந்த ஆபரணத்தை இங்கிலாந்து கொண்டு சென்றாராம். நல்லவேளையாக பிரிட்டிஷ் கஜானாவிற்குச் செல்லாமல் இது திருப்பி அளிக்கப்பட்டுவிட்டது), குதிரை ரத்தின அங்கவடி, கண்டபேருண்ட பட்சிப் பதக்கம், ரத்தின சூரியகாந்திப்பூ, ரத்தின வெண்டயம், நாகர் ஒட்டியாணம், துரைப் பதக்கம், சங்கு சக்கரப் பதக்கம், ரத்தினச் செங்கோல் (இன்றும் மீனாக்ஷி அம்மன் பட்டாபிஷேகத்தில் இந்தச் செங்கோலே அணிவிக்கப்படுகிறது), பள்ளியறைக் காளாஞ்சி, சொர்ண கும்பா, பவளக்கொடி மாலை ஆகியவை திருமலை நாயக்கர் செய்துகொடுத்த ஆபரணங்களில் சில.

திருப்பணிகளும் திருவிழாக்களும்

விஸ்வநாத நாயக்கர் காலத்திலிருந்து மதுரைக்கோவிலில் அதன் இடிபாடுகளைச் செப்பனிடும் பணிகளும் சிறிய திருப்பணிகளும் நடந்து வந்தாலும், கோவில் திருப்பணிகள் அதிகமான அளவில் நடந்தது திருமலை நாயக்கரின் காலத்தில்தான். அவர் செய்த

பணிகளைப் பற்றி திருப்பணி மாலை பின்வருமாறு பட்டியலிடுகிறது.

தாணிபுகழ் மேருகிரி பலவுரு வெடுத்து நற்
சந்நிதா னத்தில்வந்து
தவமுற்ற தென்ன நூற் றிருபத்து நாலுகா
றன்னிலே யெந்தநாளும்

திரமான புதுமையா மண்டபங் கட்டியே
சித்திரமு மெழுதியந்தச்
செய்யமண் டபமணியு மாலையென விருபாற்
சிறந்தமண் டபமியற்றிக்

குரவார் கருங்குழ லங்கயற் கண்ணம்மை
கொன்றையணி சொக்கேசனார்
கூடிவிளை யாடியும் வசந்தமெனும் நல்விழாக்
கொண்டருள வேசெய்தனன்

பாராச சேகரன் பரராச பூஷணன்
பரராச ராசதிலகன் பாராசர்
பணிமுத்து க்ருஷ்ணப்ப பூபனருள்
பாலதிரு மலைபூபனே.

மதுரையில் கோடைக்காலம் தோறும் வசந்த விழா நடைபெறும். அந்த விழா நடைபெறுவதற்கு உகந்த மண்டபம் கோவிலில் இல்லை என்பதைக் கண்ட திருமலை நாயக்கர், கிழக்கு கோபுர வாசலுக்கு எதிராக வசந்த மண்டபம் ஒன்றைக் கட்டினார். அது புது மண்டபம் என்ற பெயரில் இப்போது அழைக்கப்படுகிறது.

தம்முடைய சிற்பம் உட்பட, நாயக்க மன்னர்களுடைய சிற்பங்களை அந்த மண்டபத் தூண்களில் வடிக்கச் செய்தார் திருமலை மன்னர். அது தவிர புராண, இதிகாசங்களிலிருந்து பல தெய்வ உருவங்களையும் அங்கே சித்திரங்களாகவும் சிலை களாகவும் வடிக்கச் செய்தார். அருமையான சிற்பங்களோடு கூடிய இந்த மண்டபத்தைச் சுற்றிலும் அகழி போன்ற பாதையை வெட்டி அது முழுவதும் நீர் நிரப்பச் செய்து, வசந்த விழாவின் போது மீனாக்ஷி அம்மனையும் சுந்தரேஸ்வரரையும் அங்கு எழுந்தருளச் செய்தார் திருமலை நாயக்கர். இது தொடங்கி பல திருப்பணிகளில் திருமலை நாயக்கருக்கு வழிகாட்டியவர் ஸ்ரீ நீலகண்ட தீட்சிதர்.

நீலகண்ட தீட்சிதர்

காஞ்சிபுரத்திற்கு அருகே உள்ள ஒரு கிராமத்தில் பிறந்தவர் நீலகண்ட தீட்சிதர். மஹான் அப்பைய தீட்சிதரின் சகோதரரின் மகன் இவர். தன்னுடைய பெரிய பாட்டனாரிடம் கல்வி பயின்று சமஸ்கிருதத்தில் பெரும் புலமை பெற்று விளங்கினார் தீட்சிதர்.

தன்னுடைய பாட்டனாரின் ஆசியைப் பெற்று மதுரை வந்த நீலகண்ட தீட்சிதர், மீனாக்ஷி அம்மன் கோவிலில் தேவி மஹாத்மியத்தை உபன்யாசம் செய்துகொண்டிருந்தார். அப்போது அங்கு வந்த திருமலை நாயக்கர், நீலகண்ட தீட்சிதரின் புலமையைக் கண்டு மகிழ்ந்து தன்னுடைய அவையில் அவரை அமைச்சராக நியமித்தது மட்டுமின்றி, அவரையே தன்னுடைய குருவாகவும் ஏற்றுக்கொண்டார். மதுரையில் சோமசுந்தரப் பெருமான் நிகழ்த்திய திருவிளையாடல்களை 'சிவலீலா வர்ணம்' என்ற பெயரில் ஒரு பெரும் காவியமாக இயற்றினார் நீலகண்ட தீட்சிதர்.

புதுமண்டபம் கட்டும்போது அங்கே ஏகபாத மூர்த்தியின் சிலையை நிறுவ சிலர் எதிர்ப்புத் தெரிவித்தபோது ஆகமங்களைச் சுட்டிக் காட்டி, ஆகம விதிப்படி ஏகபாத மூர்த்தியை பிரதிஷ்டை செய்வது சரியே என்றும் நிரூபித்தவர் தீட்சிதர். இவரை பற்றிய சுவையான கர்ண பரம்பரைக் கதை ஒன்று சொல்லப்பட்டு வருகிறது. அதைப் பின்னால் பார்ப்போம்.

பிற்காலத்தில் அமைச்சர் பதவியை விட்டுச் செல்ல நீலகண்ட தீட்சிதர் முடிவு செய்தபோது, திருமலை நாயக்கர் தாமிரபரணி நதிக்கரையில் பாலமடை என்ற ஊரை அவருக்குத் தானமாகக் கொடுத்தார். அங்கேயே தனது மீதி வாழ்நாளைக் கழித்தார் தீட்சிதர்.

மதுரைக் கோவில் திருப்பணிகள்

திருமலை நாயக்கர் செய்த மேலும் சில திருப்பணிகளைப் பற்றிச் சொல்லும் திருப்பணி மாலை...

முனைவேல் விழியங் கயற்கண்ணி சந்நிதி முன்மடத்து
ளனைவோர்க்கு மன்னமுந் தோழியம் மாட னறைக்குமது
தினமே தினியில் நடக்கும் படிக்கீத் திசையுங்கொண்டான்
புனவேலி தந்தனன் கச்சித் திருமலை பூபதியே.

சங்கா ரெங்கள் மதுரா புரிச்சொக்கர் சந்நிதியிற்
பொங்கு கொடிக்கம்ப மாபலி பீடம்பொன் பூசுவித்தான்

செங்கம லத்திரு வாழ்முத்து க்ருஷ்ணப்பன் செல்வனெங்கும்
பொங்கி வளர்ந்த புகழான் திருமலை பூபதியே.

நன்னுத லங்கயற் கண்ணி தனக்கு நலம்பெறவே
யுன்னத மாகுங் கொடிக்கம்ப மாபலி பீடமுடன்
சொன்ன மளித்துப்பொன் பூசுவித் தான்சுக போகனெங்கள்
மன்னன் திருமலை பூபன் மதுரை வரோதயனே

சொக்கநாதர் சன்னதியிலும் மீனாட்சி அம்மன் சன்னதியிலும் கொடிமரத்தைச் செப்பனிட்டு அதைத் தங்கத்தால் பூசச் செய்தார். அருகே பலிபீடங்களைச் செய்து வைத்தார். மீனாட்சி அம்மன் சன்னதிக்கு முன்பாக உள்ள ஆறுகால் பீடத்தை அடுத்த பிரகாரத்தை முழுவதுமாகத் திருப்பணி செய்தார். இரு சன்னதிகளிலும் உள்ள துவாரபாலகர்களின் சிற்பங்களை செப்புச் சிலைகளாகச் செய்வித்தார். அஷ்டசக்தி மண்டபத்தை அம்மன் சன்னதிக்கு முன்பாகக் கட்டி அதில் தன்னுடைய தேவியர்களின் உருவங் களையும் வைத்தார்.

மீனாட்சி அம்மனின் கோவிலின் உள்ளே தெற்குக் கோபுர வாசல் வழியாகச் செல்லும்போது கிளி மண்டபம் என்று ஒன்று இருக்கிறது. அதன் அருகில் உள்ள மண்டபம் முன்பு கரியமாணிக்கப் பெருமாள் சன்னதிக்கு அருகே இருந்தது. சுல்தானிய ஆட்சியின்போது அந்த மண்டபம் சிதைக்கப்படது. அதன் பகுதிகளை எடுத்து வந்து அம்மன் சன்னதிக்கு அருகே மீண்டும் கட்டினார் திருமலை நாயக்கர். சங்கிலி மண்டபம் என்று அது அழைக்கப்படுகிறது. அதன் தூண்களில் உள்ள அனுமார், பாண்டவர்களின் சிறபங்கள் அது முன்பு கரியமாணிக்கப் பெருமாள் கோவில் அருகில் இருந்ததற்கான சாட்சியங்களாகும்.

இந்தக் கட்டடங்களை எல்லாம் திருமலை மன்னர் எப்படிச் செப்பனிட்டார் என்பதையும் ஒரு திருப்பணி மாலைப் பாடல் சொல்கிறது.

உரக்கவெகு ரொக்கம் கொடுத்துப் படங்குதூண்
    உத்திரம் முதல்பழங்கல்
ஒடிந்தன பிடுங்கிநவ மாய்அமைத் துக்காரை
    யோடுசீ ரணம் அகற்றி
அரைத்தகண் ணாம்பைவெல் லச்சாறு விட்டுநன்
    றாய்க்குழைத் துச்செங்கலும்
அடுக்காப் பரப்பிக் கடுக்காயொ(டு) ஆமலகம்

அரியதான் றிக்காய்உழுந்(து)
ஒருக்கால் இருக்கால் இடித்துநன் னீரினில்
ஊறிய கடுஞ்சாறுவிட்(டு)
ஊழிக்கா லங்களினும் அசையாத வச்சிரக்
காரைவிட் டோங்கும் அம்மை
சிரக்காலம் வாழவே மீனாட்சி கோயிலும்
செப்பமிடு வித்துநன்றாய்ச்
செய்வித்த புண்ணியம் சதகோடி புண்ணியம்
திருமலை மகீபனுக்கே

சிதிலமான பகுதிகளும் உத்திரங்களும் பழங்கற்களும் முதலில் அப்புறப் படுத்தப்பட்டது. அதன்பின் நன்றாக சுண்ணாம்பை அரைத்து அதில் வெல்லச்சாற்றை விட்டுக் குழைத்து கடுஞ்சாறு தயார் செய்யப்பட்டது. பிறகு செங்கற்களை அடுக்காகப் பரப்பி, கடுக்காய், நெல்லிக்காய், தான்றிக்காய், உழுந்து ஆகியவற்றை இரண்டு தடவை இடித்து அதில் நல்ல நீரில் ஊறிய கடுஞ்சாற்றையும் ஊழி வந்தாலும் அசையாத வஜ்ஜிரத்தையும் விட்டுப் பிசைந்து, அந்தப் பசையை வைத்து கோவில் மண்டபங்களைச் செப்பனிடச் செய்தார் திருமலை மன்னர். அவருக்கு சதகோடி புண்ணியம் உண்டாகுக என்கிறது இந்தப் பாடல். அப்படிக் கட்டப்பட்ட மண்டபங்கள் இன்றுவரை உறுதியாக நிற்கின்றன.

இவற்றைத் தவிர, தனக்காக ஒரு பெரும் அரண்மனை ஒன்றைக் கட்டத்தொடங்கினார் திருமலை நாயக்கர். அதற்காக மண் தோண்டிய இடத்தைக் குளமாக வெட்டி, அதில் மீனாட்சி அம்மனின் தெப்பத் திருவிழாவை தன்னுடைய பிறந்த தினமான தைப்பூச நாளில் கொண்டாடச் செய்தார். அங்கே மண் தோண்டும் போது கிடைத்த விநாயகர் சிலையை, முக்குறுணி விநாயகர் என்ற பெயரோடு மதுரைக் கோவிலில் பிரதிஷ்டை செய்தார் அவர்.

மீனாட்சி அம்மன் கோவிலைத் தவிர அதன் உப கோவில்களாக இருந்த திருப்பரங்குன்றத்திலும் அழகர் கோவிலிலும் பல திருப்பணிகளைச் செய்தார் நாயக்கர். திருப்பரங்குன்றம் கோவிலில் உள்ள ஆஸ்தான மண்டபம் அவர் காலத்தில் கட்டப்பட்டதுதான். கோவிலில் முருகன் சன்னதிக்கு முன்பு உள்ள தூணில் தன் இரு தேவியரோடு தான் இருக்கும் சிலையை வைக்கச் செய்தார். போலவே அழகர் கோவிலிலும் பல மண்டபங்களைச் செப்பனிட்டுக் கட்டினார் திருமலை மன்னர்.

சித்திரைத் திருவிழா

திருமலை நாயக்கர் மதுரைக் கோவிலுக்குச் செய்த பணிகளில் முக்கியமான ஒன்று, சுவாமி தேரையும் அம்மன் தேரையும் புதிதாகச் செய்துவைத்தது. பிரம்மாண்டமான தேர்களைச் செய்து வைத்த திருமலை நாயக்கருக்கு அதில் ஒரு பிரச்சனை வந்தது.

தேர்கள் இரண்டும் பெரிதாக இருந்ததால் அவற்றை இழுக்க அதிக ஆட்கள் தேவைப்பட்டனர். மதுரையில் அக்காலத்தில் தேர்த் திருவிழா மாசி மாதம் நடைபெற்று வந்தது. மதுரைக் கோவிலைச் சுற்றியுள்ள தெருக்களுக்கு, திருவிழா நடைபெறும் மாதங்களில் சுவாமி சுற்றி வருவதைப் பொருத்து அவற்றின் பெயர்கள் வைக்கப்பட்டிருந்தன. உதாரணமாக ஆவணி மூலத் திருவிழா நடைபெறும்போது ஆவணி மூல வீதிகளில் சுவாமி சுற்றி வரும். போலவே மாசி மாதம் மாசி வீதிகளில் திருத்தேர்கள் வலம் வரும்.

மாசி மாதம் அறுவடைக் காலமாக இருந்ததால், பக்கத்து கிராமங்களிலிருந்து அதிக அளவு ஆட்கள், அதிலும் தேரை இழுக்கக்கூடிய ஆட்கள், திருவிழாவிற்கு வரவில்லை. இந்தச் சிக்கலை எப்படிச் சமாளிப்பது என்று தன்னுடைய குருவான நீலகண்ட தீட்சிதருடன் சேர்ந்து ஆலோசித்தார் திருமலை நாயக்கர்.

மதுரைக்கு அருகில் உள்ள அழகர் கோவிலில் கொண்டாடப்படும் விழாக்களில் சித்திரா பௌர்ணமித் திருவிழா முக்கியமானதாகும். சித்திரை மாதம் பௌர்ணமி அன்று மண்டூக மகரிஷி என்ற தவளை வடிவில் இருந்த முனிவர் ஒருவருக்கு கள்ளழகர், வைகை ஆற்றில் சாப விமோசனம் அளிக்கும் நிகழ்வு நடந்து வந்தது. அந்த விழாவுக்காக, அழகர் பெருமான் மலையிலிருந்து புறப்பட்டு வைகை ஆற்றங்கரையில் இருந்த தேனூர் என்ற இடத்திற்கு வருகை தருவார். சித்திரா பௌர்ணமி தினத்தன்று அக்கம் பக்கத்து கிராமத்திலுள்ள மக்கள் அனைவரும் கூடி அந்த நிகழ்ச்சியைக் கண்டு களிப்பார்கள்.

இதைப் பார்த்த திருமலை நாயக்கர், அந்தக் கூட்டத்தை மதுரைத் தேர்த்திருவிழாவிற்குப் பயன்படுத்தத் திட்டமிட்டார். மாசியிலிருந்து சித்திரைக்குத் தேர்த்திருவிழாவை மாற்றினார். பங்குனி உத்திரத்தில் கொண்டாடப்பட்டு வந்த மீனாட்சி அம்மன் திருக்கல்யாணத்தையும் சித்திரைக்கு மாற்றினார். தேனூர் சென்று கொண்டிருந்த அழகரை, மதுரையின் எல்லைக்கு வரவழைத்து வைகையாற்றில் இறங்க வைத்தார். தேனூர் மக்கள் இதை

ஆட்சேபிக்காமல் இருக்க, மதுரை வைகை ஆற்றங்கரையில் அவர்களுக்கு ஒரு மண்டபம் கட்டிக்கொடுத்தார். அந்த மண்டபத்தில் மண்டூக மகரிஷிக்கு சாப விமோசனம் கொடுக்கும் நிகழ்வை நடத்தச் செய்தார்.

இது போதாதென்று, திருப்பரங்குன்றத்திலிருந்து முருகப் பெருமானையும் திருக்கல்யாண நிகழ்ச்சிக்காக மதுரை வரச் செய்தார். அவரோடு கோவிலில் தனிச்சன்னதியாக உள்ள பவளக் கனிவாய்ப் பெருமாளும் மதுரை வருவார். அவரை வைத்தே மீனாட்சி அம்மனுக்கு திருக்கல்யாணத்தின்போது தாரை வார்க்கும் வைபவத்தை நடத்தச் செய்தார் நாயக்கர். அப்படி முருகனும் பெருமாளும் மதுரை வரும்போது அந்த ஊரில் உள்ள ஆட்களையும் அழைத்து வந்தனர்.

இப்படி மதுரை வரும் அக்கம் பக்கத்து ஊர் மக்களெல்லாம் சித்திரைத் திருவிழாவிற்கு திருக்கல்யாண நாளன்றே வந்து அம்மனின் கல்யாண வைபவத்தைக் கண்டு களித்துவிட்டு அடுத்த நாள் தேர்த்திருவிழாவிலும் பங்கு பெற்றனர். அடுத்த நாளில் மதுரை வரும் அழகரை வரவேற்று எதிர்சேவை நிகழ்ச்சியை நடத்திவிட்டு, அழகர் மறுபடியும் மலைக்குச் செல்லும் வரை மதுரையிலேயே தங்கியிருந்தனர். இதன் மூலம் சித்திரைத் திருவிழாவை ஒரு பெரும் விழாவாக மாற்றிய பெருமை திருமலை நாயக்கரையே சேரும்.

சித்திரைத் திருவிழாவில் மீனாட்சியம்மையின் பட்டாபிஷேக விழா என்பது முக்கியமான நிகழ்வு. அந்நாளில் மதுரை அரசியாக முடிசூடும் மீனாட்சி அம்மனிடமிருந்து செங்கோலைப் பெற்று அம்மனின் பிரதிநிதியாக நாயக்கர்கள் ஆளுவது ஐதீகம் என்பதை முன்னரே பார்த்தோம். அந்த நிகழ்ச்சியை பெரும் தடபுடலுடன் நடத்திக் காட்டினார் திருமலை நாயக்கர். திருக்கோவிலின் ஸ்ரீதள புத்தகம் அதைப்பற்றி பின்வருமாறு விவரிக்கிறது.

> துரைகள் செங்கோல் வாங்குகிறபோது நடக்கிற சட்டம் எப்படியானால் சகாத்தம் 1544-க்கு மேற் செல்லாநின்ற துந்துபி வருடம் வரைக்கும் செங்கோலை மூலஸ்தானத்தில சாத்துவித்துத் துரைகள் வாங்கி வருவார்கள். அப்பால் திருமலை சவுரி அய்யன் நாளையில் ஸ்தலம் பிரபலமாகி உற்சவங்களும் உண்டுபண்ணி வைத்ததன் பேரில் சித்திரை மாதம் எட்டாம் திருநாள் காலமே ஸ்தானீகாள் இருவகைப் பட்டமாரும் ராஜா சமூகத்தில் அறியப் பண்ணுவிக்கிறது. உடனே துரையவர்கள்

(திருமலை நாயக்கர்) ஸ்நானபானம் பண்ணி ஆசாரமாய் உபவாசமிருந்து, தீபம் வைத்தவுடனே சுவாமிக்கு அலங்காரமாகி அம்மன் கோவில் ஆறுகால் பீடம் அலங்காரம் பண்ணி அந்த மண்டபத்தில் ரத்தின சிம்மாசனத்தில் எழுந்தருளப் பண்ணுவித்து, அநேக தீவட்டிகள். ஆடல் சோபிதமாய் பட்டாபிஷேகத்துச் சுவர்ண கும்பத்தில் திருமஞ்சனம் அனந்தகுண சதாசிவ பட்டர் விதிப்படி மந்திர கர்மங்கள் நடப்பிப்பார்கள்.

ஸ்தானீகாள் ஏழுபேரும் கருவூலம் ஆபரணப் பெட்டியைத் திறந்து, பட்டாபிஷேக கிரீடமும், செங்கோலும், கெட்டி முதலிவகை தற்புருஷதேவமுதலி தெவமுதலிக்கு ஒருவர் மகர முத்திரையும், ஒருவர் மகரக் கொடியும், விழுப்பாத ராயனுக்குப் பெரிய பொன்னெழுத்தாணியும், பாண்டி நாட்டு முதலியாருக்கு ரிஷப முத்திரையும், கேசவ தீக்ஷதரய்யருக்கு நாகர முத்திரையும், இவ்வளவும் திருவாபரணத் தட்டிலே எடுப்பிவித்துக் கொண்டு, ஸ்தானீகாள் சங்கீத மேளத்துடனே வருகிறது. வந்தவுடனே அம்மன் சமட்சமத்திலே (அருகில்) வைத்து, நம்பியார் பூசை பண்ணி, உடனே பட்டாபிஷேகமும் நடந்து, இருவகைப் பட்டமாரும் கிரீடமும் செங்கோலும் சாத்துவித்து, நெய்வேதனமுமாகி இருக்கும். உடனே கட்டியக் காரரைக் சமயம் வரலாமென்று ஏவி சுவாமியிடத்தில் அறியப்பண்ணுவித்த மாத்திரத்தில் அவுதா அம்பாரி பண்ணியிருக்கிற பட்டத்து ஆனையின்மேலேறிக் கொண்டு, அலங்காரம் எழுபத்திரண்டு பாளையப்பட்டுத் துரை மக்களும் அவரவர் விருதுகளுடனே சனங்களுடனே ஆயுதபாணிகளாய்ப் பதினெட்டு வகை மேள வாத்தியங்களுடனே அநேக தீவட்டி, பகல் வத்தியுடனே வாணவித்தைகள், நாடகசாலைப் பெண்கள் கேளிக்கையுடனே துரையவர்கள் செங்கோல் வாங்கக் கோயிலுக்கு வருகிற வைபவம் எழுதி முடியாது.

உடனே கோவில் வாசலில் வந்து யானையை விட்டிறங்கிச் சகல சம்ப்ரமத்துடன் ஆறுகால் பீடம் வந்து சேர்வார்கள். அங்கு அம்மனுக்குச் சோடச உபசார தீபாராதனை நடக்கும். தெரிசனமானவுடனே இருவகைப் பட்டமாரும் விபூதி முதலான பிரசாதம் கொடுத்து, சுவாமிக்குச் சாத்தியிருக்கிற நிலை மாலையும் இரட்டைமாலையும் எடுத்து, துரைக்கும் சமர்ப்பித்து, சாதராப் பரிவட்டம், இரட்டைப் பரிவட்டம் கட்டிச் செங்கோலையும் எடுத்துக் கையில் கொடுப்பார்கள். பின்னர்

ஸ்தானீகாள் முதலான ஏழு பேருக்கும் சந்நிதானத்தில் விபூதிப் பிரசாதம் சந்தனம் கொடுத்து, அவரவர் முத்திரைகளை எடுத்து இருவகைப் பட்டமாரும் அவரவரிடத்தில் கொடுப்பார்கள். அவரவர் அதை வாங்கிக்கொண்டு துரையுடனே சந்நிதி வாசலுக்கு வந்து, உடனே துரையை யானை மேற்கொண்டு, பட்டணப் பிரவேசம் வருவார்கள். ஸ்தானீகாள் பட்டமார் இரண்டு பேர்கள் பல்லக்கிலும், மற்ற அஞ்சு நிர்வாகிகள் குதிரை, சுருட்டியிலும் ஏறிக்கொண்டு துரையுடன் கூடவே பட்டணப் பிரவேசம் வருவார்கள். சுவாமி கோவில் ஆறுகால் பீடத்தில் எழுந்தருளியிருக்கிற இளையநயினாரையும் வீதிக்கு எழுந்தருளப் பண்ணி சேத்தியில் எழுந்தருளி அபிஷேகம், நெய்வேதனம், தீபாராதனைகளாகிப் பல்லக்குச் சொக்கர் எழுந்தருளி, கோவில் பீகமுத்திரை (கதவுகளை மூடி முத்திரையிடல்) ஆகும்.

சகல சம்பிரமத்துடனே கும்பலாகப் பட்டணப் பிரவேசம் வந்து, அரண்மனையில் ஆஸ்தான மண்டபம் போய்ச் சேர்வார்கள். ஆஸ்தான மண்டபம் அநேக விதமாய்ச் சிங்காரித்து நடுவே சிங்காசனம் போட்டிருக்கும். அதிலே செங்கோலை எழுந்தருளப் பண்ணித் தாமும் கிட்ட இருப்பார்கள். ஸ்தானீகாளுக்குச் சமீபத்தில் இருக்கச் சொல்லி உத்தரவாகும். செங்கோலுக்கு நெய்வேதனம், தீபாராதனை நடக்கும். பிரதானி தளவாய் முதலான பாளையக்காரத் துரைமக்கள், சீமையார் சகல சகலத் தீராளும் துரைக்குக் காணிக்கை கொடுத்துக் கண்டு கொள்வார்கள். அது நடந்ததின்பேரில் முன்னமே சதாசிவப் பட்டர், மாளுவ சக்ரவர்த்திகள் இரண்டு பேருக்கும் சாதிராவும் கடயமும் வெகுமதியாகும். மற்ற அஞ்சு நிருவாகிகளுக்கும் சால்வையும் கடுக்கனாவது கண்டாபரணமாவது வெகுமதி செய்வார்கள். மற்றப் பரிசனங்களுக்கெல்லாம் அவரவருக்கு உண்டான சட்டத்தின்படி வெகுமதி நடக்கும்.

ஸ்தலத்தார் பரிசனங்களைச் சுவாமி காரியம் பாருங்கள் என்பதாய்க் கோவிலுக்குப் போய்வரச் சொல்லி உத்தரவாகும். அப்பால் அரண்மனையைச் சார்ந்த பிரபுக்கள் பாளையக்காரர் குலாங்கிஷங்களுக்கெல்லாம் வெகுமதி நடப்புவித்துச் சரிவத்திராளையும் விடுதிக்குப் போகச் சொல்லி உத்தரவு செய்துபோட்டுத் துரை அந்தப்புரத்துக்கு எழுந்தருள்வார். செங்கோல் ஆஸ்தான மண்டபத்தில் சிங்காசனத்தில் இருக்கும். மறுநாள் காலமே புனற்பூசை பண்ணிச் செங்கோல் கோவிலுக்கு

வந்து சேரும். இந்தப் படிக்கான வைபவங்களில் சித்திரை மாதத்தில் நாச்சியாருக்கு பட்டாபிஷேகம் நடக்கும்.

மேற்கண்டவற்றிலிருந்து பட்டாபிஷேக விழாவைத் திருமலை நாயக்கர் எவ்வளவு விமரிசையாக நடத்தியிருக்கிறார் என்பதைத் தெரிந்து கொள்ளலாம். இன்றும் அம்மனின் பட்டாபிஷேக வைபவம் அதே ஆறுகால் பீடத்திலேதான் நடக்கிறது.

சித்திரைத் திருவிழாவை மட்டுமல்லாமல், சுந்தரேஸ்வரரின் திருவிளையாடல்களைக் கொண்டாடும் விதத்தில் ஆவணி மூலத் திருநாளையும் உருவாக்கியவர் திருமலை நாயக்கர் தான். சித்திரையின்போது அம்மனுக்குப் பட்டாபிஷேகம் நடப்பது போல, ஆவணியில் சுவாமிக்குப் பட்டாபிஷேகம் நடக்கும். நரியைப் பரியாக்கியது, பிட்டுக்கு மண் சுமந்தது, விறகு விற்றது போன்ற பல திருவிளையாடல்கள் ஆவணி மூலத் திருநாளில் நடக்கும். இது போலவே மாதத்திற்கு ஒன்று என்று மதுரையை விழா நகராக ஆக்கிய பெருமை திருமலை நாயக்கருக்கு உண்டு. இவை அத்தனையையும் ஆகம விதிகளை மீறாமல் அவர் செய்தது குறிப்பிடத்தக்கது.

இந்தத் திருவிழாக்களுக்கெல்லாம் தகுந்த நிவந்தங்களையும் நிலக்கொடைகளையும் அளித்து அவற்றிற்கான கட்டளைகளைத் தனித்தனியாக ஏற்படுத்தி வைத்தார் திருமலை மன்னர். தனது நிர்வாகத்திலிருந்த கோவிலை, பூவணநாத பண்டாரம் என்பவரின் பெயருக்கு மாற்றி அவரையே மேற்படித் திருவிழாக்களையும் கட்டளைகளையும் மேற்பாற்வையிட நியமித்தார் நாயக்கர்.

கலை

மதுரைக்குத் தன் தலைநகரை மாற்றியவுடன் திருமலை நாயக்கர் தனக்கென ஒரு பெரும் அரண்மனையைக் கட்டத்தொடங்கினார். மதுரையில் கிழக்கு வெளி வீதிக்கும் தெற்கு மாசி வீதிக்கும் இடையில் அமைந்திருந்த இந்த பிரம்மாண்டமான அரண்மனை, தற்போது அதன் பல பகுதிகள் இடிக்கப்பட்டு விட்டதால், வடக்கு வெளி வீதியை அடுத்து அதன் நான்கில் ஒரு பகுதியாகச் சுருங்கிக் காணப்படுகிறது. இந்த அரண்மனையை பொயு 1636ம் ஆண்டு திருமலை மன்னர் கட்டி முடித்தார். தமிழக மன்னர்கள் எழுப்பிய அரண்மனைகளின் தனிச்சிறப்போடு எஞ்சி நிற்பது திருமலை நாயக்கர் மஹால் என்று அழைக்கப்படும் இந்த அரண்மனையே ஆகும்.

அமைப்பு

அரண்மனையில் சொர்க்க விலாசம், ரங்க விலாசம் என்ற இரு பகுதிகள் இருந்தன. தற்போது உள்ளது சொர்க்க விலாசத்தின் ஒரு பகுதியே ஆகும். இந்த இரண்டு பகுதிகளைத் தவிர பல்லக்கு முதலான வாகனங்கள் வைக்கும் இடம், பெரிய பூஜை அறை, அரியணை மண்டபம், தேவியரின் அந்தப்புரம், நாடக அரங்கம், , இசைக்கருவிகள் இசைக்கப்படும் இடம், பணியாளர்கள் வசிக்கும் பகுதி, குளங்கள், நந்தவனம் என்று பல்வேறு பகுதிகள் இருந்தன. திருமலை நாயக்கர் சொர்க்க விலாசத்திலும் அவருடைய சகோதரர் ரங்க விலாசத்திலும் வசித்தனர். இந்த அரண்மனையைப்பற்றி டெய்லர் பாதிரியார் தன்னுடைய கடிதத்தில் விவரித்திருக்கிறார்.

சொர்க்க விலாசம்

தற்போது சொர்க்க விலாசத்தில் உள்ள நுழைவாயில் அரண்மனையின் நுழைவாயில் அல்ல. அது வடக்கு நோக்கி அமைக்கப்பட்டிருந்தது. சொர்க்க விலாசத்தின் உள்ளே நுழைந்ததும் ஒரு பெரிய முற்றம் காணப்படுகிறது. அதைச் சுற்றி உயரமான தூண்கள் கொண்ட கட்டடப்பகுதி உள்ளது. முற்றத்தின் வடக்கிலும் தெற்கிலும் சாலை எனப்படும் கட்டடங்கள் இருக்கின்றன.

பெரும் தூண்களும் அருமையான சுதை வேலைப்பாடுகளோடு கூடிய சிற்பங்களும் மேலே விமானங்களும் நிறைந்த கலைக் கூடமாகக் காட்சியளிப்பது சொர்க்க விலாசம். இதன் மேலிருந்த ஸ்தூபிகள் தங்கத்தால் அலங்கரிக்கப்பட்டிருந்தன. அரண்மனை வளாகத்தின் நடுவில் கல் பீடம் ஒன்று அமைக்கப்பட்டிருந்தது. அதில் யானைத்தந்ததாலான அருமையான வேலைப்பாடுகள் கொண்ட ஒரு மண்டபம் ஒன்று இருந்தது. அதன் நடுவே ரத்தினங்களால் அமைந்த சிம்மாசனம் ஒன்றில் அமர்ந்து திருமலை நாயக்கர் தன் சபையை நடத்துவது வழக்கம்.

சென்ற பகுதியில் பார்த்த பட்டாபிஷேக விழாவின்போது, செங்கோலை மீனாட்சி அம்மனிடமிருந்து பெற்று அதை ஊர்வலமாக எடுத்துவந்து இந்த சிம்மாசனத்தில் அமர்த்தி அதற்குச் சிறப்பு வழிபாடுகளைச் செய்வார் திருமலை மன்னர். அந்த நாள் மட்டும் செங்கோல் அரியணையில் இருக்க திருமலை நாயக்கர் கீழே அமர்வது மரபு. அம்மனின் பிரதிநிதியாக தான் நாட்டை ஆள்வதாக நாயக்க மன்னர்கள் செய்துகொண்ட பிரதிக்ஞையின் குறியீடு இது.

திருமலை நாயக்கரின் அரண்மனை, தாமஸ் டேனியல் ஓவியம், 1798

திருமலை நாயக்கரின் அரண்மனை, பழைய தோற்றம் - 19ம் நூற்றாண்டு

திருமலை நாயக்கர் மஹால்

சொர்க்க விலாசத்தில் நடைபெறும் இன்னொரு பெரிய விழா நவராத்திரித் திருவிழா. மதுரைக் கோவிலில் நடைபெறுவது போலவே தனது அரண்மனையிலும் நவராத்திரியை வாண வேடிக்கைகளுடனும் இசை நாட்டிய நிகழ்ச்சிகளுடனும் திருமலை மன்னர் கொண்டாடுவார். விஜயநகர அரசர்களைப் பின்பற்றி, விஜயதசமி அன்று அவர் தன்னுடைய அரியணையில் கொலு வீற்றிருந்து பாளையக்காரர்கள் செலுத்தும் திறையை அவர் பெற்றுக்கொள்வார்.

சொர்க்க விலாசத்தின் மேற்கில் அந்தப்புரம் இருந்தது. அங்கிருந்த இரு அறைகளில் தற்போது ஓர் அறையின் பகுதியே மிஞ்சி இருக்கிறது. அங்கே கருங்கல் தூண்கள் கொண்ட மண்டபம் ஒன்று உள்ளது. அங்கு அமர்ந்துதான் பட்டமகிஷிகளும் மற்ற ராணிகளும் இசை, நடனம் போன்ற நிகழ்வுகளைக் கண்டு களிப்பார்கள். அதன் மூலையில் மேல் வளாகத்திற்குச் செல்லும் படிகள் உள்ளன. அதன் வழியாக மேலே சென்று மக்களுக்கு திருமலை நாயக்கர் தரிசனம் அளிப்பது வழக்கம்.

அந்தப்புரத்தின் மேற்கில் ஆயுதசாலை இருந்தது. அதற்கு வடக்கில் மல்யுத்தம், ஆட்டுக்கிடா சண்டை போன்றவை நடக்கும் முற்றம் இருந்தது. திருமலை நாயக்கர் ஒரு சிறந்த மல்யுத்த வீரர். இந்த இடத்தில்தான் அவர் தனது மல்யுத்தப் பயிற்சிகளை மேற்கொள்வார். ஆயுதசாலையின் மேற்கில் திருமலை நாயக்கரின் உறவினர்கள் வசித்த அறைகள் இருந்தன.

சொர்க்க விலாசத்தின் மேற்குப் பகுதியில் கிழக்கு மேற்காக நீளமாகவும் அழகு வாய்ந்ததாகவும் உள்ள பகுதி நாடகசாலை ஆகும். இதன் நடுப்பகுதி தாழ்ந்தும் மற்ற இரு பகுதிகள் உயர்ந்தும் தற்கால Amphitheater போல அமைந்துள்ளது. இதன் தூண்களிலும் மேல் விதானங்களிலும் அழகிய சுதைச் சிற்பங்கள் காணப் படுகின்றன. மாலை நேரங்களில் திருமலை மன்னர் தனது தேவியர்களுடன் இங்கே வந்து இந்த இடத்தில் நடைபெறும் பல்வேறு விதமான கூத்துகளைக் காண்பது வழக்கம். இதன் அருகிலும் மேல் மாடத்திற்குச் செல்லும் படிகள் உள்ளன. நாடகசாலையின் மேற்கே வசந்தவாவி என்ற நீர்த்தடாகம் இருந்தது. இதன் வடகிழக்கில் கருங்கல் தூண்கள் நிறைந்த கோவில் ஒன்று அமைந்திருந்தது. அன்னை ராஜராஜேஸ்வரியின் கோவில் இது என்று கூறுவர். நவராத்திரி விழாவின்போது இந்த அம்மனுக்கு விசேஷ பூஜைகளும் அலங்காரங்களும் நடைபெறும். கோவிலின் முன் ஒரு சிறு குளமும் நந்தவனமும் இருந்தன.

ரங்க விலாசம்

சொர்க்க விலாசத்தை அடுத்து ரங்க விலாசம் என்ற அரண்மனை அமைந்திருந்தது. தற்போது அது முற்றிலும் இடிக்கப்பட்டு, பத்துத் தூண்கள் மட்டுமே அதன் சாட்சியாக எஞ்சியிருக்கின்றன. பத்துத் தூண் தெரு என்ற பெயரிலேயே அந்தத் தெரு தற்போது அழைக்கப்படுகிறது. இதுவும் சொர்க்க விலாசம் போன்ற அமைப்பைக் கொண்டிருந்தது என்று கருதலாம். இதன் மேற்கில் சந்திரிகை மேடை என்ற கட்டடம் இருந்தது. இதற்கான நுழைவாயில் தெற்கு மாசி வீதியில் இருந்தது. அங்கே காவல் வீரர்களின் கூடமும் ஆயுதச் சாலையும் இருந்திருக்கின்றன.

பத்துத் தூண்களின் கிழக்கில் சிறந்த வேலைப்பாடுகளுடன் கூடிய நுழைவாயில் இருந்தது. அதை அடுத்து பதினெட்டு வகையான இசைக்கருவிகள் இசைக்கும் கூடம் ஒன்று இருந்தது. அதற்கு நவ்பத்கானா என்று பெயர். பத்தொன்பதாம் நூற்றாண்டில் கூட சிதைந்த நிலையில் காணப்பட்ட அந்த இசைக்கூடம் பிற்பாடு இடிந்துபோயிற்று. அது இல்லாவிட்டாலும் அதன் நினைவாக இசைக்கூடம் இருந்த தெரு நவ்பத்கானா தெரு என்று அழைக்கப்படுகிறது.

சொர்க்க விலாசத்தையும் ரங்க விலாசத்தையும் அரண்மனையின் மற்ற பகுதிகளையும் சுற்றி உயரமான மதில் சுவர் எழுப்பப் பட்டிருந்தது. அதற்குப் பாரிமதில் என்று பெயர். சுமார் 900 அடி நீளமும் 660 அடி அகலமும் 40 அடி உயரமும் கொண்ட இந்த மதில் விழுந்துவிடும் நிலையில் இருந்ததால் 1837ம் ஆண்டு இடித்துத் தள்ளப்பட்டது. இந்த மதிலுக்கு வெளியே ஒரு பெரிய நந்தவனமும் அதன் நடுவில் ஒரு மண்டபமும் இருந்ததாம். அதில் திருமலை மன்னர் ஓய்வெடுப்பது வழக்கம்.

இவ்வளவு சிறப்புகள் நிறைந்த திருமலை நாயக்கரின் அரண்மனையை அவருடைய பெயரனான சொக்கநாத நாயக்கரே இடித்தார். மதுரையிலிருந்து திருச்சிக்குத் தலைநகரை மாற்றும் போது அப்படி இடித்த பொருட்களை அங்கே கொண்டு சென்று புதிதாக ஒரு அரண்மனை எழுப்ப முயன்ற அவரது முயற்சி வெற்றி பெறவில்லை. எழில்மிகுந்த இந்த அரண்மனை இடிபட்டதுதான் மிச்சம். அவர் இடித்ததுபோக மீதமிருந்த பகுதிகளில் பெருமளவு மழை வெள்ளத்தால் சேதமுற்றது. 1868ல் மெட்ராஸ் கவர்னராக இருந்த நேப்பியர் அரண்மனையின் பல பகுதிகளைப் புனரமைக்கத் தகுந்த ஏற்பாடுகளைச் செய்ததன் காரணமாகவே தற்போதுள்ள

பத்துத் தூண் சந்து

பகுதிகள் நமக்குக் கிடைத்தன. இரண்டு லட்சம் செலவில் அவர் அரண்மனையைப் புனரமைத்து 1872ம் ஆண்டு மீளுருவாக்கம் செய்தார். தற்போது இந்த அரண்மனை தமிழகத் தொல்லியல் துறையின் பொறுப்பில் உள்ளது. திருமலை நாயக்கர் மஹாலில் கவின் மிகு ஒலி ஒளிக் காட்சியை அமைத்து அக்கால வரலாற்றை தற்போதைய தலைமுறை காணச்செய்த பெருமை காலஞ்சென்ற வரலாற்று அறிஞர் திரு. நாகசாமி அவர்களையே சேரும்.

தெப்பக்குளம்

தனக்கு அரண்மனை கட்டிக்கொள்வதற்காக மண் தோண்டிய இடம் பெரும் பள்ளமாகி விட்டதால், அந்த இடத்தில் திருமலை நாயக்கர் தெப்பக்குளம் ஒன்றை அமைத்தார் என்று செவிவழிச் செய்தியாகக் கூறுவதுண்டு. ஆனால் அதற்கு எந்தவிதமான ஆதாரமும் இல்லை. அரண்மனை கட்டத்தொடங்கும்போதே தெப்பக்குளத்திற்கான பணிகளும் தொடங்கிவிட்டன. மீனாட்சி அம்மன் கோவிலுக்குச் சொந்தமான தெப்பக்குளம் எதுவும் இல்லாததைக் கண்ட திருமலை நாயக்கர், மதுரையின் கிழக்கே உள்ள வண்டியூர் என்ற இடத்தில் தெப்பக்குளம் ஒன்றைக் கட்டத்தொடங்கினார். டெய்லர் பாதிரியாரின் ஏசு சபைக் கடிதம் இது திருமலை நாயக்கரால் ஏற்படுத்தப்பட்டது என்ற செய்தியைத் தெரிவிக்கிறது.

இது தென்னிந்தியாவின் மிகப்பெரிய தெப்பக்குளங்களில் ஒன்று. திருமலை நாயக்கர் சமுத்திரம் என்று பெயர் வைக்கப்பட்ட இந்தக் குளம் வண்டியூரில் இருப்பதால் வண்டியூர்த் தெப்பக்குளம் என்றும் அதன் அருகில் மாரியம்மன் கோவில் ஒன்று இருப்பதால் மாரியம்மன் தெப்பக்குளம் என்றும் பேச்சுவழக்கில் அழைக்கப் படுகிறது. தெற்கு வடக்காக 304.8 மீட்டர் நீளமும் கிழக்கு மேற்காக 289.5 மீட்டர் அகலமும் 88258 சதுர மீட்டர் பரப்பளவையும் கொண்டது இந்தத் தெப்பக்குளம். குளத்தின் நடுவில் சிறந்த வேலைப்படுகள் நிறைந்த மண்டபம் ஒன்று உண்டு. அதன் நடுவில் விமானத்தோடு கூடிய ஒரு மண்டபமும் நான்கு மூலைகளில் சிறிய விமானங்களோடு கூடிய மண்டபங்களும் காட்சி தருகின்றன. நடுவில் உள்ள விமானத்தின் நிழல் மைய மண்டபத்திற்குள்ளேயே விழுமாறு அமைக்கப்பட்டிருக்கிறது. இவற்றைச் சுற்றி சோலைகள் அமைக்கப்பட்டிருக்கின்றன. இக்குளத்தைச் சுற்றி மதிலும் உட்புறமாகக் குளத்தைச் சுற்றி வருவதற்கு 1.5 மீட்டர் அகலம் கொண்ட கல் பாதையும் உள்ளன. பக்கத்திற்கு மூன்று படித் துறைகள் வீதம் மொத்தம் 12 படித்துறைகள் இந்தத் தெப்பக் குளத்தில் உள்ளன.

இந்தக் குளத்திற்கான நீரை வைகை ஆற்றிலிருந்து கொண்டு வருவதற்கான கால்வாய் உண்டு. பொயு 1635ம் ஆண்டு பிப்ரவரி மாதம், அதாவது ஸ்ரீமுக ஆண்டு தை மாதம் இந்தத் தெப்பக்குள வேலை நிறைவு பெற்றது. தன் பிறந்தநாளான தைப்பூசத்தன்று தெப்பத்திருவிழாவை திருமலை நாயக்கர் நடத்தினார். அன்றைய தினம் காலையில் சுவாமியும் அம்மனும் கோவிலிலிருந்து புறப்பட்டு தெப்பக்குளம் வந்து சேர்வார்கள். அங்கு அழகுற அமைக்கப்பட்டிருக்கும் தெப்பத்தில் ஏறி குளத்தைச் சுற்றி வந்து மைய மண்டபம் சேர்வார்கள். மாலை வரை அங்கேயே தங்கியிருந்த விட்டு, இரவு வண்ண விளக்குகளுடனும் வாண வேடிக்கைகளுடனும் மீண்டும் தெப்பத்தில் உலாவந்து கோவில் திரும்புவார்கள். இன்று வரை இதே முறை கடைப்பிடிக்கப்பட்டு வருகிறது.

இந்தத் தெப்பக்குளத்தை வெட்டியபோதுதான், மிகப்பெரிய விநாயகர் சிலை அங்கிருந்து கிடைத்தது. முக்குறுணிப் பிள்ளையார் என்ற பெயரில் அந்த விநாயகர் மதுரைக் கோவிலில் பிரதிஷ்டை செய்யப்பட்டிருக்கிறார். இந்தப் பிள்ளையாருக்கும் 35 லிட்டர் அரிசியில் பெரிய கொழுக்கட்டை ஒன்றைச் செய்து விநாயகர் சதுர்த்தியன்று படைப்பது வழக்கம். இதற்கான கட்டளையையும் திருமலை நாயக்கரே ஏற்படுத்தினார்.

புதுமண்டபம்

மீனாட்சி சுந்தரேஸ்வரர் வசந்த உற்சவம் காண்பதற்காக திருமலை மன்னர் அமைத்த வசந்த மண்டபமே இப்போது புதுமண்டபம் என்று அழைக்கப்படுகிறது. அதற்கு முன்பு அங்கே இருந்த கோவில் அர்ச்சகர்களின் வீடுகள் இருந்தன. மண்டபம் கட்டப் படுவதால் அர்ச்சகர்களுக்காக கோவிலின் வட பகுதியில் குலசேகர பட்டர் வகைக்குப் பன்னிரண்டு வீடுகளும் விக்கிரமபாண்டியர் பட்டர் வகையினருக்கு பதினாறு வீடுகளும் கட்டிக்கொடுத்து அவர்களை அங்கே குடியமர்த்திய பிறகு, அவர்களின் பழைய வீடுகளை இடித்து அங்கே இந்த மண்டபத்தை திருமலை நாயக்கர் கட்டினார். தற்போதும் கோவில் பட்டர்களின் வீடுகள் வடபகுதியிலேயே அமைந்துள்ளதைக் காணலாம்.

அக்ஷய ஆண்டு வைகாசி மாதம் 10ம் நாள் பூர்வபட்சத்தில் தொடங்கிய (1628ம் ஆண்டு) இந்த மண்டப வேலை ஸ்ரீமுக ஆண்டு வைகாசி மாதம் (1635ம் ஆண்டு) நிறைவடைந்தது. அழகிய சிற்பங்களுடனும் வேலைப்பாடுகளுடனும் கூடிய இந்த மண்டபம் 101.5 மீட்டர் நீளமும் 32 மீ அகலமும் 7.6 மீ உயரமும் கொண்டது. இதில் 124 சிற்பங்கள் உள்ளன. மண்டபத்தைச் சுற்றி நீர் நிரம்பும் வகையில் அகழி போன்ற பள்ளம் அமைக்கப்பட்டுள்ளது. இந்த மண்டபத்தைக் கட்டியவர் பெயர் சுமந்திர மூர்த்தி ஆசாரி என்பர். போன வருடம் வரை கடைக்காரர்களால் நிரம்பியிருந்த இந்த மண்டபம், தற்போது கடைகள் அகற்றப்பட்டு தனது பழைய பொலிவை அடையத் தொடங்கியுள்ளது.

ராய கோபுரம்

எப்படி ஆடி வீதி நான்கு கோபுரங்களுக்கு உள்ளாக கோவில் வளாகத்தின் பகுதியாக உள்ளதோ, அதேபோல சித்திரை வீதியையும் ஆவணி மூல வீதியையும் கோவில் வளாகத்தில் கொண்டு வர நினைத்த திருமலை நாயக்கர், கிழக்கு கோபுரத்தின் முன்பாக ஆவணி மூலவீதியில் பெரும் கோபுரம் ஒன்றைக் கட்டத்தொடங்கினார். இந்தக் கோபுரத்தின் முதல் தளமே மற்ற நான்கு கோபுரங்களின் முதல் தளத்தை விட இரண்டு மடங்கு உயரம் என்றால், கோபுரத்தின் உயரத்தைக் கணக்கிட்டுக் கொள்ளுங்கள். ராய கோபுரம் என்று அழைக்கப்பட்ட இந்த கோபுரம் என்ன காரணத்தாலோ முற்றுப் பெறவில்லை. அதன் எச்சங்களை இன்றும் காணலாம். அதன் அழகு மிக்க சிற்பங்கள் பல கடைகளால் இன்று மறைக்கப்பட்டுள்ளது.

தமுக்கம்

விளையாட்டுகளில் பெரும் ஆர்வமுள்ள திருமலை நாயக்கர், அந்த விளையாட்டுகளை மக்கள் காணவும் கேளிக்கை நிகழ்ச்சிகளைக் கண்டு களிக்கவும் அமைத்த இடம்தான் 'தமுகமு'. இப்போது தமுக்கம் மைதானம் என்று அழைக்கப்படும் இடத்தில் மல்யுத்தம் போன்ற விளையாட்டுகளும் யானை, புலி போன்ற விலங்குகளோடு மற்போர் வீரர்களைச் சண்டையிடும் நிகழ்வுகளும்

நடைபெற்ற இடமாகும். சதா போர்களில் ஈடுபட்டுக்கொண்டிருந்த வீரர்களை ஊக்குவிக்கும் விதமாக திருமலை மன்னர் இதை அமைத்ததாகக் கூறுவர்.

மேற்கண்டவற்றைப் போன்ற பெரும் கட்டடங்கள் மட்டுமல்லாமல், நாட்டிற்கு அத்தியாவசியமான பல கட்டமைப்புகளையும் திருமலை நாயக்கர் அமைத்தார். ஊட்டத்தூரிலிருந்து கன்னியாகுமரி வரை நெடுஞ்சாலை ஒன்றை அமைத்து ஆங்காங்கே பயணிகள் தங்க சத்திரங்கள் பலவற்றை கட்டினார் திருமலை மன்னர். கண்மாய்களை பாசிக் குத்தகைக்கு (மீன் பிடிப்பதற்கு) விட்டு, அதிலிருந்து கிடைத்த வருமானத்தால் மேலும் பல ஏரிகளைத் தோற்றுவித்தார். நீர்ப்பாசன வசதிக்காக பல கால்வாய்களையும் அமைத்தார்.

ஒரு பக்கம் போர்களுக்குத் தொடர்ந்து செலவு செய்து கொண்டும், ஆட்சியின் முற்பகுதியில் விஜயநகர அரசுக்குக் கப்பம் கட்டிக் கொண்டும் தன் வருமானத்தில் பெரும் பகுதியை செலவளித்த திருமலை நாயக்கர் மீதியுள்ள பணத்திலிருந்து கலையழகு மிகுந்த கட்டடங்களையும் உள்நாட்டுக் கட்டமைப்புகளையும் கட்டியது வியப்புக்குரிய விஷயமாகும்.

திருமலை நாயக்கர் காலத்துச் செப்பேடுகள்

மன்னர்களின் ஆட்சியில் நடந்த நிகழ்வுகளைக் காட்டும் காலக் கண்ணாடியாக இருப்பவை கல்வெட்டுகளும் செப்பேடுகளும். தமிழகத்தைப் பொருத்தவரை பல்லவர்கள், பாண்டியர்கள், சோழர்கள் ஆகியோரது செப்பேடுகள் புகழ்பெற்றவை. பல செப்புத்தகடுளைக் கொண்ட அவை, வளையங்களால் கோர்க்கப்பட்டு மண்ணில் பல காலம் புதையுண்டிருந்தன. பிறகு அவை கண்டெடுக்கப்பட்டு அவற்றில் உள்ள செய்திகள் உலகிற்கு அறிவிக்கப்பட்டன. பொதுவாக கோவிலுக்கோ அல்லது தனி மனிதர்களுக்கோ விடப்பட்ட நிவந்தத்திற்கான ஆவணங்களாக இருக்கும் இந்த அரசர்களின் செப்பேடுகளில் அரச பரம்பரை, அவர்கள் செய்த வீரச்செயல்கள் ஆகியவை 'பிரசஸ்தி' என்ற பெயரில் குறிப்பிடப்படுவது வழக்கம்.

ஆனால் திருமலை நாயக்கர் காலத்துச் செப்பேடுகள் ஓரிரண்டு செப்பு இதழ்களைக் கொண்டவையாகவே இருக்கின்றன. நிவந்தங்களைத் தவிர மேலும் பல சுவையான செய்திகளைக் கொண்ட இவற்றைப் பற்றிக் கொஞ்சம் பார்ப்போம்.

அமைப்பு முறை

திருமலை மன்னர் அளித்த செப்பேடுகளில் பல மெல்லியவை. ஆகவே இவற்றில் வெட்டப்பட்டிருக்கின்ற எழுத்துகள் மறுபுறத்தில் புடைத்துக்கொண்டு தெரிகின்றன. பண்டைத் தமிழ் மன்னர்களின் செப்பேடுகள் போல ஓலைச்சுவடி வடிவில் இல்லாமல், உயரம் அதிகமாகவும் அகலம் குறைவாகவும் தகடுகள் வடிவில் இவை செய்யப்பட்டிருக்கின்றன. போலவே பண்டைச் செப்பேடுகளில் உள்ள 'ஸ்வஸ்திஶ்ரீ' யுடன் தொடங்கும் மங்கல வார்த்தைகள் எல்லாச் செப்பேடுகளிலும் காணக் கிடைப்பதில்லை. மாறாக பிள்ளையார் சுழியான 'உ' காணப்படுகிறது. அதையடுத்து 'ராமசெயம்' என்று பொறிக்கப்பட்டுள்ளது. சில செப்பேடுகளில் மட்டும் பிரசஸ்தி எனப்படும் வம்சாவளி பற்றிய குறிப்புகள் உள்ளன. சக ஆண்டு, கலியுக ஆண்டு, தமிழ் ஆண்டு ஆகியவை இச்செப்பேடுகளில் காணப்படும் கால அளவுகளாகும். தென் தமிழகப் பகுதியில் வெளியிடப்பட்ட செப்பேடுகளில் கொல்லம் ஆண்டும் குறிப்பிடப்பட்டுள்ளது.

திருமலை நாயக்கர் பேரில் வெளியிடப்பட்ட இந்தச் செப்பேடுகளின் நிறைவுப் பகுதியில் அவருடைய கையொப்பமும் எந்த இடத்தில் அது அளிக்கப்பட்டதோ அப்பகுதியின் பாளையக் காரரின் கையொப்பமும் காணப்படுகின்றன.

உதாரணமாக,

> 'யிந்தப்படிக்கி ராசமானிய ஶ்ரீதிரிதிருமலை நாயக்கறவற்கள் திலுக்கறத்தால் கையி ஒப்பம்' - (தருமத்துப்பட்டிச்செப்பேடு)
>
> 'யிந்தப்படிக்கி சுற்த்தறாகிய திருமலை னாயக்கறவற்கள் திருக்கறத்தால் ஒப்பம் பாளையகாரன் முத்துலிங்கத் தும்பிச்சினாயக்கற் கய்யி ஒப்பம்' - (மங்கலரேவுச் செப்பேடு)

செப்பேடுகள் எந்த தானத்திற்காக அளிக்கப்பட்டதோ அதற்குக் கேடு விளைவிப்பவர்கள் என்ன கதிக்கு ஆளாவார்கள் என்பதைக் கூறும் பகுதி ஓம்படைக் கிளவி எனப்படும். திருமலை மன்னர் செப்பேடுகளில் காணப்படும் சில ஓம்படைக் கிளவிகள்.

> 'யிதைப் பின்னோற்கள் அடி அறிவு செய்தால் காறாம் பசுவைக் கொன்ற தோசத்திலும் பிராமனாளைக் கொன்ற தோசத்திலும் அடைந்து போவாறாகவும்' (தருமத்துப்பட்டிச் செப்பேடு)
>
> 'கெங்கைக்கரை யிலே ஏளு காராம் பசுவை கொன்ற தோசத்திலே போவாறாகவும் பெத்ததாயைக் கழுத்தைக் கட்டினாப்

> போலவும் யேளு கோலிலு திருவிளக்கு நிருத்தின தோசத்தில் போவாறாகவும்' (அம்மைய நாயக்கனூர்ச்செப்பேடு)

சில செப்பேடுகளில் தானத்தை அழித்தால் தெய்வம் கேட்கும் என்று குறிக்கப்பட்டுள்ளது.

> 'யிதை யாதாமொருதற் அடி அளித்தால் புது நாயினார் பெருமாள் கேள்பாற்' - (மங்கலரேவுச் செப்பேடு)

இதைத் தவிர செப்பேடுகளை வெட்டிய ஆசாரிகளின் பெயர்களும் அவற்றில் குறிப்பிடப்பட்டுள்ளன. எப்படித் தொடங்கும்போது பிள்ளையார் சுழியுடன் இவை தொடங்கினவோ அதைப் போல செப்பேடுகளின் கீழேயும் பிள்ளையார் சுழி உள்ளது. இனி செப்பேடுகளில் உள்ள சில செய்திகளைச் சுருக்கமாகக் காணலாம்.

சிந்துமேட்டுப்பட்டிச் செப்பேடு - புலியிடமிருந்து காப்பாற்றியதற்குப் பரிசு

திருமலை நாயக்கர் ஒரு தடவை வேட்டைக்குச் சென்றிருந்தார். அவருடன் அவரது மெய்க்காவலரான ரங்கசாமி நாயக்கர் என்பவரும் சென்றிருந்தார். வேட்டை மும்முரமாக நடை பெற்றுக்கொண்டிருக்கும்போது, திருமலை மன்னரை நோக்கி ஒரு புலி வாலை முறுக்கிக் கொண்டு வந்தது. உடனே ரங்கசாமி நாயக்கர், கல்வெடியால் இரண்டு குண்டுகள் போட்டு புலியைச் சுட்டு வீழ்த்தினார். அதைக் கண்டு மகிழ்ந்த திருமலை நாயக்கர் 'உனக்கு என்ன வேண்டும்' என்று ரங்கசாமி நாயக்கரைக் கேட்க, அவரும் தன்னுடைய கிராமத்தில் நாட்டாண்மை மரியாதை கோரினார். அதை இந்தச் செப்பேடு மூலம் அளித்தார் திருமலை நாயக்கர். அதைத் தவிர ரங்கசாமி நாயக்கருக்கு ஒரு ஆபரணத்தையும் அளித்து அவருக்கு அங்கேயே விருந்தளித்து மகிழ்வித்தார் திருமலை நாயக்கர் என்று இந்தச் செப்பேடு கூறுகிறது.

> ணையில் வேட்டை மாற்க்கம் போயி றா
> சாவுக்கு முன்பாக பெரும்புலி தண்டவா
> ல் முருக்கி வாறபோது ருசாவுக்குப்பளுது
> வருமென்று ரெங்கயசாமி னாக்கன் கல்
> வெடியால் ரெட்டைக்குண்டு போட்
> டுச் சுட்டான் றாசா ஆனைமேல் அம்பா
> ரி வச்சு பாத்திருந்தவற் சந்தோசமாகி கூ
> ப்பிட்டு கொத்துச் சறப்பளி போட்டு ஊடை

இலந்தைக் குளம் செப்பேடு - புலிவேட்டைக்குப் பரிசு

ஒரு சமயம் மதுரையிலிருந்து திருமலை நாயக்கர் ஸ்ரீவில்லிபுத்தூருக்கு ஆண்டாளை வழிபடச் சென்று கொண்டிருந்தார். வத்திராயிருப்பு அருகே அவரது பரிவாரங்கள் வந்தபோது அங்கே ஒரு பெண் தலைவிரி கோலமாக அவரிடம் வந்து புலம்பினாள். அவளிடம் விசாரித்தபோது, தன் கணவனை புலி ஒன்று கொன்றுவிட்டதாகவும் அதனால்தான் நிராதரவாக ஆகிவிட்டதையும் தெரிவித்தாள்.

உடனே பாளையக்காரர் ஸ்ரீரங்க ராயரை அழைத்த திருமலை நாயக்கர், அந்தப் புலியை உடனே கொல்ல வேண்டுமென்று ஆணையிட்டார். ஸ்ரீரங்கநாயக்கர் 'வெற்றிலை பாக்கு வாங்கிக்கொண்டு யார் அந்தப் புலியைக் கொல்லப்போகிறீர்கள்' என்று கேட்க, மூவரையத் தேவன் என்பவர் முன்வந்தார். அவரும் அவருடைய உறவினர் அறுவரும் அந்தப் புலியைத் தேடிக் கொன்றனர். அதனால் மனம் மகிழ்ந்த திருமலை நாயக்கர் மூவரையத் தேவனுக்கு ' திருமலை மூவரையத் தேவன்' என்ற பட்டம் அளித்துச் சிறப்பித்தார். ஒரு கிராமத்தையும் பரிசாகக் கொடுத்து செப்புப் பட்டயத்தை வழங்கினார். இந்தச் செய்திகளை இலந்தைக் குளம் செப்பேடு தெரிவிக்கிறது.

அம்மையநாயக்கனூர்ச் செப்பேடு - பல்லக்குத் தூக்கியமைக்கு

தற்போது கொடைக்கானல் ரோடு ரயில் நிலையம் உள்ள ஊர்தான் அம்மையநாயக்கனூர். ஒரு சமயம் திருமலை நாயக்கர் அவசர வேலையாக திருச்சிக்குச் செல்லவேண்டியிருந்தது. அப்போது அவருக்கு வழக்கமாகப் பல்லக்குத் தூக்கும் பணியாளர்கள் தங்களது உறவினர்கள் உடல்நிலை குன்றியிருப்பதால் வர இயலாது என்று மறுத்துவிட்டனர். என்ன செய்வது என்று தெரியாமல் திருமலை நாயக்கர் தவித்தபோது, அம்மையநாயக்கனூரைச் சேர்ந்த சிலர் தாங்கள் பல்லக்குத் தூக்கி வருவதாகக் கூறி முன்வந்தனர். திருமலை நாயக்கரும் அதற்குச் சம்மதிக்கவே, மூன்று தினங்களில் மதுரையிலிருந்து திருச்சிக்குச் சென்று மீண்டும் மதுரைக்கு அவரைப் பல்லக்கில் அவர்கள் தூக்கி வந்தனர்.

திருமலை மன்னர் சரியான சமயத்தில் உதவிய அவர்களுக்கு நிலக்கொடை அளிக்க முன்வந்தார். ஆனால் நிலம் தங்களிடம் தங்காது என்று மறுத்த அவர்கள் அந்த ஊர் நீர்நிலைகளில் மீன்பிடி உரிமையைக் கோரிப்பெற்றனர். அந்த விவரம் இந்தச் செப்பேடுகளில் காணப்படுகிறது.

ராமநாதபுரம் செப்பேடு

திருமலை நாயக்கர் அளித்த நான்கு செப்பேடுகள் ராமநாதபுரத்தைச் சேர்ந்தவை. அதில் முக்கியமான இந்தச் செப்பேடு வெளியிடப் பட்ட ஆண்டு ஜனவரி 13, 1632 (பிரஜோற்பத்தி ஆண்டு தை 15). இந்தச் செப்பேட்டில் ராமேஸ்வரம் கோவிலில் பூஜைப் பணிகளைக் கவனித்து வரும் குருக்கள்மார், சபையோர், தமிழ் ஆரியர் ஆகியோர் ஒன்று கூடி எந்தெந்தத் தெய்வங்களுக்கு யார் யார்

பூஜை செய்வது, அதற்கு உண்டான பங்குகள் என்னென்ன. விழாக்கள் நடத்துவது யார் போன்று பொறுப்புகளைப் பகிர்ந்துகொள்ளும் ஒப்பந்தம் ஒன்றைச் செய்துகொண்டனர். அதை ஓலையில் எழுதி திருமலை நாயக்கருக்கும் தளவாய் சேதுபதிக்கும் இசைமுறிவாக எழுதிக்கொடுத்தனர்.

அந்த ஆவணமே இந்தச் செப்பேட்டில் உள்ளது.

அதன்படி குருக்கள்மார், ராமநாதசுவாமியைப் பூஜை பண்ணுவது, மலைவளர்காதலியம்மனை பூஜை செய்வது, பல்லக்கு நாயகரைப் பூஜை செய்வது, வெள்ளைத் துர்க்கையம்மனைப் பூஜிப்பது திருவாபரணங்கள் சாற்றுவது திருவிழாக்களுக்கு சுவாமி அம்மனை எழுந்தருளப்பண்ணுகிறது போன்ற பணிகளைச் செய்வ தென்றும் மற்ற பரிவார தேவதைகளுக்கு பூஜை செய்வது, நைவேத்தியம் செய்வது, யானைமேல் திருமஞ்சன நீர் கொண்டு வருவது போன்ற பணிகளைச் சபையார் செய்வது என்றும் உற்சவத்திற்கு சுவாமிகளைக் கேடயத்தில் எழுந்தருளப் பண்ணுகிறது, உற்சவங்களில் நைவேத்தியம் தயாரிப்பது போன்ற பணிகளைச் சைவப் பண்டாரங்கள் செய்துவந்தனர்.

வெள்ளியங்குன்றம் செப்பேடு

அழகர் கோவிலுக்கு அருகே உள்ள ஊர் வெள்ளியங்குன்றம். இது ஒரு பாளையப்பட்டாக இருந்தது. ஜனவரி 4ம் தேதி 1670ம் ஆண்டைச் சேர்ந்த ஒரு செப்பேடு இந்த ஊர் பாளையக் காரர்களாகவும் பின்னால் ஜமீன்தார்களாகவும் இருந்தவர்களின் வம்சத்தைச் சேர்ந்தவர்களிடம் இருந்தது. அதில் காணப்பட்ட விவரம் பின்வருமாறு.

ஒருமுறை அழகர்கோவிலில் புகுந்த திருடர்கள், கோவில் ஆபரணங்களையும் பொன், வெள்ளிப் பாத்திரங்களையும் களவாடிச் சென்றுவிட்டனர். கோவில் அதிகாரிகள் திருமலை நாயக்கரிடம் இதுபற்றி முறையிடவே, நாயக்கரும் வெள்ளியங் குன்றப் பாளையக்காரரான இம்மிடி கனகராமயக் கவுண்டரை அழைத்து அந்தக் கொள்ளையர்களைப் பிடித்துவரவேண்டும் என்றும் கொள்ளைபோன பொருட்களைத் திரும்பக் கொண்டுவர வேண்டுமென்றும் ஆணையிட்டார்.

அதன்படி திருடர்களைப் பிடித்த கவுண்டர், அவர்களிடமிருந்து பொருட்களை மீட்டு அவர்களின் தலையை வெட்டி திருமலை மன்னர் முன்பு கொண்டுவந்தார். மகிழ்ச்சியடைந்த திருமலை

நாயக்கர் வெள்ளியங்குன்றம் பாளையம் தரவேண்டிய காட்சி, கப்பம் போன்றவற்றை நீக்கி (மாப்பு செய்து) அழகர் கோவிலில் நடைபெறும் சித்திரைத் திருவிழா, ஆடித் திருவிழா, திருமங்கையாழ்வார் திருவிழா ஆகிய விழாக்களின்போது கவுண்டரின் குடும்பத்திற்கு மரியாதை செய்ய வேண்டும் என்ற ஆணையையும் அளித்தார்.

மதுரைத் தலத்து ஓதுவார் செப்பேடு

மதுரைத் தலத்தில் திருமுறை ஓதும் ஓதுவார்களாகப் பணிபுரிந்த தாண்டவமூர்த்தி ஓதுவாருக்கு காணியாட்சியாக நிலம் வழங்கியதை இந்தச் செப்பேடு ஆவணப்படுத்துகிறது. செங்குளம் என்ற இடத்தில் நன்செய் நிலம் 35 காணியும் புன்செய் நிலம் 23 விரைப்பாடும் (அதாவது 23 கலம் விதைகளை விதைக்கக்கூடிய நிலப்பரப்பு) அவருக்கு வழங்கப்பட்டது. தமிழுக்காக திருமலை நாயக்கர் எதுவும் செய்யவில்லை என்ற வாதத்தை மறுக்கும் உறுதியான சாட்சியாக இந்தச் செப்பேடு உள்ளது. தவிர, தமிழ்த் திருமுறைகள் கோவில்களில் ஓதுவதை திருமலை நாயக்கர் போன்ற பல நாயக்க மன்னர்கள் ஆதரித்ததையும் இச்செப்பேடு தெளிவுபடுத்துகிறது.

மங்கலரேவுச் செப்பேடு

சாதிப்பூசலைத் திருமலை நாயக்கர் தீர்த்துவைத்ததைச் சொல்லும் செப்பேடு இது. சிந்துரெட்டி என்பவர் தன்னுடைய கிராமமான சின்னாரெட்டிப்பட்டியை விற்பனை செய்ய முயன்றார். அதை சோலப்பரெட்டி என்பவர் வாங்க முன்வந்தபோது, சிந்துரெட்டி அவருடைய சாதியை இழிவாகப் பேசிவிட்டார். இதனால் மனம் நொந்த சோலப்பரெட்டி, நன்மறம் என்ற இடத்தில் அப்போது தங்கியிருந்த திருமலை நாயக்கரிடம் முறையிட்டார். சாதியைக் குறிப்பிட்டு இகழ்ந்த செய்தியைக் கேட்டு வெகுண்ட திருமலை நாயக்கர், சிந்துரெட்டியிடமிருந்து அந்த ஊரைப் பறிமுதல் செய்து சோலப்ப ரெட்டிக்கு அளித்தார். அந்த ஊரின் சில பகுதிகளை மட்டும் வாழ்வாதாரத்திற்காக சிந்துரெட்டிக்கு அளித்தார் திருமலை நாயக்கர். இந்தச் செய்திகளை மங்கலரேவுச் செப்பேடு கூறுகிறது.

சிறுவாலை ஜமீன் செப்பேடு

திருமலை நாயக்கரின் முக்கிய அலுவலர்களான தளவாய் ராமப்பையன், பிரதானி வைத்தியப்பையன், அமுதார், திருமலை

நம்பி ஆகியோர் அழகர் கோவில் கொடிமரத்தின் முன்பு கூடி, இம்மிடி அச்சிராம கவுண்டருக்கு அளித்த உரிமைகளைப் பற்றி இந்தச் செப்பேடு பேசுகிறது. அவர் திருக்கோவிலையும் சுவாமி வலம் வருகின்ற வீதிகளையும் காவல் காத்துக் தருவதற்காக சுவாமியின் திருவிடையாட்டமான சிறுவாலை கிராமத்தைக் காவல் காணியாட்சியாக வழங்கியதை செப்பேடு பதிவு செய்திருக்கிறது. ஊரின் எல்லைகளைக் குறிப்பிட்டு காவல் சீர்மையில் அடங்கிய இடங்கள் அங்கே காவல் காப்போரின் சொல் சுதந்தரம் ஆகியவற்றையும் விரிவாக இந்தச் செப்பேடு குறிப்பிட்டிருக்கிறது. சித்திரைத் திருவிழா, ஆடித் திருவிழா, திருமங்கையாழ்வார் திருவிழா ஆகிய விழாக்களின்போது கவுண்டருக்கு அளிக்க வேண்டிய மரியாதைகளும் குறிப்பிடப்பட்டிருக்கின்றன.

தருமத்துப்பட்டிச் செப்பேடு

திருமலை நாயக்கர் தனது படைகளுடன் மேற்குத் திசை சென்று வரும்போது, புளியங்குளம் என்ற இடத்தில் அவரை வரவேற்ற இருளப்பக்கவுண்டன், புன்னைத் தேவன் என்ற இருவரும் அரசருக்கும் அவரது படைகளுக்கும் இருபொழுது உபசரணைகள் செய்தனர். இதைக் கண்டு மகிழ்ந்த திருமலை நாயக்கர், அந்த ஊரில் யாரும் இல்லாது அழிந்து போயிருப்பதைக் கவனித்தார். அதன் பின் ஊரைச் சீரமைத்து அங்கே குடிகளை கொண்டு வந்து குடியமர்த்தி, ஊரை இரண்டாகப் பிரித்து அதன் நாட்டாண்மை உரிமையை இருவருக்கும் பகிர்ந்தளித்தார் திருமலை நாயக்கர். தருமத்துப் பட்டிச் செப்பேடு இந்த நிகழ்வை ஆவணப்படுத்தியிருக்கிறது. இந்தப் புளியங்குளம் என்ற ஊர் தற்போது மதுரை அருகே வடபழஞ்சிக்கு அடுத்து உள்ள ஊராகும்.

போலிச்செப்பேடுகள்

இவற்றைத் தவிர திருமலை நாயக்கரின் பெயரில் வெளியிடப்பட்ட போலிச்செப்பேடுகளும் உள்ளன. உதாரணமாக திருமலை நாயக்கரின் உத்தரவின் பேரில் அவரது தளவாயான ராமப்பையர் பழனி கோவிலின் பூஜை முறையை மாற்றியதாக செப்பேடு ஒன்று உள்ளது. இதில் உள்ள சக ஆண்டும் கலியுக ஆண்டும் ஒன்றுக்கொன்று பொருந்தவில்லை என்பது ஒருபுறம் இருந்தாலும், இரண்டு ஆண்டுகளையும் ஆங்கில ஆண்டுகளுக்குப் பொருத்திப் பார்த்தால் பொயு 1444 சாலிவாஹன சகாப்தம் 1366ஆகவும் பொயு 1476 கலியுக சகாப்தம் 4578க்கும் பொருந்தி வருகிறது. திருமலை நாயக்கர் ஆட்சி செய்ததோ பொயு 1623ம் ஆண்டு முதல்.

காலக்கணக்கில் உள்ள குளறுபடியைத் தவிர பழனி கோவிலில் ஆதிசைவர்கள் பூஜித்து வந்ததற்கான கல்வெட்டு ஆதாரங்கள் அதற்கு முன்பே மல்லிகார்ஜுன ராயர் காலத்திலிருந்து உள்ளன. அப்படியிருக்க திருமலை மன்னர் பூஜை முறையை மாற்றியதாகச் சொல்வது தவறான செய்தியாகும்.

அது பின்வருமாறு...

திருமலைநாயக்கரது
தளவாய் ராமப்ப அய்யன் கொடுத்த பட்டயம்.
(தாம்பிர சாஸன நகல்)

தெண்டபாணி துணை.

"சொச்ச ஸ்ரீ ராஜாதி ராஜன், ராஜப்பரமேஸ்வரன், ராஜ மார்த்தாண்டன், ராஜகாண்டீபன், ராஜகேசரி, ராஜராமகேசரி, மன்னர் மண்டலேஸ்வரன், துஷ்டநிக்கிரக சிஷ்டபரிபாலனம் செய்யும், மகுடமன்மத சுகுடசுத்த விருதுஷ்ட நிஷ்டூர கோஷ்ட கோலாகலன், விகுடமிடு மருவலர்கள், மகுடமுடி திருகிவிழ, விருதுகங்கணங்கட்டும் வீரப்பிரதாபன், மும்முரசறையும் முத்தமிழ் விநோதன், தவநெறியுள்ளவன், சத்தியவாசகன், சிவநெறி தழைக்க திருநீறுமிட்டவன், சொக்கநாதருக்கு முக்கிய குணவான், கச்சியிலதிபதிபன், உச்சிதபோஜன், அச்சுத அரியின் மெச்சிய பாலன், வங்கி நாராயணன், மருவலர்கள் கண்டன். ஸ்ரீமது கச்சித் திருமலை நாயக்கர் அவர்கள் தளவாயாகிய மகா-ா-ா-ஸ்ரீ ஸ்ரீமப்பய்யர் அவர்கள் சாலியவாகன சகாப்தம் 1366 கலியுக சகாப்தம் 4578-க்கு மேல் செல்லாநின்ற ஸ்ரீமுகா-ஸு தை-மீ 16-வ பூர்வ பக்ஷம் சப்தமியும், ரோகணி நக்ஷத்திரமும், சோம வாரமும், சுபநாமயோகமும், பத்திரவாகரணமும் பெற்ற சுபதினத்தில் தாம்பூரசாசனப் பட்டயம் பிறப்பிவைத்தபடி, தாம்பூரசாசனமாவது: ஸ்ரீ தெண்டாயுதக் கடவுளாருக்கு அஷ்ட பந்தனஞ்செய்துவைக்கும் முன்னிலைக்கு இந்த ஸ்தலம் போகர் வாடையாய் புலிப்பாணிபாத்திர சுவாமியார் பூசை செய்து வந்த படியினாலே இப்போது ஸ்ரீமப்ப அய்யர் அவர்கள் அவர்கையினாலே தீர்த்தப்பிரசாதம் வாங்கக்கூடாதென்று நினைத்து பாளையகாரரும் ஸ்ரீமப்ப அய்யர் அவர்களும் புலிப்பாணிபாத்திர சுவாமிகள் மனது சம்மதப்படுத்தி அவருடைய பூசைமுறாசுக்கு குமஸ்தாவாக பூஜை பரிசாரகத்துக்கும் கொங்குதேசத்திலிருந்து கொடுமுடி சரஸ்வதி அய்யன் 1, மருதூர் தம்பாவையன் 2, நாட்டார அய்யன் கோவில் சுப்பய்யன் 3, கரூர் முத்தய்யன் 4, கடம்பர்

திருமலை நாயக்கர் – சுவையான சில நிகழ்வுகள்

பல திருப்பங்கள் நிறைந்த திருமலை நாயக்கரின் வரலாற்றில் அவரோடு தொடர்புடைய பல நிகழ்வுகள் செவிவழிச் செய்தி களாகக் கூறப்படுகின்றன. அவற்றில் சிலவற்றைப் பார்ப்போம்.

நீலகண்ட தீட்சதருக்குத் தண்டனை

திருமலை நாயக்கர் தனது குருவாக நீலகண்ட தீட்சதரைக் கொண்டார் என்பதையும் அவரை வைத்துப் பல்வேறு கோவில் திருப்பணிகளை நிறைவேற்றினார் என்பதையும் பார்த்தோம் அல்லவா. புதுமண்டபம் கட்டப்படும்போது அங்கே தன்னுடைய முன்னோர்களின் சிலைகளையும் தேவியர் இருவருடன் கூடிய தன்னுடைய சிலையையும் அங்கே வைக்க உத்தரவிட்டிருந்தார் திருமலை நாயக்கர். அதன்படி அரசியின் சிலையை சிற்பி ஒருவர் செதுக்கிக் கொண்டிருந்தார்.

அப்போது அந்தச் சிலையின் தொடைப்பகுதியில் உளி பட்டு அங்கே ஒரு சிறிய பள்ளம் ஏற்பட்டது. பின்னப்பட்ட சிலையைப் பயன்படுத்தக்கூடாது என்ற காரணத்தால், அதை அப்படியே ஒதுக்கிவிட்டு இன்னொரு கல்லில் அரசியின் சிலையைச் செதுக்க ஆரம்பித்தார் அந்தச் சிற்பி. அப்போது மீண்டும் அரசியின் சிலையின் தொடைப்பகுதியில் உளி ஆழமாகப் பதிந்து ஒரு பள்ளத்தை உண்டாக்கியது. இப்படி ஒவ்வொரு சிலையிலும் ஏற்பட்டுக்கொண்டிருந்தால் எத்தனை சிலைகளைச் செதுக்குவது என்ற கவலையில் சிற்பி ஓரமாகப் போய் அமர்ந்துவிட்டார். மற்ற சிற்பங்களை எல்லாம் செதுக்கும்போது ஏற்படாத இந்த இடையூறு ஏன் அரசியின் சிலையைச் செதுக்கும்போது ஏற்படுகிறது என்பதும் அவருக்குத் தெரியவில்லை.

அப்போது புதுமண்டபத்தின் கட்டுமான வேலையை மேற்பார்வையிட்டுக்கொண்டிருந்த நீலகண்ட தீட்சதர் அங்கே வந்தார். சிற்பி வேலை செய்யாமல் அமர்ந்திருப்பதைக் கண்ட அவர், என்ன நடந்தது என்பதைக் கேட்டறிந்தார். கண்களை மூடி ஒரு நிமிடம் தியானித்த பிறகு, சிற்பியிடம் 'அந்தப் பள்ளத்தை அப்படியே விட்டுவிடு, அரசியின் தொடையில் இருக்கும் வடுவே அது' என்று சொல்லிச் சென்றுவிட்டார். சிற்பியும் சிலையைத் திருமலை நாயக்கர் சிலைக்கு அருகே நிறுவிவிட்டார்.

ஓரிரு நாட்கள் கழிந்த பிறகு, திருமலை மன்னர் அந்தப் பக்கம் வந்து சிற்ப வேலைகளைக் கவனித்தார். மன்னரின் கூரிய கண்களுக்கு

திருமலை நாயக்கர் தேவியர் இருவருடன் கூடிய சிலை, புதுமண்டபம்

அரசியின் தொடையில் இருக்கும் அந்தப் பள்ளம் தப்பவில்லை. சிற்பியை அழைத்து பின்னப்பட்ட அந்தச் சிலையை ஏன் நிறுவினாய் என்று திருமலை நாயக்கர் விசாரித்தபோது, சிற்பியும் மன்னரிடம் உண்மையைத் தெரிவித்தார். அரசியின் தொடையில் இருக்கும் வடு நீலகண்ட தீட்சதருக்கு எப்படித் தெரிந்தது என்று ஆத்திரமடைந்த மன்னர், தீட்சதரின் நடத்தையில் சந்தேகம் கொண்டார். அவசர முடிவுகளை எடுப்பதில் பெயர் போனவர் அல்லவா திருமலை நாயக்கர். அரண்மனை திரும்பிய பிறகு காவலர்களை அழைத்து நீலகண்ட தீட்சதரை உடனே அழைத்து வருமாறு ஆணையிட்டார். அதன்பின் பிரதானியை அழைத்து நீலகண்ட தீட்சதரின் கண்களைக் குருடாக்கிவிடுமாறும், தான் அவரைப் பார்க்க விரும்பவில்லை என்றும் கூறிவிட்டு அந்தப் புரத்திற்குச் சென்றுவிட்டார்.

காவலர்கள் நீலகண்ட தீட்சதரின் வீட்டிற்குச் சென்றபோது அவர் மீனாட்சியம்மனைப் பூஜை செய்துகொண்டிருந்தார். பூஜை நிறைவடைந்து தீபாராதனை செய்யும்போது அவரிடம் காவலர்கள் சென்று அரசர் உடனே அழைத்து வரச் சொன்ன செய்தியைத் தெரிவித்தனர். மன்னன் எதற்கு அழைக்கிறான் என்பதை தீட்சதர் உடனே உணர்ந்துகொண்டார். கற்பூரத்தின் ஜ்வாலையால் உடனே தன் கண்களைப் பொசுக்கிக் கொண்ட அவர், காவலர்களிடம் அரசனுடைய தண்டனையைத் தாமே நிறைவேற்றிவிட்டதாகச் சொல்லும்படி கூறினார்.

நடந்ததைக் கண்டு அதிர்ச்சியடைந்த காவலர்கள் ஓடோடிச் சென்று பிரதானியிடம் நடந்ததைச் சொன்னார்கள். விஷயம் திருமலை நாயக்கரின் காதுகளுக்குச் சென்றது. பிரதானியிடம் மட்டுமே தாம் சொன்ன தண்டனையை தீட்சதர் உணர்ந்து கொண்டு அதை நிறைவேற்றியதை அறிந்த மன்னர், நீலகண்ட தீட்சதருடைய மகத்துவத்தை உணர்ந்து உடனடியாக அவர் வீட்டிற்குச் சென்று மன்னிப்புக் கேட்டார். அதன் பிறகு நீலகண்ட தீட்சதர் மீனாட்சியம்மனைப் போற்றி 'ஆனந்த சாகர ஸ்தவம்' என்ற நூலை இயற்றி தான் இழந்த கண்பார்வையைத் திரும்பப் பெற்றார். பின்னாளில் அவர் மீது பெரும் மரியாதை கொண்டு 'பாலமடை' என்ற கிராமத்தை அவருக்காக தானம் செய்தார் திருமலை நாயக்கர்.

மதுரைக் கோவில் சுரங்கம்

திருமலை நாயக்கர் மீனாக்ஷி சுந்தரேஸ்வரரிடம் மிகுந்த பக்தி கொண்டிருந்தார் என்பது தெரிந்த விஷயம். நினைத்தபோது கோவிலுக்குச் சென்று தரிசிக்க வேண்டும் என்ற ஆசை மன்னருக்கு இருந்தது. ஆனால் மன்னர் வருகிறார் என்றால் கோவிலில் ஏகப்பட்ட கெடுபிடிகள் இருக்கும். பக்தர்களுக்கு இடையூறு ஏற்படும். ஆகவே இதற்கு என்ன வழி என்பதை அவர் சிந்தித்தார்.

மதுரையில் சோமசுந்தரக் கடவுள் நிகழ்த்திய 64 திருவிளையாடல் களில் ஒன்று 'சிவலிங்கம் சாட்சி சொன்ன கதை'. அனாதரவான பெண் ஒருத்திக்காக திருப்புறம்பியத்திலிருந்து வன்னி மரம் ஒன்றும், அங்கிருந்த கிணறும் சிவலிங்கமும் மதுரைக்கே வந்து சாட்சி சொன்ன திருவிளையாடல் அது. அதை நினைவுபடுத்தும் விதமாக மதுரைக் கோவிலில் ஒரு வன்னிமரத்தை வைத்து அதனருகே ஒரு சிவலிங்கத்தைப் பிரதிஷ்டை செய்யச் சொன்னார் மன்னர். அதன்பின் அருகே ஒரு கிணற்றை வெட்டச்சொன்னார்.

உண்மையில் அது கிணறு அல்ல. திருமலை நாயக்கர் அரண்மனைக்குச் செல்லும் சுரங்கம்தான் அது. அதன் வழியாக மதுரைக் கோவிலுக்கு வந்து சத்தமில்லாமல் மீனாட்சியம்மனையும் சுந்தரேஸ்வரரையும் தரிசித்துவிட்டுச் செல்வார் திருமலை நாயக்கர். பின்னாளில் அந்த வன்னிமரம் மட்டும் அங்கிருந்து பெயர்த்தெடுக்கப்பட்டு அருகிலுள்ள பிள்ளையார் கோவிலில் வைக்கப்பட்டது. அதற்குப் பதிலாக கல்லால் ஆன சிறு வன்னிமரத்தை கிணற்றின் அருகே நட்டுவைத்து விட்டனர். இன்றும் சுந்தரேஸ்வரர் கோவில் பிரகாரத்தில் மகாலட்சுமியின் சன்னதிக்கருகில் அந்த வன்னி மரத்தையும் கிணற்றையும்

சிவலிங்கத்தையும் காணலாம். கிணற்றுக்குள் சுரங்கம் இருக்கிறதா என்பது சொக்கநாதருக்கே வெளிச்சம்.

சுப்ரதீபக் கவிராயர் சரித்திரம்

திண்டுக்கல்லுக்கு அருகே சுப்ரதீபக் கவிராயர் என்று ஒரு புலவர் வாழ்ந்துவந்தார். தமிழில் நல்ல புலமை கொண்ட அவருக்கு திருமலை மன்னரைப் பாடிப் பரிசு பெறவேண்டும் என்ற ஆசை இருந்தது. ஆகவே திருமலை நாயக்கரின் பெயரில் ஒரு சிருங்காரக் கவிதை நூலை இயற்றி அதை எடுத்துக்கொண்டு திருமலை நாயக்கரைச் சந்திக்கச் சென்றார் கவிராயர்.

ஆனால் அவர் சென்ற நேரம் சரியான சமயமல்ல. ஏதோ காரணத்தால் திருமலை நாயக்கர் பெரும் கோபத்தில் இருந்த நேரம் அது. சமயசந்தர்ப்பம் தெரியாமல் அங்கே சென்ற சுப்ரதீபக் கவிராயர், திருமலை நாயக்கரிடம் கவிதையைப் படித்துக் காட்டத் தொடங்கினார். ஆத்திரமடைந்த திருமலை மன்னர், கவிராயரை நன்றாகத் திட்டினார். அதனால் வெகுண்ட கவிராயரும் திருமலை மன்னரை வாய்க்கு வந்தபடி பேச, திருமலை நாயக்கர் அவரைத் தலைகீழாகக் கட்டித் தொங்கவிட்டார்.

ஒருவழியாக அங்கிருந்து தப்பித்துச் சென்ற கவிராயர், தன்னை அவமானப்படுத்திய திருமலை நாயக்கருக்குத் தகுந்த பாடம் கற்பிக்கவேண்டும் என்ற ஆத்திரத்தில் திண்டுக்கல்லில் இருந்த கூளப்ப நாயக்கர் என்ற செல்வந்தரிடம் சென்றார். காவியத்தை அவர் பெயரில் மாற்றி எழுதிவிட்டார். அதுமட்டுமல்ல அந்தக் காவியத்தில் திருமலை நாயக்கரை கண்டபடித் திட்டி எழுதியிருந்தார்.

'கூளப்ப நாயக்கன் காதல்' என்ற பெயரில் அந்தப் பாடல் இன்றும் கிடைக்கிறது. பின்னாளில் சுப்ரதீபக் கவிராயர், இங்கே மதப்பிரச்சாரம் செய்ய வந்தவரும் வீரமாமுனிவர் என்று அழைக்கப் பட்டவருமான கான்ஸ்டண்டைன் ஜோசப் பெஸ்கியிடம் போய்ச் சேர்ந்து அவர் பல நூல்களை எழுத உதவினார்.

அரண்மனையில் திருடன்

திருமலை நாயக்கர் மஹாலில் இன்று எஞ்சியிருப்பது அதன் நாலில் ஒரு பகுதிதான். அவ்வளவு பிரமாண்டமான அரண்மனையாக இருந்தாலும் திருமலை நாயக்கரின் தேவியரில் ஒருவர் (அவர் தஞ்சை நாயக்கர் பரம்பரையைச் சேர்ந்தவர் என்று கூறப்படுகிறது)

அந்த அரண்மனை தனது பிறந்த வீட்டில் உள்ள மாட்டுக் கொட்டகையின் அளவு கூட இல்லை என்று சொன்னதாகவும் அதைக் கேட்டு வெகுண்ட திருமலை நாயக்கர் அவரைத் தண்டித்ததாகவும் ஒரு கதை உண்டு. ஆனால் அதற்கு எந்தவித ஆதாரமும் இல்லை.

அதே போலச் சொல்லப்படும் இன்னொரு நிகழ்வு இது. ஒரு சமயம் திருமலை நாயக்கர், தனது அரண்மனையின் உறுதியைக் கண்டு வியந்து தன்னுடைய அதிகாரிகளிடம் இவ்வளவு உறுதியான அரண்மனையில் கள்வர்கள் நுழையமுடியாது என்று கூறினாராம். அதைக் கேட்ட ஒருவர் 'காப்பானிற் கள்வன் மிகும்' அதாவது காப்பவர்களை விட கள்வர்கள் அதிகம் என்றாராம். அது நடவாத விஷயம் என்று திருமலை நாயக்கர் சவால் விட்டாராம். அன்றிரவே ஒரு திருடன் அந்த அரண்மனையில் நுழைந்து அவரது படுக்கை அறையில் புகுந்து சில விலை உயர்ந்த பொருட்களைத் திருடிச் சென்றுவிட்டானாம். மறுநாள் காலை அதை அறிந்த திருமலை நாயக்கர், அந்தத் திருடன் வந்து பொருட்களை ஒப்படைத்தால் அவனுக்கு ஒரு கிராமத்தைப் பரிசளிப்பதாகப் பறையறிவித்தார். அதைக் கேட்ட அந்தத் திருடன் அரண்மனைக்கு வந்து பொருட்களைத் திருப்பிக் கொடுத்துவிட்டான். திருமலை நாயக்கர் தான் வாக்களித்தது போல ஒரு கிராமத்தை அவனுக்கு அளித்தாராம். இன்றும் திருமலை நாயக்கர் மஹாலுக்குச் சென்றால் அந்தத் திருடன் நுழைந்த வழியான மேல்தளத்தில் உள்ள ஒரு துளையை அங்குள்ளோர் காட்டுவதுண்டு.

ராமாயணச் சாவடி

அக்காலத்தில் ராமாயணம், மஹாபாரதம் போன்ற இதிகாசங் களையும் புராணங்களையும் வாசிப்பதற்காகவும் அந்தக் கதையை மக்கள் கேட்பதற்காகவும் பல மண்டபங்களை ஏற்படுத்தியிருந் தார்கள். சாவடிகள் என்று அழைக்கப்பட்ட அது போன்ற ஒரு மண்டபம் மதுரையில் இருந்தது. வடக்கு மாசி வீதியில் ராமாயணச் சாவடி என்ற பெயரில் அந்த மண்டபத்தை யாதவ சமுதாய மக்கள் கட்டியிருந்தனர். அதன் வாசலில் வயதான ஒரு அம்மணி பால், மோர் போன்றவற்றை விற்றுக்கொண்டிருந்தார்.

ஒரு சமயம் திருமலை நாயக்கர் நகர் உலாச் சென்றார். அப்போது அவருக்குத் தாகம் அதிகமாகவே ராமாயணச் சாவடியில் இருந்த அந்த அம்மையாரிடம் கொஞ்சம் மோர் வாங்கிக் குடித்துத் தன் தாகத்தைத் தீர்த்துக்கொண்டார். அதற்குக் காசு கொடுக்க அவர்

முனைந்தபோது, அந்த அம்மையார் தனக்குப் பணம் ஏதுவும் வேண்டாம் என்றும் மதுரைச் சித்திரைத் திருவிழாவின்போது சுவாமியின் அம்மனும் ஒரு நாள் அந்த ராமாயணச் சாவடியில் வந்து தங்கியிருக்கவேண்டும் என்றும் வேண்டுகோள் விடுத்தார். திருமலை நாயக்கரும் அதை ஏற்றுக்கொண்டு தகுந்த ஏற்பாடுகளைச் செய்தார். இன்றும் மதுரைத் திருவிழாவின்போது ஐந்தாம் திருநாள் சுவாமியும் அம்மனும் இந்த ராமாயணச் சாவடிக்கு எழுந்தருளுகின்றனர்.

குமரகுருபரரின் வருகை

சங்கம் வைத்துத் தமிழ் வளர்த்த மதுரையை ஆட்சி செய்த திருமலை நாயக்கருக்கு தமிழ் நூல் ஒன்று தன் சபையில் அரங்கேற வேண்டும் என்ற ஆசை இருந்தது. அந்த சமயத்தில் பிறப்பால் பேச முடியாதவராக இருந்தாலும் திருச்செந்தூர் முருகப்பெருமானின் அருளால் பேச்சுத்திறன் வரப்பெற்றவரான குமரகுருபரர் மதுரைக்கு வருகை தந்தார். மீனாட்சியம்மனின் மேல் பெரும் பக்தி கொண்டிருந்த திருமலை நாயக்கர் குமரகுருபரரை மீனாட்சியம்மனின் மீது துதி ஒன்றை இயற்றுமாறு வேண்டிக்கொண்டார். அதை ஏற்ற குமரகுருபரர், மீனாட்சியம்மன் பிள்ளைத்தமிழ் என்ற நூலை இயற்றினார்.

அந்த நூல் மதுரைக் கோவிலில் அரங்கேறியபோது ஒரு சிறு பெண் அங்கே நடந்துவந்து திருமலை நாயக்கரின் மடிமேல் அமர்ந்து அந்தப் பிள்ளைத் தமிழ் முழுவதையும் கேட்டு ரசித்தாள். அரங்கேற்றம் நிறைவடைந்த பிறகு தன் கழுத்தில் உள்ள மாலையை குமரகுருபரருக்கு பரிசாக அளித்துவிட்டு அங்கிருந்து மறைந்து விட்டாள். வந்தது மீனாட்சியம்மனே என்பதை அறிந்த திருமலை நாயக்கரும் குமரகுருபரரும் அம்மனைப் போற்றினர் என்று கோவில் தலவரலாறு கூறுகிறது.

அதன்பின் ‘மீனாட்சியம்மை குறம்’ என்ற நூலையும் குமரகுருபரர் இயற்றினார். அதில் திருமலை நாயக்கரை அவர் இப்படி வாழ்த்தியிருக்கிறார்.

> நீர்வாழி தென்மதுரை நின்மலனா ரருள்வாழி
> கார்வாழி யங்கயற்கட் கண்ணிதிரு வருள்வாழி
> சீர்வாழி கச்சிநகர்த் திருமலைபூ பதிவாழி
> பேர்வாழி யவன்செல்வம் பெரிதூழி வாழியவே

திருமலை நாயக்கர் காலத்தில் சமயம்

தான் வைணவ சம்பிரதாயத்தைப் பின்பற்றிய போதிலும் திருமலை நாயக்கர், மதுரை சொக்கநாதப் பெருமானை தனது இஷ்ட தெய்வமாகப் பூஜித்தார். அத்வைத மரபைச் சேர்ந்த நீலகண்ட தீட்சதரைத் தனது குருவாகக் கொண்டார். சைவ சித்தாந்த மரபைச் சேர்ந்த குமரகுருபரரை ஆதரித்தார். இப்படி சனாதனத்தின் பல்வேறு மரபுகளையும் போற்றியவராக திருமலை நாயக்கர் இருந்ததைக் காணமுடிகிறது. எந்த விஷயத்திலும் தடாலடி முடிவுகளை எடுக்கக்கூடிய சர்வ வல்லமை பொருந்தியவராக இருந்தாலும் ஆன்மிகம், கோவில் தொடர்பான விஷயங்களில் நிதானத்தையே கடைபிடித்தார் என்பதை மதுரைக் கோவில் சீர்திருத்த விஷயங்களில் பார்த்தோம்.ஹிந்து மதத்தின் பல சம்பிரதாயங்களையும் மட்டுமல்லாமல் எல்லாச் சமயங்களையும் ஒரே விதமாக நடத்தக்கூடிய பண்பை திருமலை நாயக்கர் பெற்றிருந்தார் என்பதை அவர் மற்ற சமயங்களை நடத்திய முறைகளிலிருந்தும் அறிய முடிகிறது.

கிறித்தவ மதப் பிரசாரம்

ஏசு சபையைச் சேர்ந்தவர்களிடையே ஏற்பட்ட போட்டியால் ராபர்ட் டி நொபிலி கிட்டத்தட்ட பத்து ஆண்டுகள் சமயப் பிரசாரத்தைச் செய்ய முடியாமல் சும்மா இருக்க நேரிட்டது என்று பார்த்தோம் அல்லவா. திருமலை நாயக்கர் ஆட்சிக்கு வந்த பிறகு நொபிலி மீண்டும் புதிய உத்வேகத்துடன் தனது மதப் பிரசாரத்தைத் தொடங்கினார். மற்றவர்களின் பிரசாரப் பாணியைப் பின்பற்றாமல் தான் மொட்டையடித்துக்கொண்டு காவி உடையை அணிந்து கொண்டு காலில் ஹிந்து மதத் துறவிகள் போல மரத்தால் ஆன காலணிகளை மாட்டிக்கொண்டு நெற்றியில் பொட்டு வைத்துக் கொண்டு ஆசிரமம் போல ஒரு ஓலைக் குடிசையில் வாழ்ந்து தனது மதப் பிரசாரத்தைத் தொடங்கினார் நொபிலி. தமிழ் சமஸ்கிருதம் தெலுங்கு ஆகிய மும்மொழிக்கொள்கையைப் பின்பற்றி தனது சீடர்களிடம் அந்தந்த மொழிகளில் பரப்புரை செய்து தனது சமயப் பணிகளை அவர் நடத்த ஆரம்பித்தார்.

இது மற்ற ஏசு சபைத் தொண்டர்களுக்குத் திருப்தி அளிக்கவில்லை என்பதால் மீண்டும் அவர் மீது புகார் சொல்லத் தொடங்கினர். போலவே மற்ற மதத்தவரும் நொபிலிக்கு எதிர்ப்புத் தெரிவிக்கத் தொடங்கவே, பொயு 1623ம் ஆண்டு அவர் மதுரையை விட்டுக் கிளம்ப நேரிட்டது. முதலில் சேந்தமங்கலத்திற்குச் சென்ற அவர்,

சில காலம் அங்கே தமது பரப்புரையை நடத்தி வந்தார். ஆனால் அங்கேயும் அவருக்கு எதிராக குரல் எழும்பத் தொடங்கவே, அங்கிருந்து கிளம்பி சேலத்திற்குச் சென்றார். அங்கே தளபதி நாயக்கர் என்ற பாளையக்காரர் ஆட்சி செய்து வந்தார். நாயக்கரின் தம்பி நொபிலிப் பாதிரியாரின் சீடராக ஆனதால், அங்கே நொபிலிப் பாதிரியாருக்கு ஆரம்பத்தில் தொல்லைகள் அதிகம் இருக்க வில்லை. சில காலம் அவரது பிரசாரம் பிரச்சனைகள் எதுவும் இல்லாமல் நடைபெற்று வந்தது.

பொயு 1627ம் ஆண்டு மதுரை ஏசு சபையில் பாதிரியாராக இருந்த வைக்கோ நோய்வாய்ப்படவே, நொபிலியை மீண்டும் மதுரை செல்லுமாறு தலைமையகம் அறிவுறுத்தியது. அதை ஏற்று மார்டின்ஸ் என்பவரை சேலத்தில் தனக்குப் பதிலாக நியமித்து விட்டு மதுரை சென்றார் அவர். ஆனால் அவர் திருச்சிக்கு வந்தபோது, வைக்கோ பாதிரியார் உடல் நலம் பெற்றுவிட்ட தாகவும் அதனால் அவர் திருச்சியிலேயே தங்குமாறும் ஆணை வந்தது. அதன் காரணமாக அவர் திருச்சியில் தங்கி பரப்புரையைத் தொடங்கினார். வழக்கம் போல இங்கே அவருக்குக் கடும் எதிர்ப்புக் கிளம்பியது. திருச்சியின் ஆளுநராக இருந்தவர், நொபிலிப் பாதிரியாரைச் சிறையில் அடைத்துவிட்டார். சில மாதங்களுக்குப் பிறகு விடுவிக்கப்பட்ட அவர் அங்கிருந்து கிளம்பி கொச்சி சென்றுவிட்டார். இந்தக் காலகட்டத்தில் திருமலை நாயக்கர் தொடர்ச்சியான போர்களில் ஈடுபட்டிருந்ததால் இந்த விவகாரங்களைக் கவனிக்கவில்லை.

1638ம் ஆண்டு மதுரை திரும்பிய நொபிலிப் பாதிரியார் அங்கே வந்ததும் சிறையில் அடைக்கப்பட்டார். இந்த விஷயம் திருமலை நாயக்கர் காதுகளுக்குச் சென்றது. மதச் சிக்கல்களில் தம்மை ஈடுபடுத்திக்கொள்ள விரும்பாத நாயக்கர் அவரை விடுதலை செய்யுமாறு உத்தரவிட்டர். சேதுபதியுடனான போரில் போர்ச்சுகீசியர்களின் உதவியைப் பெற்ற திருமலை நாயக்கர் அவர்களுக்குச் சில சலுகைகளைக் கொடுத்திருந்தார். அதில் மதப் பிரசாரம் செய்யும் உரிமையும் ஒன்று. ஆகவே மதப் பிரசாரம் செய்யும் பாதிரியார்களைச் சுதந்தரமாக விடவேண்டிய கட்டாயமும் அவருக்கு இருந்தது. ஆனால் மதமாற்றத்துக்கு எதிரான எதிர்ப்புக் குரல்கள் கிளம்பிய வண்ணமே இருந்தன. பல பாதிரியார்கள் அடிக்கடி சிறையில் அடைக்கப்பட்டனர். திருமலை நாயக்கரின் ஆட்சிக்கு உட்பட்ட பாளையக்காரர்களே இதைச் செய்யவேண்டியிருந்தது. 1644ம் ஆண்டு நொபிலிப் பாதிரியார்

திருமலை நாயக்கரைச் சந்தித்து மதப் பிரசாரத்திற்கு ஏற்பட்ட இடையூறுகளையும் பாதிரியார்கள் துன்புறுத்தப்படுவதையும் பற்றி முறையிட்டார். அவர்களிடமிருந்து பொருட்கள் பறிமுதல் செய்யப்படுகின்றன என்றும் குறை சொன்னார்.

இதைக் கேட்ட திருமலை நாயக்கர் சிறைப்பட்டவர்களை விடுதலை செய்யுமாறும் அவர்களைத் துன்புறுத்தக்கூடாது என்றும் அவர்களிடமிருந்து பறிமுதல் செய்யப்பட்ட பொருட்களை மீண்டும் திருப்பி அளித்துவிட வேண்டும் என்றும் உத்தரவிட்டார். இருந்தாலும் இந்த உத்தரவு சரிவரக் கடைப்பிடிக்கப்படவில்லை என்பதை டாகாஸ்டா என்ற பிரசாரகரின் கடிதத்திலிருந்து தெரிந்து கொள்ள முடிகிறது. அவர் கூறுகிறார் 'நமக்குப் பகைவர்கள் அதிகமாக உள்ளனர். மதுரை நாயக்கர் எவ்வளவு நல்லெண்ணம் கொண்டவராக இருந்தாலும் நம் பகைவர்களின் குற்றங்களிலிருந்து அவை நம்மைப் பாதுகாக்கப்போதுமானதாக இல்லை'. ஆகவே தொடர்ந்து மத மாற்றத்திற்கு எதிரான குரல்கள் கிளம்பிக்கொண்டே இருந்தன என்று ஊகிக்கலாம். இதற்கிடையில் நோய்வாய்ப்பட்ட நொபிலிப் பாதிரியார் சில காலம் இலங்கைக்குச் சென்று அங்கே வசித்தார். பிறகு சென்னை மயிலாப்பூருக்குத் திரும்பி அங்கே தனது மதப் பிரசாரத்தைத் தொடர்ந்தார். தமது 79ம் வயதில் அங்கேயே மறைந்தார்.

தமிழகத்தின் பல பகுதிகளில் மதப் பிரசாரங்கள் தொடர்ந்து நடந்து வந்தன. அடிக்கடி மத மோதல்கள் வேறு நடைபெற ஆரம்பித்ததால், ஆங்காங்கே ஆட்சி செய்த பாளையக்காரர்கள் மதப் பிரசாரர்களைத் துன்புறுத்துமாறு தமது காவலர்களுக்கு ஆணையிட்டனர். பல பிரசாரகர்கள் சிறையில் அடைக்கப் பட்டனர். திருச்சியிலிருந்து மதப் பிரசாரம் செய்தவர்கள் அனைவரும் வெளியேற்றப்பட்டனர். அதன் காரணமாக டாகஸ்டா மீண்டும் திருமலை நாயக்கரைச் சந்தித்து முறையிட்டார். அதனால் மீண்டும் திருமலை நாயக்கர் பிரசாரகர்களைத் துன்புறுத்தக்கூடாது என்று உத்தரவு பிறப்பிக்க நேரிட்டது. முன்பு போலவே இந்த உத்தரவும் சரிவரக் கடைப்பிடிக்க முடியவில்லை. மதமாற்றத்திற்கு எதிராகக் கடுமையான எதிர்ப்பு இருந்தது. அது பொது மக்களிடையே இருந்து வந்த காரணத்தால், அதை கடுமையாக அடக்க திருமலை நாயக்கரும் விரும்பவில்லை. ஒரு புறம் போர்ச்சுகீசியருக்குக் கொடுத்த வாக்கின் காரணமாக பிரசாரத்தை அனுமதிக்க வேண்டிய கட்டாயத்தில் அவர் இருந்த போதிலும் அதை எதிர்த்தவர்களை அடக்க அவர் விரும்பவில்லை. எதிர்ப்புகளை 'கண்டும் காணாமல்' அவர் இருந்ததாக

வரலாற்றாய்வாளர்கள் குறிப்பிடுகின்றன. இதன் காரணமாக தொடர்ந்து மதமாற்றத்திற்கான எதிர்ப்பு நிலவியது.

இது ஒருபுறமிருக்க திருமலை நாயக்கர் கிறித்துவ மதத்தைத் தழுவிவிட்டதாக ஒரு புரளி கிளம்பியது. பல்வேறு சமயங்களையும் பொறுமையாக ஏற்று அவற்றை அடக்க விரும்பாத தன்மையை திருமலை நாயக்கர் கொண்டிருந்ததால், கிறித்துவர்களிடையே நாயக்கர் காட்டிய அன்பைத் தவறாப் புரிந்துகொண்ட சிலர் இப்படி ஒரு வதந்தியைக் கிளப்பிவிட்டனர். ஆனால் கடைசி வரை மீனாட்சி அம்மனின் பக்தராகவே திருமலை நாயக்கர் இருந்தார் என்பதே வரலாறு நமக்குக் காட்டும் செய்தியாகும்.

போர்ச்சுகீசியரும் டச்சுக்காரரும்

திருமலை நாயக்கரின் சமயக் கொள்கைகளில் போர்ச்சுகீசியரிடம் அவர் செய்து கொண்ட உடன்படிக்கை முக்கியப் பங்கை வகித்தது என்று பார்த்தோம். ஐரோப்பாவிலிருந்து வர்த்தகம் செய்ய இங்கு வந்த போர்ச்சுகீசியர்களும் டச்சுக்காரர்களும் தங்களுக்கான இடத்தைப் பெற ஆதிக்கப் போட்டியில் ஈடுபட்டனர். இதனால் அவர்களுக்குள் அடிக்கடி சண்டை மூண்டது. இது நாயக்கர் ஆதிக்கம் நிலவிய இடங்களில் நடந்தாலும், திருமலை மன்னர் இந்தச் சண்டைகளில் தலையிடவில்லை என்பதையே காண்கிறோம். இந்த நிலையில் திருமலை நாயக்கருக்கும் சேதுபதிக்கும் நடந்த போரில், சேதுபதி டச்சுக்காரர்களைத் துணைக்கு அழைக்கவே, திருமலை நாயக்கர் போர்ச்சுகீசியரின் உதவியை நாட வேண்டியதாகிவிட்டது. அவர்கள் செய்துகொண்ட உடன்படிக்கையின் படி கடற்கரைப் பகுதிகளில் போர்ச்சுகீசியர்கள் கோட்டைகளை அமைத்துக்கொள்ளலாம் என்றும் 50 போர்ச்சுகீசிய வீரர்களோடு 100 பணியாளர்களும் 3000 மீனவர்களும் பாதுகாப்புக்காக அந்தக் கோட்டைகளில் அமர்த்தப்படுவதற்கு திருமலை நாயக்கர் உடன்பட்டிருந்தார். ஏழு மாதா கோவில்களை அவர்கள் கட்டிக்கொள்ளவும் அனுமதி அளித்திருந்தார். தாம் விரும்பிய படி மதப்பிரசாரம் செய்யவும் திருமலை நாயக்கர் ஒப்புக்கொண்டிருந்தார்.

இக்கட்டான போரின் இடையில் அவர் அளித்த இந்த வாக்குறுதிகள், திருமலை நாயக்கருக்குப் பல பிரச்சனைகளை விளைவித்தன. மேற்கண்ட மத மோதல்கள் ஒருபுறமிருக்க, தங்கள் எதிரிகளான போர்ச்சுகீசியர்களுக்கு அளிக்கப்பட்ட உரிமைகளைக் கண்டு டச்சுக்காரர்கள் ஆத்திரமடைந்தனர். 1646ம் ஆண்டு

போர்ச்சுகீசிய அரசன், இந்தியாவில் இருந்த டச்சுக்காரர்களைத் தோற்கடித்துத் துரத்துமாறு ஆணையிட்டான். அதற்கு உதவுமாறு திருமலை நாயக்கரிடம் போர்ச்சுகீசியர்கள் கோரிக்கை விடுத்தனர். அதை ஏற்று தென் தமிழகக் கரையிலிருந்து டச்சுக்காரர்களை நாயக்கரின் படைகள் வெளியேற்றின. காயல்பட்டினம் போன்ற இடங்களிலிருந்து இப்படி வலுக்கட்டாயமாக வெளியேற்றப் பட்டது டச்சுக்காரர்களின் ஆத்திரத்தை மேலும் அதிகப்படுத்தியது.

அதன் காரணமாக 1649ம் ஆண்டு, இலங்கையிலிருந்து பத்துக் கப்பல்களோடு புறப்பட்ட டச்சுக்காரர்களின் படை ஒன்று திருச்செந்தூருக்கு அருகே தரையிறங்கியது. மிக பழைமை வாய்ந்த அந்தக் கோவிலைக் கைப்பற்றிய டச்சுப் படையினர், அங்கே படைத்தளம் அமைத்தனர். அடுத்ததாக, போர்ச்சுகீசியர்களின் கோட்டை அமைந்திருந்த தூத்துக்குடியின் மீது அதிரடித் தாக்குதல் ஒன்றை நடத்தி அதையும் கைப்பற்றினர். அங்குள்ள மீனவர்கள், டச்சுக்காரர்களைத் துரத்துவதற்கு நாயக்கருக்கு உதவி செய்ததால் அவர்கள் தண்டத்தொகை அளிக்கவேண்டும் என்று வலியுறுத்தி அவர்களைச் சித்ரவதை செய்தனர். டச்சுக்காரர்களை அங்கிருந்து விரட்டிய திருமலை நாயக்கர், அவர்கள் திரும்ப வருவார்கள் என்று எதிர்பார்த்து அங்கே தகுந்த பாதுகாப்பு ஏற்பாடுகளைச் செய்திருக்க வேண்டும். அவர் அதைச் செய்யாததால் கடற்கரையோரத்தில் வசித்து வந்த மீனவர்கள் பெரும் துன்பத்திற்கு ஆளானார்கள். பணம் கொடுக்க முடியாத மீனவர்களிடமிருந்து ஒப்பந்த சீட்டு ஒன்றை வாங்கிச் சென்ற டச்சுக்காரர்கள்,அந்த மீனவர்களின் படகுகளை இழுத்துக்கொண்டு சென்றனர். இது போன்று அவர்கள் செய்த அட்டூழியங்களுக்கு திருச்செந்தூர் கோவிலும் இலக்கானது.

தொடர்ந்து டச்சுக்காரர்களின் பிடியில் திருச்செந்தூர் கோவில் இருந்ததால், அங்கே தரிசனம் செய்ய வரும் பக்தர்களுக்குப் பெரும் இடையூறுகள் ஏற்பட்டன. அதனால், அவர்கள் திருமலை நாயக்கரிடம் சென்று முறையிட்டனர். அதை ஏற்ற நாயக்கர், ஒரு படையை திருச்செந்தூர் நோக்கி அனுப்பினார். டச்சுக்காரர் களுக்கும் நாயக்கரின் படையினருக்கும் இடையே நடைபெற்ற போரில் டச்சுக்காரர்கள் தோல்வியடைந்தனர். அவர்களில் பலர் உயிரிழக்க நேரிட்டது. அதற்குத் தகுந்த ஈடு செய்ய வேண்டும் என்று திருமலை நாயக்கரிடம் டச்சுப் படைத்தலைவன் கோரிக்கை வைத்தான். அதைத் திருமலை நாயக்கர் மறுக்கவே, திருச்செந்தூர்க் கோவிலைக் கொள்ளையடித்த டச்சுக்காரர்கள், அங்கிருந்து

ஆறுமுக நயினார், நடராஜர் உட்பட பல விக்கிரகங்களை அங்கிருந்து தூக்கிச் சென்றனர். ஆனால் இலங்கை செல்லும் வழியில் அவர்களின் கப்பல் பெரும் புயலில் அகப்பட்டுக் கொண்டது. தாங்கள் கொண்டுவந்த விக்கிரகங்களின் சக்தியால்தான் அது நடந்தது என்று நம்பிய அவர்கள், அந்த விக்கிரகங்களைக் கடலில் தூக்கிப் போட்டுச் சென்றனர்.

அதன்பின், திருமலை நாயக்கரின் பிரதிநிதியாக திருச்செந்தூரில் இருந்த வடமலையப்ப பிள்ளையின் கனவில் முருகப்பெருமான் வந்து தான் இருக்கும் இடத்தைக் கூறியதாகவும், அதை வைத்து டச்சுக்காரர்கள் தூக்கிச் சென்ற விக்கிரகங்களை அவர் மீட்டதாகவும் கூறப்படுகிறது. எப்படியிருந்தாலும், வணிகம் செய்ய இங்கு வந்த ஐரோப்பியர்களின் அட்டூழியங்கள் திருமலை நாயக்கர் காலத்திலேயே இங்கு தொடங்கி விட்டதை இந்த நிகழ்வுகளால் புரிந்துகொள்ள முடிகிறது.

மீண்டும் போர்கள்

தனது ஆட்சியின் ஆரம்ப காலத்தில் பல போர்களைச் சந்தித்து அவற்றில் வெற்றி பெற்று அரசை தன்னாட்சி பெறச் செய்த பிறகு, சில காலம் அமைதியான ஆட்சியைத் தந்த திருமலை நாயக்கர், அவரது கடைசி காலத்திலும் போர்களைச் சந்திக்க வேண்டியிருந்தது.

நாயக்கருக்கு வயதாகிவிட்டது என்ற எண்ணத்தில் பல பாளையக்காரர்கள் கலகம் செய்யத் தொடங்கினர். அவர்களை ஓரளவுக்கு அவர் அடக்கினாலும், எட்டயபுரம் பாளையக்காரர் அக்கம் பக்கத்திலுள்ள சில பாளையங்களைச் சேர்த்துக்கொண்டு கலகக் கொடியைத் தூக்கியபோது, ராமநாதபுரம் சேதுபதியின் உதவியை திருமலை நாயக்கர் நாடவேண்டியிருந்தது. அதை ஏற்று ராமநாதபுரம் ரகுநாத சேதுபதி எட்டயபுரத்தின் மீது படையெடுத்துச் சென்று அங்கு நிலைமையைக் கட்டுக்குள் கொண்டு வந்தார். அதனால் மகிழ்ச்சியடைந்த திருமலை நாயக்கர் அவருக்குப் பல மரியாதைகள் செய்ததோடு, முத்துக்குளிப்பதில் இருந்து கிடைத்த வருமானத்தில் ஒரு பகுதியை ராமநாதபுரம் அரசே வைத்துக் கொள்ளலாம் என்று அறிவித்தார். ரகுநாத சேதுபதிக்கு 'நாட்டுக் காவலர்' என்ற பட்டத்தைக் கொடுத்து, எப்படி நவராத்திரி விழா மதுரையில் சிறப்போடு கொண்டாடப்படுகிறதோ அதே போல ராமநாதபுரம் அரண்மனையிலும் கொண்டாட வழிவகை செய்தார்.

மூக்கறு போர்

1638ம் ஆண்டிலிருந்து மைசூரை ஆட்சி செய்த கந்திருவ நரச ராஜா, திருமலை நாயக்கர் மீது பெரும் வன்மம் கொண்டு அவரை அழிக்க, தகுந்த சமயத்திற்காகக் காத்திருந்தார். தன்னாட்சி பெற்றதிலிருந்து மதுரை அரசிற்கு உட்பட்ட பகுதிகளை தனது அரசின் கீழ் கொண்டு வர முயன்று இரு முறை தோற்றுப்போன மைசூர் அரசு அந்த அவமானத்திற்குப் பழி வாங்கத் துடித்துக்கொண்டிருந்தது. மதுரைத் தளபதியான ராமப்பையர், மைசூர் வரைக்கும் வந்து கோட்டையை முற்றுகையிட்டு தங்களைத் தோற்கடித்ததை அவர்கள் மறக்க வில்லை. தவிர, விஜயநகர அரசின் மீது பீஜப்பூர் சுல்தானைத் தூண்டி அதை அழித்தது திருமலை நாயக்கர்தான் என்ற எண்ணம் கந்திருவ ராஜாவின் மனதில் கனன்று கொண்டு இருந்தது.

இதற்கிடையில் எழுபத்து இரண்டு வயதைக் கடந்த திருமலை நாயக்கர் மூப்பின் காரணமாக நோய்வாய்ப்பட்டு படுக்கையில் விழுந்தார். இதுதான் சரியான சமயம் என்று எண்ணிய மைசூர் அரசர் 1656ம் ஆண்டு மதுரையை நோக்கி ஒரு படையை அனுப்பி வைத்தார். தளவாய் ஹம்பையா என்பவர் இந்தப் படைக்குத் தலைமை தாங்கி வந்ததாகத் தெரிகிறது.

‘கல்லுளி மங்கன் போன வழி காடு மலையெல்லாம் தவிடுபொடு’ என்ற பழமொழிக்கு ஏற்ப, தமிழகத்தில் நுழைந்த அந்தப் படை வீரர்கள் தாங்கள் சென்ற வழியெங்கும் பேரழிவை ஏற்படுத்தினார்கள். சத்தியமங்கலத்திலும் சேலத்திலும் மைசூர்ப் படைகள் பெரும் அட்டூழியங்களைச் செய்தன. வயல்களைப் பாழ்படுத்தினார்கள். ஊர்களைக் கொள்ளையடித்து நெருப்பு வைத்தார்கள். இது மட்டுமல்லாமல், தங்கள் கையில் கிடைத்தவர்கள் எல்லாரையும், அவர்கள் ஆண்கள், பெண்கள், குழந்தைகள் என்ற பேதமெல்லாம் பார்க்காமல் அவர்களின் மூக்குகளை அறுத்துச் சித்தரவதை செய்தார்கள். சிறை பிடிக்கப் பட்டவர்களின் மூக்குகளை எல்லாம் அறுத்து மைசூருக்கு அனுப்பினார்கள்.

இப்படிக் கொடூரமான போரைச் செய்துகொண்டு மதுரையை மைசூர்ப்படை நெருங்கி வருவதைக் கண்ட திருமலை நாயக்கர் செய்வதறியாது திகைத்தார். மைசூர்ப் படையை எதிர்த்துப் போரிட திறமையான தளபதிகள் தன்னிடம் இல்லை என்பதை உணர்ந்த அவர், தன் மனைவியை விட்டு ராமநாதபுரம் சேதுபதிக்கு ஒரு கடிதம் அனுப்பினார். தன்னுடைய நிலையை விளக்கி,

மதுரையை நோக்கி வரும் மைசூரின் படையை அழிக்க சேதுபதி உதவவேண்டும் என்ற கோரிக்கையை அதில் அவர் குறிப்பிட்டிருந்தார். எந்தவிதத் தயக்கமும் இல்லாமல், ரகுநாத சேதுபதி தாமே 25000 வீரர்களைத் திரட்டிக்கொண்டு மதுரை வந்து சேர்ந்தார். அவரிடம் தன்னுடைய 35000 படை வீரர்களைக் கொடுத்த திருமலை நாயக்கர், விரைந்து சென்று மைசூர்ப் படையைத் தடுத்து நிறுத்துமாறு சேதுபதியிடம் கூறினார்.

அப்போது மைசூர்ப் படை திண்டுக்கல் வரை வந்திருந்தது. அதை நோக்கி ரகுநாத சேதுபதியின் தலைமையில் மதுரைப் படை கிளம்பியது. அதன் வலிமையை அறிந்திருந்த மைசூர்ப் படையின் தலைவன், தனக்கு உதவிப் படை வேண்டும் என்று கந்திருவ ராஜாவிடம் கோரிக்கை விடுத்தான். அதை ஏற்ற கந்திருவ அரசர் 20000 வீரர்கள் கொண்ட துணைப்படையை திண்டுக்கல்லுக்கு அனுப்பினார். அவர்கள் வந்து சேர்ந்தவுடன், மைசூர்ப் படையினர் மிகுந்த ஊக்கத்துடன் மதுரைப் படையினரைத் தாக்கினார்கள். ஆனால் ரகுநாத சேதுபதியின் பெருவீரத்தின் முன்னால், மைசூரின் படைவீரர்கள் தாக்குப் பிடிக்க முடியவில்லை. இரு தரப்பிலும் சுமார் 12000 வீரர்கள் மடிந்த போதிலும், மதுரைப் படையினர் மைசூர் வீரர்களை முறியடித்துத் துரத்தினர். ஆகவே மீண்டும் ஒருமுறை மைசூர்ப் படையினர், புறமுதுகிட்டு ஓட வேண்டியதாயிற்று.

'தி ஹிஸ்டரி ஆஃப் கர்நாடகா கவர்னர்ஸ்' என்ற நூல், மதுரைப் படைகளுக்குக் கிடைத்த இந்த வெற்றிக்கான காரணம் ரகுநாத சேதுபதியே என்று புகழ்கிறது. வெற்றிச் செய்தியைக் கொண்டு வந்த ரகுநாத சேதுபதியைத் திருமலை நாயக்கர் கௌரவித்தார். அவருக்கு 'திருமலை சேதுபதி' என்ற பட்டத்தை அளித்து பல பரிசுகளைக் கொடுத்தார். தன்னுடைய ராணியின் சொல்லைக் கேட்டு சேதுபதி செய்த இந்த உதவியின் நினைவாக 'ராணி சொல் காத்தார்' என்ற இன்னொரு பட்டத்தை அளித்தார்.

மதுரை அரசைச் சேர்ந்த திருப்புவனம், திருச்சுழி, பள்ளிமடம் போன்ற ஊர்களை ராமநாதபுரம் அரசுக்கு அளித்தார் திருமலை நாயக்கர். இவற்றையெல்லாம் தவிர, சித்திரைத் திருவிழாவின் போது மதுரைக்கு வரும் அழகர் திரும்பிச் செல்லும்போது புஷ்பப் பல்லக்கில் அவரைத் திருப்பி அனுப்பும் மண்டகப்படியை நடத்திக்கொள்ளவும் சேதுபதிக்கு அவர் உரிமை அளித்தார். இன்று வரை ராமநாதபுரம் சேதுபதி மண்டபத்திலிருந்து தான் அழகர் புஷ்பப் பல்லக்கில் மலைக்குத் திரும்பிச் செல்கிறார்.

மதுரைப் படைகளின் தாக்குதல்

தகுந்த மரியாதைகளோடு சேதுபதியை திரும்ப அனுப்பியபிறகும் திருமலை நாயக்கரின் மனது அமைதி கொள்ளவில்லை. தனது நாட்டைச் சேர்ந்த எந்தவிதத் தவறும் செய்யாத ஆண்கள், பெண்கள், சிறுவர்கள் ஆகியோர் மூக்கறுபட்டுத் துடித்ததை அவரால் மறக்க இயலவில்லை. அந்தக் கொடுமைகளுக்கு தகுந்த முறையில் பழிவாங்க முடிவுசெய்த திருமலை நாயக்கர் தனது தம்பியான குமாரமுத்து நாயக்கரை அழைத்தார். தன்னுடைய படைகளை அவரிடம் கொடுத்து நடந்த நிகழ்வுகளுக்குத் தகுந்த முறையில் மைசூர் அரசுக்குப் பாடம் கற்பிக்குமாறு சொல்லி அனுப்பினார். படைகளோடு திண்டுக்கல் வந்த குமாரமுத்து, அங்கே அரங்கண்ண நாயக்கரையும் அக்கம் பக்கத்தில் உள்ள பாளையக்காரர்களையும் அழைத்து படைகளைத் திரட்டுமாறு அவர்களுக்குக் கட்டளையிட்டார்.

அரங்கண்ண நாயக்கரும் பதினெட்டு பாளையக்காரர்களும் குமாரமுத்துவோடு இணைந்து மைசூரை நோக்கிச் சென்றனர். தமிழகத்தைக் கடந்து நஞ்சன்கூடு வழியாகச் சென்ற அவர்களது படை வழியிலுள்ள பல கோட்டைகளைப் பிடித்துக் கொண்டது. மைசூர்ப் படை வீரர்கள் செய்தது போலவே வழியில் உள்ளவர்களை எல்லாம் பிடித்து அவர்களின் மூக்குகளை அறுத்துக்கொண்டே மைசூர் வரைக்கும் அவர்கள் சென்றனர். மைசூர்ப் படைவீரர்களைச் சிறைப் பிடித்து அவர்கள் பலரின் மூக்குகளையும் அவர்கள் அறுத்தனர். மைசூரைக் கைப்பற்றி கந்திருவ ராஜாவிற்கு பெரும் அச்சத்தை ஏற்படுத்தியபிறகு, அவர்கள் நாடு திரும்பினர்.

வரலாற்றுச் சான்றுகள்

தமிழக வரலாற்றில் பல போர்கள் நடந்திருக்கின்றன. ஆனால் மிகக் கொடூரமாக நடந்த போராக இந்த மூக்கறு போரைச் சொல்லலாம். இரு தரப்பிலும் சாதாரண மக்களில் பெரும்பாலானோர் துன்பத்திற்கு உள்ளாகி பெரும் பிரச்சனைகளைச் சந்தித்தது இந்தப் போரில்தான். இது மைசூர்ப் போர்வீரர்களின் தனி முறை என்று ஜெ.ஹெச். க்ரோஸ் என்பவர் தனது 'கிழக்கிந்தியத் தீவுகளின் பயணம்' என்ற நூல்களில் குறிப்பிட்டிருப்பதிலிருந்து மைசூர் வீரர்கள் இதை அக்காலத்தில் ஒரு வழக்கமாகவே வைத்திருந்தனர் என்பது தெரிகிறது. 'மூக்கறுப்பதில் மைசூர் வீரர்களுக்குத் தனித்திறமை உள்ளதாக' அவர் தனது நூலில் குறிப்பிட்டிருக்கிறார்.

மைசூர் கெஸட்டர் என்ற ஏட்டில் 'மன்னர்களுக்குத் துரோகம் இழைப்பவர்களின் மூக்கறுப்பது பண்டைய வழக்கம்' என்று குறிப்பிடப்பட்டிருக்கிறது. ஆனால் இதை ஏன் அவர்கள் சாதாரணர்களுக்குச் செய்தனர் என்பது விளங்கவில்லை. பிரையர் என்ற அறுவைச் சிகிச்சை மருத்துவர், கர்நாடக நாட்டில் தாம் பிரயாணம் செய்தபோது 'கந்திருவ ராஜாவைப் பற்றிச் சொல்ல வேண்டும். அவரது போர் முறை மற்றவர்களின் போர் முறையிலிருந்து மாறுபட்டிருந்தது. எதிரிகளின் மூக்குகளை ஒருவகைக் கருவியால் எளிதாகவும் திறமையாகவும் அறுப்பதற்கு கந்திருவ ராஜா தமது வீரர்களுக்குப் பயிற்சியளித்திருக்கிறார். அறுத்த மூக்குகள் மன்னரின் காலை உணவு வேளையின்போது அவர் காண்பதற்கு அனுப்பப் படும். பிறரைக் கொல்லவும் கூடாது அதே சமயம் தன்னோடு போர் செய்ய வராவண்ணம் அவர்களுக்குத் தகுந்த பயத்தை ஏற்படுத்த வேண்டும் என்பதற்காக இந்த முறையை அவர் பயன்படுத்தினார்'' என்று கூறியிருக்கிறார்.

சென்னை செயிண்ட் ஜார்ஜ் கோட்டையில் உள்ள குறிப்புகளின் படி அங்கே நிறைவேற்றப்பட்ட ஒரு தீர்மானத்தில் இந்த மூக்கறுப்பு முறை இடம்பெற்றுள்ளது. ''மைசூர் வீரர்கள் எதிரிகளைக் கொல்லாமல், அவர்களது மூக்குகளை மேல் உதட்டுடன் வைத்து அறுக்கும் ஒரு வழக்கத்தைக் கொண்டுள்ளனர். இதற்காக ஒரு தனிப்பட்ட கருவியை அவர்கள் எடுத்துச் செல்கின்றனர். அதைக் கொண்டு அவர்கள் மிகத் திறமையாக மூக்கையும் மேலுதட்டையும் அறுத்து விடுகிறார்கள். எத்தனை மூக்குகளை வீரர்கள் கொண்டு வருகிறார்களோ, அதற்குத் தகுந்த படி மைசூர் அரசர் அவர்களுக்குப் பரிசளிக்கிறார். அதிலும் உதட்டிற்கும் மூக்குக்கும் இடையில் மீசையிருந்தால் பரிசின் அளவு கூடுகிறது. இப்படி மூக்கறு பட்டவர்கள், மிகுந்த துன்பத்திற்கு ஆளாகி நாளடைவில் இறந்து போகின்றனர். இந்தக் கொடூரமான போர்முறையினால் மைசூர் அரசோடு போர் செய்ய மற்றவர்கள் தயங்குகின்றனர்.'' என்று அந்தத் தீர்மானம் குறிப்பிடுகிறது.

இவை ஒருபுறமிருக்க, மெக்கின்ஸி ஓலைச்சுவடிகள், மதுரைப் படைகளின் எதிர்த்தாக்குதலைக் குறித்த விவரங்களைப் பதிவு செய்திருக்கின்றன. குமாரமுத்து மதுரைப் படைகளுக்குத் தலைமை தாங்கிச் சென்ற செய்தி அதில் குறிப்பிடப்பட்டிருக்கிறது. மிக மோசமான போர் முறையைத் திருமலை நாயக்கருக்கு எதிராக மைசூர் அரசர் கையாண்டிருந்தாலும், முடிவில் அது அவரது நாட்டு மக்களுக்கு எதிராகவே திரும்பியது என்பது வரலாறு அளிக்கும் செய்தி.

திருமலை நாயக்கரின் ஆளுமை

தமிழகத்தில் ஆட்சி செய்த அரசர்களில் அதிகபட்ச சர்ச்சைக்கு உள்ளானவராக திருமலை நாயக்கரைச் சொல்லலாம். நாயக்கர் வரலாற்றை எழுதியவர்களில் ஒருவரான ரங்காச்சாரியார், திருமலை நாயக்கர் 'ஆட்சித்திறன் அற்றவர்' என்றும் 'அரசியல் அறியாதவர்' என்றும் கடுமையாகச் சாடியிருக்கிறார். அவர் ஒரு சந்தர்ப்பவாதி என்றும் சுயநலக்காரர் என்றும் அவர் குற்றம் சாட்டியிருக்கிறார். ஆனால் திருமலை மன்னரின் வாழ்க்கை வரலாற்றைப் பார்க்கும் போது இந்தக் குற்றச்சாட்டுகளில் துளியும் உண்மையில்லை என்பது தெரியும். அந்தக் கால அரசியல் நிலையையும் மதுரை அரசின் அண்டை நாடுகள் எடுத்த முடிவுகளையும் சீர்தூக்கிப் பார்த்தே திருமலை நாயக்கர் தனது அரசியல் முடிவுகளை எடுத்திருக்கிறார் என்பது தெளிவு. அவற்றில் சில தவறாகப் போயிருக்கலாம், சில சந்தர்ப்பவாதம் போலத் தோன்றலாம். ஆனால் அவற்றையெல்லாம் திருமலை நாயக்கர் உள்நோக்கம் ஏதுமில்லாமல் அந்தந்த காலகட்டங்களைப் பொருத்தே எடுத்த முடிவுகள் என்பது தெளிவு.

உதாரணமாக ரங்காச்சாரியார் குறிப்பிடும் விஜயநகர மன்னர் ஸ்ரீரங்கனின் உதாரணத்தை எடுத்துக்கொள்வோம். ஸ்ரீரங்கனை திருமலை நாயக்கர் கைவிட்டுவிட்டதாக ரங்காச்சாரி குற்றம் சாட்டுவது எந்தவகையிலும் ஏற்புடையதல்ல. ஸ்ரீரங்கனின் ஆட்சிக் காலத்தில், அவர் வேங்கடராயருக்குச் செய்த துரோகத்தையும் பெரிதாகக் கருதாமல் அவருக்குக் கப்பம் கட்டி வந்தவர் திருமலை நாயக்கர் என்பதை இங்கே நினைவுபடுத்திக்கொள்ள வேண்டும். ஆனால் பீஜப்பூர், கோல்கொண்டா சுல்தான்களுக்கு இடையில் சண்டை மூட்டிவிட்டு அதற்குத் தேவையான பணத்தை நாயக்கர் களிடையே இருந்து வசூலித்ததே பிரச்சனையின் தொடக்கப்புள்ளி என்பதையும் நாம் கவனிக்கவேண்டும்.

திருமலை நாயக்கர் தாமே முன்னின்று போர்களை நடத்தவில்லை என்றும் தனது தளவாயான ராமப்பையரைக் கொண்டோ அல்லது தன் தம்பி குமாரமுத்துவைக் கொண்டோதான் படையெடுப்புகளை நிகழ்த்தினார் என்றும் சிலர் குற்றம் சாட்டுகின்றனர். ஆனால் இதுவும் உண்மையல்ல, தான் பதவியேற்பதற்கு முன்னால் தனது அண்ணனான முத்து வீரப்ப நாயக்கர் நடத்திய போர்களில் திருமலை நாயக்கர் பங்கு கொண்டிருந்திருக்கிறார். போலவே திருவாங்கூர் அரசின் மீது நடந்த படையெடுப்பு, ராமப்பையர்

மறைந்தவுடன் பீஜப்பூர் சுல்தான்களை எதிர்த்து நடத்திய போர் என்று பல போர்களில் திருமலை நாயக்கர் நேரடியாகப் பங்களித்திருக்கிறார். மூன்றாம் ஸ்ரீரங்கனோடு நடந்த போர்களையும் நேரடியாக நடத்தியது திருமலை நாயக்கர்தான்.

அக்காலத்தில் அரசர்கள் நேரடியாகப் பங்கேற்காமல் தளபதிகள் நடத்திய போர்கள் பல உண்டு. சோழர்கள், பாண்டியர்கள் காலத்திலும் அவர்களின் தளபதிகளான அரையன் ராஜராஜன், கிருஷ்ணன் ராமன் போன்றோர் நிகழ்த்திய போர்களை நாம் காண்கிறோம். அதனால் ராஜராஜனோ, ராஜேந்திரனோ போர்த் திறமை அற்றவர்கள் என்று கூறிவிடலாமா என்ன. ஆகவே திருமலை நாயக்கரும் சிறந்த வீரராக இருந்தார் என்பது தெளிவு. அவர் தனது தம்பி, ராமநாதபுரம் சேதுபதி ஆகியோரின் உதவியைக் கோரியது திருமலை நாயக்கர் வயது முதிர்ந்து நோய்வாய்ப்பட்ட பிறகுதான் என்பதையும் நாம் நினைவுகொள்ளவேண்டும். இங்கே முக்கியமாகக் கவனிக்கவேண்டியது வீரராகவும் திறமையற்றவர் களாகவும் உள்ள அரசர்கள் நீண்ட நாட்கள் அரசாள்வதில்லை. நீண்டதொரு ஆட்சியைத் திருமலை நாயக்கர் தந்ததே அவரது பெருவீரத்திற்கும் அரசியல் திறனுக்கும் அத்தாட்சியாக இருக்கிறது.

ஆனால், திருமலை நாயக்கர் குறையே இல்லாத மனிதர் என்றும் கூறிவிட முடியாது. ராமநாதபுரம் சேதுபதிகளின் மீதான போரில் போர்ச்சுகீசியர்களுடன் சேர்ந்தது, விஜயநகர அரசை அழிக்கும் முயற்சியில் தக்காண சுல்தான்களுடன் கூட்டணி வைத்தது, மதமாற்றங்களை ஒடுக்காதது என்று பல குறைகள் அவரிடமும் இருந்தன. ஆயினும் இவற்றை வைத்து மட்டுமே அவர் ஒரு சிறந்த அரசர் அல்ல என்று சொல்லிவிட முடியாது. மதுரை அரசை சிறந்த முறையில் ஆட்சி செய்தது, பொருளாதாரத்தை உயர்த்தியது, பல சீர்திருத்தங்களைச் செய்தது, பல்வேறு புதிய முயற்சிகளை முன்னெடுத்தது என்று பல சிறப்பு அம்சங்கள் அவரிடம் இருந்தன. தான் தவறு இழைத்துவிட்டோம் என்று தெரிந்தால் அதைத் திருத்திக் கொள்ளும் பண்பு அவரிடம் இருந்தது என்பதை முதல் மைசூர்ப் போருக்குப் பிறகு ராமப்பையரை அவர் நடத்திய முறை, தளவாய் சேதுபதியை விடுதலை செய்தது, நீலகண்ட தீட்சதரிடம் மன்னிப்புக் கோரியது போன்ற பல நிகழ்வுகள் எடுத்துக் காட்டுகின்றன. தனக்கு உதவி செய்தவர்களுடன் அவர் தொடர்ந்து நன்றி பாராட்டினார் என்பதை ராமநாதபுரம் ரகுநாத சேதுபதியைக் கௌரவித்தது, ரங்கண்ண நாயக்கரின் பதவியை உயர்த்தியது போன்ற நிகழ்வுகள் உணர்த்துகின்றன.

அன்றாட வழக்கங்கள்

திருமலை நாயக்கர் அதிகாலை நேரத்திலேயே எழுந்து சுறுசுறுப்பாக உடற்பயிற்சி செய்யக்கூடியவர். மற்போரில் பெரும் ஆர்வம் உள்ளவர். பல தடவை தாமே மல்லர்களுடன் போர் செய்திருக்கிறார். சில சமயம், விலங்குகளை வீரர்களோடு பொருத விட்டு வேடிக்கை பார்க்கும் வழக்கமும் அவருக்கு இருந்தது. மாலையில் இரட்டை மாட்டு வண்டி ஒன்றை தாமே ஓட்டிக் கொண்டு நகர்வலம் செய்யும் வழக்கம் அவருக்கு இருந்தது. அப்படிச் செல்லும்போது ஒருநாள் ஐந்தே வயதான சிறுவன் ஒருவன் வண்டியின் குறுக்கே ஓடிவந்துவிட்டான். நல்ல வேளையாக திருமலை நாயக்கர் வண்டியை நிறுத்திவிட்டார். அக்கம் பக்கத்தில் உள்ளோர்கள் அவன் கோவில் பட்டர் ஒருவரின் மகன் என்ற தகவலைத் தெரிவிக்கவே 'ஏலனிவாரு' என்று சொல்லி, அந்தச் சிறுவனை வண்டியில் ஏற்றிக்கொண்டு அவன் வீட்டிற்குச் சென்று தந்தையிடம் ஒப்படைத்தாராம் திருமலை நாயக்கர். அந்தச் சிறுவன் மேல் பெரும் அன்பு கொண்ட நாயக்கர், அவனுக்குப் பட்டன் புத்தூர் என்ற கிராமத்தைத் தானமாக அளித்தார். அந்தப் பையனுக்கு திருமலை ராஜேந்திர பட்டர் என்ற பெயரும் வைக்கப்பட்டது. இந்தத் தகவலைத் தந்த சத்தியநாத ஐயர், பட்டரின் பரம்பரையின் அந்தக் கிராமத்தை அனுபவித்துக் கொண்டுவருகின்றனர் என்று 1922ம் ஆண்டு குறிப்பிட்டிருக்கிறார்.

சிறந்த உடல் வலிமை கொண்டவராக இருந்த திருமலை நாயக்கர், பல சாஸ்திரங்களைக் கற்றுத் தேர்ந்தவராகவும் இருந்தார். பண்டிதர்கள் பலரை தம்முடைய அரண்மனைக்கு அழைத்து தர்க்க சாஸ்திரக் கூட்டங்கள் நடத்துவது அவர் வழக்கம். நொபிலி பாதிரியார் 'என்னைத் தமிழிலும் தெலுங்கிலும் சமஸ்கிருதத்திலும் பேசக் கேட்டு மகிழக் கூடியவர் திருமலை நாயக்கர்' என்று குறிப்பிட்டிருக்கிறார்.

திருமலை நாயக்கர் மகாலில் உள்ள நாட்டிய மண்டபத்தில் நாட்டியக் காரர்கள், பாடகர்கள் போன்றோரை வைத்து நிகழ்ச்சிகள் செய்வதோடு மட்டும் நிற்காமல் ஜாலவித்தை செய்பவர்கள், பாம்பாட்டிகள் ஆகியோரையும் அழைத்து நிகழ்ச்சிகள் நடத்தச் சொல்லி அதைத் தன் அரசிகளோடு கண்டுகளிப்பாராம் அவர். மாலையில் மகாலில் தீப்பந்த வணக்கம் என்ற நிகழ்வு நடப்பதுண்டு. காவலர்கள் தரும் தீப்பந்த வணக்கத்தை ஏற்றுக் கொண்டு அவர்களைத் தீப்பந்த விளையாட்டுகளை நடத்தச் சொல்வதும் திருமலை மன்னரின் வழக்கமாக இருந்தது.

எது எப்படி நடந்தாலும் இரவில் கோவிலுக்குச் சென்று மீனாட்சி அம்மனையும் சுந்தரேஸ்வரரையும் தரிசிக்காமல் படுக்கையறைக்குச் செல்வதில்லை என்ற வழக்கத்தையும் திருமலை நாயக்கர் கொண்டிருந்தார். அதற்காக அவர் சுரங்கம் ஒன்றை அமைத்ததைப் பற்றி ஏற்கனவே பார்த்தோம். அவருக்கு 200க்கும் மேற்பட்ட மனைவிகள் இருந்ததாக பலர் கூறுவதுண்டு. ஆனால் இது அதீதமாகவே தோன்றுகிறது. அவருடைய சிற்பங்கள் இரு மனைவியரோடே எல்லா இடங்களிலும் காணப்படுகின்றன. அவர்களைத் தவிர அக்கால வழக்கப்படி மேலும் பல மனைவிகள் அவருக்கு இருந்திருக்கக் கூடும். ஆனால் 200 மனைவிகள் என்பது உயர்வு நவிற்சியாகவே கூறப்பட்டிருக்கவேண்டும்.

மறைவு

இப்படிப் பெருவாழ்வு வாழ்ந்து சிறப்பான ஆட்சியைத் தந்த திருமலை நாயக்கர் தமது 75ம் வயதில் பொயு 1659ம் ஆண்டு பிப்ரவரி மாதம், விளம்பி வருடம் மாசி 4ம் தேதி இந்த உலகை விட்டுச் சென்றார். ஆனால் அவர் வாழும்போது தொடர்ந்த சர்ச்சைகள் அவரின் மறைவிலும் தொடர்ந்தன. அவரது இறப்பைப் பற்றி பல கட்டுக்கதைகள் இன்று வரை தொடர்ந்து பரப்பப்பட்டு வருகின்றன.

அவற்றில் ஒன்று கோவில் பட்டர் மனைவியுடன் திருமலை நாயக்கர் தொடர்பு கொண்டிருந்தார் என்றும் அவளைப் பார்க்க ஒரு நாள் இரவு சென்றபோது வழியில் உள்ள கிணற்றில் விழுந்து இறந்துவிட்டார் என்றும் கூறப்படும் கதை. ஒருபுறம் 200 மனைவிகளை மணம் புரிந்திருந்தாரா என்று சொல்லிவிட்டு மறுபுறம் பட்டர் மனைவியோடு தொடர்பு கொண்டிருந்தார் என்று கூறுவது அபத்தமான ஒன்று. அதிலும் 75 வயதில் அவளைப் பார்க்கச் சென்றதாகச் சொல்வது கொஞ்சம் கூடப் பொருந்தாத செய்தி. சர்வ அதிகாரங்களும் படைத்திருந்த திருமலை நாயக்கர் யாருக்கு அஞ்சி அப்படி இரவில் ஒருவரைச் சென்று பார்க்க வேண்டும். ஆகவே திருமலை நாயக்கரின் மேல் பொறாமை கொண்டவர்கள் கட்டிவிட்ட கதை இது என்பதில் சந்தேகமேயில்லை.

இன்னொரு நகைப்புக்குரிய கதை, மதுரைக் கோவிலில் ஒரு புதையல் இருந்ததாகவும் அது இருந்த இடம் திருமலை நாயக்கருக்குத் தெரியும் என்பதால் அவரைக் கோவிலின் நிலவறைக்கு அழைத்துச் சென்று அந்தப் புதையலை

எடுத்துக்கொண்டு திருமலை நாயக்கரை ஒரு கல்லை வைத்து அங்கேயே புதைத்துவிட்டனராம் கோவில் பட்டர்கள் சிலர். அதன்பின், திருமலை நாயக்கர் மீனாட்சி அம்மனின் பாதங்களை அடைந்துவிட்டார் என்று எல்லாரிடமும் சொல்லிவிட்டனராம் அவர்கள்.

நாட்டின் மன்னராக இருந்த ஒருவரை அவ்வளவு எளிதாக மெய்க்காவலர்கள் இன்றி ஒரு நிலவறைக்குள் கொண்டு சென்று விடமுடியுமா? அப்படி அவரை கொன்றுவிட்டால், தளவாய் பிரதானிகள் சும்மா இருப்பார்களா? அரசர் உள்ளே சென்ற செய்தி யாருக்கும் தெரியாதா என்ன? நம்ப முடியாத இந்தக் கதையையும் சிலர் சொல்லி வருகிறார்கள்.

மற்றொரு செய்தி திருமலை நாயக்கர் கிறித்துவ சமயத்தைத் தழுவியதால் பட்டர்கள் அவரைக் கொன்று விட்டார்கள் என்று சொல்வது. இந்தக் கதைகள் எல்லாம் பட்டர்களைச் சுற்றி வருவதிலேயே ஒரு செய்தி இருக்கிறது என்று கருதுகிறேன். முதலில் திருமலை நாயக்கர் கிறித்துவ சமயத்திற்கு மாறிவிட்டார் என்பதே ஒரு முழுப் பொய். கடைசி வரை அவர் மீனாட்சி அம்மனின் பக்தராகவே வாழ்ந்து மறைந்தவர். இதில் நகைச்சுவை திருமலை நாயக்கரின் பெயரில் வரும் சவுரி என்பது கிறித்துவப் பெயர் என்று இந்தக் கதை கட்டிவிட்டவர்கள் கருதியதுதான். திருமலை சவுரி அய்யநாயனுகாரு என்ற பெயரில் வரும் சவுரி, செளரிராஜப் பெருமாளுக்கு வழங்கும் வைணவப் பெயராகும். அதை தவறாகப் பரப்பி அதிலிருந்து மேலும் ஒரு கதையைக் கட்டிவிட்டனர் இதுபோன்று அவதூறு செய்யும் கூட்டத்தினர்.

உண்மையில் சில ஆண்டுகளாக நோய்வாய்ப்பட்டே திருமலை நாயக்கர் இறந்தார் என்பதே வரலாறு நமக்குக் கூறும் செய்தி. மைசூர் அரசர்கள் நடத்திய மூக்கறு போரின்போது தாம் உடல்நலம் இன்றி இருந்ததினால்தான் அவர் ரகுநாத சேதுபதியை உதவிக்கு அழைத்தார். அந்தப் போர் ஒருவாறு முடிந்த பிறகு பதிலடி கொடுக்க அவர் தனது தம்பியான குமாரமுத்துவை அனுப்பி வைத்தார். 'நான் நோயால் அவதிப்படுகிறேன் என்பதை மைசூர் அரசர் தெரிந்துகொண்டு நம் நாட்டின் மீது அவர்கள் படையெடுத்தனர். ஆகவே நீ உடனே வீரர்களைத் திரட்டி அவர்களைத் துரத்தி அவர்களின் சீமையைப் பிடித்து வர வேண்டியது' என்று கடிதம் ஒன்றைத் திருமலை நாயக்கர் அனுப்பி வைத்ததாக மெக்கின்ஸி ஓலைச்சுவடி குறிப்பிடுகிறது.

தவிர புரோயன்ஸி பாதிரியார் திருச்சியிலிருந்து 1659ம் ஆண்டு எழுதிய கடிதத்தில் 'திருமலை நாயக்கர் (அவரது தம்பி கொண்டுவந்த) வெற்றிச் செய்தியைக் கேட்டு மகிழ்ச்சியடையக் கொடுத்து வைக்கவில்லை. இந்தப் பூவுலகில் அவர் செய்த செயல்களைச் சொல்லுமாறு கடவுள் அவரை மேலுலகிற்கு அழைத்துவிட்டார். முப்பதாண்டு ஆட்சி செய்து அவர் தமது எழுபத்தைந்தாவது வயதில் இறந்தார். உயர்ந்த குணங்கள் பலவற்றை அவர் கொண்டிருந்தாலும் அவர் செய்த சில தவறுகள் அவருடைய புகழுக்கு சிறிது களங்கம் கற்பித்துவிட்டன. மிக அழகான கட்டடங்களையும் புகழ் வாய்ந்த மதுரைக் கோவிலையும் தீப்ஸ் நாட்டிலுள்ள உயர்ந்த கட்டடங்களைப் போன்ற பெரும் அரண்மனையையும் அவர் கட்டினார். கிறித்துவ சமயத்தின் மீது அன்பு கொண்டிருந்தாலும் அந்த சமயத்தை அவர் தழுவவில்லை. அதற்குக் காரணம் அவரது 200 மனைவியரே' என்று எழுதியிருக்கிறார்.

திருமலை மன்னரின் ஆட்சியாண்டுகளைத் தவறாகக் குறிப்பிட்டிருந்தாலும் மன்னரைப் பற்றிய அவரது மதிப்பீடு மிகச் சரியானது என்பது திருமலை நாயக்கரின் வாழ்க்கையில் நடந்த நிகழ்வுகளைப் பார்க்கும்போது உறுதியாகிறது. அவருக்கு இதைவிடச் சரியான மதிப்பீட்டை அக்காலத்தில் யாரும் அளித்திருக்க முடியாது. திருமலை நாயக்கர் நோய்வாய்ப்பட்டு வயது முதிர்ந்த நிலையில் இறந்துபட்டார் என்பதுவும் அவரது மறைவைப் பற்றி உலவும் கட்டுக்கதைகள் பொய்யானவை என்பதையும் இக்கடிதம் மிகத் தெளிவாக உணர்த்துகிறது.

வானளாவிய மதுரை மீனாட்சி அம்மன் கோவிலும் அதன் மண்டபங்களும் திருப்பரங்குன்றம், அழகர் கோவில் ஆகிய திருத்தலங்களில் அவர் செய்த திருப்பணிகளும் சித்திரைத் திருவிழா போன்ற பல திருவிழாக்களும் புதுமண்டபம், திருமலை நாயக்கர் மகால் போன்ற அழகு வாய்ந்த பல கட்டடங்களும் வண்டியூர்த் தெப்பக்குளம் போன்ற நீர் நிலைகளும் உலகம் உள்ளவரை திருமலை நாயக்கரின் புகழைச் சொல்லிக்கொண்டே இருக்கும்.

அத்தியாயம் 10

இரண்டாம் முத்து வீரப்ப நாயக்கர்

மைசூருக்குப் போர் செய்யச் சென்ற நாயக்கரின் படைகள் வெற்றிச் செய்தியைக் கொண்டுவருவதற்கு முன்னால் திருமலை நாயக்கர் மறைந்துவிட்டார் அல்லவா. அதன் காரணமாக அவருடைய மகனான முத்து வீரப்ப நாயக்கருக்கு அரண்மனைப் பிரமுகர்கள் முடிசூட்டினர். விளம்பி வருடம் (1659) மாசி மாதம் 5ம் தேதி அவர் முடிசூடியதாக மிருத்யுஞ்சய ஓலைச்சுவடிகள் தெரிவிக்கின்றன. முத்து வீரப்பர் திருமலை நாயக்கரின் ஆசை நாயகி ஒருவரின் மகன் என்று நெல்சன் குறிப்பிட்டாலும் அதற்கான ஆதாரங்கள் எதுவும் இல்லை. மற்ற ஆவணங்கள் எல்லாம் அவரை திருமலை மன்னரின் பட்டமகிஷியின் மகனாகவே கருதுகின்றன.

ஆனால் போரிலிருந்து திரும்பி வந்த திருமலை நாயக்கரின் சகோதரரான குமாரமுத்து, தான் இல்லாதபோது முத்து வீரப்பர் முடிசூடியதை ஏற்கவில்லை. அரியணைக்கு உரியவர் தாமே என்று அவர் கலகம் செய்தார். மைசூரிலிருந்து அவருடன் வந்த படையோடு அவர் மதுரை அருகே தங்கியிருந்தார். பிரச்சனை முற்றி உள்நாட்டுப் போர் தோன்றும் சூழ்நிலை உருவாவதை உணர்ந்த அமைச்சர்களும், ரங்கண்ண நாயக்கரும் அவருடன் சமாதானப் பேச்சுவார்த்தையில் ஈடுபட்டனர். முடிவில், குமார முத்துவுக்கு சிவகாசியின் ஆட்சியுரிமையும் திருநெல்வேலியைச் சேர்ந்த சில இடங்களும் வழங்கப்பட்டன. அதனால் சமாதானமடைந்த குமாரமுத்து படையை முத்து வீரப்பரிடம்

ஒப்படைத்து விட்டு, தாம் சிவகாசிக்குச் சென்றுவிட்டார். இதனால் நாயக்கர் ஆட்சிக்கு நேரவிருந்த பெரும் அபாயம் தவிர்க்கப்பட்டது.

நீண்ட காலம் ஆட்சி செய்த அரசர் ஒருவருக்குப் பின் பொறுப்பேற்கும் மகனின் பிரச்சனைகளை முத்து வீரப்பரும் எதிர்கொள்ள வேண்டியிருந்தது. அவருக்கும் அப்போது வயதாகியிருந்தது என்பது ஒருபுறம், அவருடைய பழக்க வழக்கங்களால் அவர் அடைந்த நோய்கள் மற்றொரு புறம் என்று பல சிக்கல்கள் அவருக்கு இருந்தன. ஆனாலும் திருமலை நாயக்கர் போன்ற வலுவான அரசர் விட்டுச்சென்ற நாட்டைக் காக்கும் முயற்சியில் அவர் ஈடுபட்டார். வடக்கே மைசூரிலிருந்தும், வேலூர்-செஞ்சிப் பகுதியிலிருந்தும் எதிரிகளின் தொல்லைகள் வரக்கூடும் என்று கணித்த அவர், திருச்சி மலைக்கோட்டையை பலப்படுத்தும் பணியில் இறங்கினார்.கோட்டைச் சுவர்களைப் பலப்படுத்திக் கட்டினார். அங்குள்ள ஆயுதங்களை செப்பனிட்டுத் தயார் நிலையில் வைத்தார். திறமையான வீரர்களை அங்கு பணியில் அமர்த்தி அவர்களுக்குத் தளபதியாக லிங்கம நாயக்கர் என்பவரையும் நியமித்தார்.

தஞ்சாவூரை ஆட்சிசெய்துகொண்டிருந்த விஜயராகவ நாயக்கர், முத்து வீரப்ப நாயக்கர் செய்த இந்த முஸ்தீபுகளைக் கண்டதும் அச்சம் கொண்டார். எங்கே தஞ்சையைத் தாக்கத்தான் மதுரை நாயக்கர் திட்டமிடுகிறாரோ என்ற தேவையில்லாத பயத்தினால், திருமலை நாயக்கர் செய்த அதே தவறை விஜயராகவ நாயக்கரும் செய்தார். பீஜப்பூர் சுல்தானுக்கு செய்தியும் பணமும் அனுப்பி மதுரையைத் தாக்கத் தூண்டினார். தானாக வந்த வாய்ப்பை மகிழ்ச்சியுடன் ஏற்றுக்கொண்ட பீஜப்பூர் சுல்தான் அடில் ஷா, தனது படைத்தலைவர்களான சகோசியையும் முல்லாவையும் அழைத்து ஒரு படையுடன் மதுரை நாயக்கர்களைத் தாக்க தெற்கு நோக்கி அனுப்பிவைத்தான்.

முதலில் திருச்சிக் கோட்டையை முற்றுகையிட்ட சுல்தானின் படை, அந்த வலுவான கோட்டையைக் கைப்பற்ற முடியாமல் திணறியது. கோட்டைக்குள்ளே இருந்து தொடர்ந்து தாக்குதல்களைத் தொடுத்த நாயக்கர் படையினால் சுல்தானிய வீரர்கள் பெரும் துன்பத்திற்கு ஆளாயினர். லிங்கம நாயக்கர் பெரு வீரத்தோடு போர் செய்து சுல்தானியப் படைகளைத் திணறடித்தார். பொதுவாக முற்றுகையிடப்பட்டவர்கள் அதை நீண்ட நாள் சமாளிக்க முடியாமல் இருக்கும் நிலை இங்கே தலைகீழாக மாறியிருந்தது.

அதாவது முற்றுகை இட்டவர்கள் அதை நீண்ட நாள் நடத்த முடியாமல் திண்டாடிய நிலையில் இருந்தார்கள். ஆத்திரமடைந்த சுல்தானிய வீரர்கள், தங்களை இந்தப் பிரச்சனையில் இழுத்துவிட்ட தஞ்சை நாயக்கரை ஒரு கை பார்ப்பது என்ற எண்ணத்தோடு தஞ்சாவூரை நோக்கிச் சென்று அங்கே உள்ள கோட்டையை முற்றுகையிட்டனர். தஞ்சைக் கோட்டையிலும் வெடி மருந்துகளுக்கும் வீரர்களுக்கும் குறைவில்லை. ஆனால் விஜயராகவ நாயக்கர் வீரத்தோடு போர் செய்யத் துணியவில்லை. அதனால் தஞ்சைக் கோட்டை எளிதில் கைப்பற்றப் பட்டு விஜயராகவ நாயக்கர் தோற்கடிக்கப்பட்டார். அதன்பின் தஞ்சை நாயக்கருக்கு உட்பட்ட மன்னார்கோவில், வல்லம் ஆகிய இடங்களும் பீஜப்பூர் படைகளால் கைப்பற்றப்பட்டன.

தாங்கள் பிடித்த இடங்களை எல்லாம் சுல்தானிய வீரர்கள் சூறையாடினர். அங்குள்ள பொருட்கள் கொள்ளையடிக்கப் பட்டன. ஆனால் அந்தப் பொருட்களின் அளவு அவர்களுக்கு மன நிறைவைத் தரவில்லை. இதற்கிடையில் அங்கே வாழ்ந்துவந்த கள்ளர்கள், திருடர்களிடமே திருடும் முயற்சியாக, சுல்தானியப் படைவீடுகளில் புகுந்து அவர்கள் கொள்ளையடித்த பொருட்களையே திருடிச் சென்று விட்டனர். இதன் காரணமாக கைக்கெட்டியது வாய்க்கெட்டாத நிலை பீஜப்பூர் படைகளுக்கு ஏற்பட்டது.

நாடு முழுவதும் இப்படி நடந்த கொள்ளைகளினால், பெரும் பஞ்சம் மதுரையிலும் தஞ்சையிலும் ஏற்பட்டது. முத்து வீரப்ப நாயக்கர் இந்தப் பஞ்சத்தை திறமையுடன் சமாளித்தார். ஆனால் தஞ்சை நாயக்கரால் அவ்விதம் செய்ய முடியவில்லை. அங்கே முகாமிட்டிருந்த பீஜப்பூர் வீரர்களும் பஞ்சம் தாக்கியது. உணவில்லாமல் பல வீரர்கள் இறந்தனர். அவர்களைத் தகுந்த முறையில் அடக்கம் செய்யாததால், அந்தப் பகுதிகளில் கொள்ளை நோய் பரவ ஆரம்பித்தது. இதனால் பலர் மடிந்தனர். அதில் சுல்தானிய வீரர்களும் அடக்கம். அதையடுத்து பீஜப்பூர் வீரர்களுக்கு இடையே சண்டை சச்சரவுகள் எழுந்தன. படையெடுப்பைச் சரியாக நடத்தவில்லை என்று படைத்தலைவனான முல்லாவை எதிர்த்து பலர் போர்க்கொடி தூக்கினர். நெருக்கடியில் சிக்கிய முல்லா, வேறு வழியில்லாமல் மதுரை,தஞ்சை நாயக்கர்களிடம் பேச்சுவார்த்தையில் இறங்கினான். அவர்கள் 'ஏதாவது' கொடுத்தால், அதை வாங்கிக்கொண்டு கௌரவமாக நாடு திரும்பிவிடலாம் என்று அவன் திட்டமிட்டான்.

ஆனால் வலுவான நிலையில் இருந்த முத்து வீரப்ப நாயக்கரும், எல்லாவற்றையும் இழந்துவிட்ட விஜயராகவ நாயக்கரும் அவனுடைய பேச்சுவார்த்தைக்கு மசியவில்லை. தங்களால் எதையும் தரமுடியாது என்று கைவிரித்துவிட்டனர் அவர்கள் இருவரும். இதனால் வெகுண்ட முல்லா, மீண்டும் திருச்சிக் கோட்டையை முற்றுகையிட்டான். மதுரை நாயக்க வீரர்கள் அஞ்சாது மீண்டும் சுல்தானிய வீரர்கள் மீது தாக்குதல் நடத்தினர். அது போதாதென்று, கள்ளர்கள் வேறு மீண்டும் பீஜப்பூர் பாசறைகளில் புகுந்து கொள்ளையடித்தனர். ஏசுசபைக் கடிதம் ஒன்றின் படி ‘சுல்தானிய வீரர்கள், நாயக்கரின் படைகளைக் காட்டிலும் இந்தக் கள்ளர்களிடம் பயந்து நடுங்கினர். தங்கள் பணம் அனைத்தையும் இழந்து வெறும் கையோடு திரும்ப நேரிடும் என்று பெரும் அச்சம் கொண்டனர்’. இப்படி எல்லாப் பக்கத்திலிருந்தும் நெருக்கப்பட்ட முல்லா, மீண்டும் முத்து வீரப்ப நாயக்கரிடம், கொஞ்சமாவது பணம் கொடுக்கும்படி இறைஞ்சினான். அதை ஏற்ற முத்து வீரப்பர், சிறிதளவு பணத்தைக் கொடுத்து பீஜப்பூர் படைகளை அனுப்பி வைத்தார். தலை தப்பியது புண்ணியம் என்ற நினைப்பில் கிடைத்ததை வாங்கிக்கொண்டு சுல்தானியப் படைகள் பின்வாங்கின.

மிகத் திறமையுடன் தன் மீது திணிக்கப்பட்ட பீஜப்பூர் படையெடுப்பையும் அதன் விளைவாக நாட்டில் ஏற்பட்ட பஞ்சத்தையும் சமாளித்த முத்து வீரப்ப நாயக்கர் அதிக நாள் உயிரோடு இருக்கவில்லை. ஆட்சிக்கு வந்த நாலே மாதங்களில், விகாரி வருடம் வைகாசி மாதம் (ஜூன் 1659) அவர் இந்த உலகை விட்டு மறைந்தார். அதற்கு அவருடைய சிற்றின்பப் பழக்க வழக்கங்கள்தான் காரணம் என்று ஆய்வாளர்கள் தெரிவிக்கின்றனர். ஆனால் இந்தக் குறுகிய காலத்தில் சிற்றப்பனால் ஏற்பட்ட உள்நாட்டுக் கலகத்தையும் வெளியிலிருந்து வந்த பீஜப்பூர் படையெடுப்பையும் திறம்பட அவர் சமாளித்தார் என்றே கூறவேண்டும்.

அத்தியாயம் 11

சொக்கநாத நாயக்கர்

மிகக் குறைந்த காலத்தில் மதுரையை ஆட்சி செய்த முத்து வீரப்பர் மறைந்தபோது, அவரது மகனான சொக்கநாதன் வயதில் மிகவும் இளையவராக இருந்தார். பதினாறே வயதான சொக்கநாதர், விகாரி வருடம் ஆனி மாதம் (1659) ஆட்சிபீடம் ஏறினார். சில ஆய்வாளர்கள், அவர் ஆட்சிப் பொறுப்பை ஏற்றது 1660 என்று கருதுகின்றன. ஆனால் முத்து வீரப்பர் மறைந்த பிறகு அவ்வளவு பெரிய இடைவெளி இருந்ததாகக் கருத ஆதாரம் ஏதுமில்லை.

சொக்கநாத நாயக்கருக்கு முடிசூடிய தளவாய் லிங்கம நாயக்கரும் பிரதானி, ராயசம் போன்ற அதிகாரிகளும் பெயரளவுக்கு அவரை அரியணையில் அமர்த்தி, நாட்டின் அதிகாரம் முழுவதையும் கைப்பற்றிக் கொண்டனர். நாயக்கருக்கு விசுவாசமான அதிகாரிகள் பலரைப் பதவி நீக்கம் செய்தனர், பலரை நாடு கடத்தினர், சிலர் கொல்லப்பட்டனர். இப்படி தங்களுக்கு எதிராகத் திரும்பக் கூடியவர்கள் என்பவர்களை எல்லாம் ஒதுக்கிவிட்ட பிறகு, தங்கள் விருப்பப்படி மதுரை ஆட்சியை அவர்கள் நடத்தினர். சொக்கநாத நாயக்கர் இளைஞராக இருந்ததால், அவர்களது சூழ்ச்சியை அவர் உணர்ந்து கொள்ள முடியவில்லை. அவரை ஒரு அரண்மனையில் வைத்து 'சீரும் சிறப்புமாக' அதிகாரத்தைக் கைப்பற்றியவர்கள் பார்த்துக்கொண்டதால் நாட்டு நடப்பை அவரால் தெரிந்துகொள்ள முடியவில்லை.

ஆனால் மக்கள் விரைவில் விழித்துக்கொள்வார்கள் என்பதை உணர்ந்த ஆட்சியாளர்கள், ஒரு போரை வலிந்து உருவாக்கினார்கள். பீஜப்பூர் படையினரால மீண்டும் ஆபத்து வரும் என்றும் அதை வருமுன் காக்கவேண்டும் என்றும் கதை கட்டி, 40000 பேர் கொண்ட படையோடு லிங்கம நாயக்கர் பீஜப்பூரின் கீழ் இருந்த செஞ்சியை நோக்கிப் படையெடுத்துச் சென்றார். அவர் ஏற்கனவே பீஜப்பூர் படைகளுக்கு எதிராக முத்து வீரப்ப நாயக்கரின் காலத்தில் வீரச் செயல்கள் செய்திருப்பதால், மக்களும் அதைக் குறித்துப் பெரும் சந்தேகம் ஏதும் கொள்ளவில்லை. செஞ்சிக் கோட்டையை அப்போது பீஜப்பூரின் தளபதியான சகோசி ஆண்டுகொண்டிருந்தார்.

செஞ்சிக்கோட்டையை முற்றுகையிட்ட லிங்கம நாயக்கர் அதைத் தாக்காமல் காலம் தாழ்த்தினார். இடையில் சகோசியிடம் பேச்சு வார்த்தை நடத்தி அவர்களிடமிருந்து வேண்டிய பணத்தைப் பெற்றுக்கொண்டார். பிரதானியும் ராயசமும் இங்கே நாட்டைக் கொள்ளையடித்து பெரும் செல்வத்தைத் திரட்டிக் கொண்டிருந்தனர். இப்படித் தேவையான பணத்தைச் சம்பாதித்த பிறகு லிங்கம நாயக்கர் நாடு திரும்பினார். நீண்ட நாட்கள் சொக்கநாதரைப் பதவியில் விட்டு வைப்பது ஆபத்து என்று உணர்ந்த ஆட்சியாளர்கள், சொக்கநாதரைச் சிறையில் அடைத்து விட்டு அவருடைய சகோதரர் முறையுள்ள அழகாத்திரி என்பவரை அரியணையில் அமர்த்தத் திட்டம் தீட்டினர். ஆனால் அரண்மனைப் பணிப்பெண் ஒருவர் மூலம் இந்த விஷயம் சொக்கநாதருக்குத் தெரிந்து விட்டது. தனது பாட்டனாரைப் போன்ற திறமையுள்ள அவர், நாடு கடத்தப்பட்ட சில படைத்தலைவர்களோடு தொடர்பு கொண்டார். தனக்கு விசுவாசமானவர்களின் படை ஒன்றை அவர்கள் மூலம் திரட்டச் செய்து விரைவில் அதிகாரத்தைக் கைப்பற்றினார் சொக்கநாதர்.

சதிச்செயலுக்கு உதவியாக இருந்த ராயசம் கொல்லப்பட்டார். பிரதானியின் கண்கள் பிடுங்கப்பட்டன. வீரரான லிங்கம நாயக்கரை உடனடியாகத் தண்டிக்க சொக்கநாதர் விரும்பவில்லை. இந்த இடைவெளியைப் பயன்படுத்திக்கொண்ட லிங்கமர், தப்பிச் சென்றுவிட்டார். அதன்பின், முழு அதிகாரத்தோடு சொக்கநாத நாயக்கர் மதுரை அரியணையில் அமர்ந்தார்.

●

மிக இளைய வயதிலேயே ஆட்சிப் பொறுப்பை ஏற்ற சொக்கநாத நாயக்கர் வீரம் மிக்கவர் என்பதில் சந்தேகமில்லை. ஆனால் ஒரு

நாட்டை நல்ல முறையில் நிர்வகிக்க வீரம் மட்டுமே போதாதல்லவா. அவருக்குத் தகுந்த ஆலோசனை சொல்லி வழிகாட்டுவதற்குத் தகுந்த பெரியோர்களும் அங்கே இல்லை. ஆகவே அவர் எடுத்த முடிவுகளில் சில சாதகமாக அமைந்தாலும் சில அவருக்கு எதிராகவே திரும்பின.

பீஜப்பூருடன் போர்கள்

தனக்கு எதிராகச் செயல்பட்ட துரோகிகளை ஒருவாறு ஒழித்துக் கட்டிய பிறகு அரியணையில் ஸ்திரமாக அமர்ந்த சொக்கநாத நாயக்கர், அந்தத் துரோகிகளில் ஒருவனைத் தப்பிக்கவிட்டதன் பலனை உடனே அனுபவிக்க நேரிட்டது. மதுரையிலிருந்து தப்பிச் சென்ற லிங்கம நாயக்கர், ஏற்கனவே தனக்கு உதவிகள் செய்திருந்த பீஜப்பூர் தளபதி சகோசியைச் சென்றடைந்தார். திருச்சிக் கோட்டை தற்போது அதிக பாதுகாப்பில்லாமல் இருக்கிறது என்றும் அதனை உடனே தாக்கினால் எளிதாகப் பிடித்துவிடலாம் என்று சொல்லி அவருக்கு ஆசை மூட்டினார். முன்பு ஒருமுறை திருச்சிக் கோட்டையைப் பிடிக்க முடியாமல் திரும்பிய சகோசி, இந்த ஏற்பாட்டுக்கு ஒப்புக்கொண்டு 12000 காலாட் படையினரையும் 7000 குதிரைப் படையினரையும் அழைத்துக் கொண்டு லிங்கம நாயக்கரோடு திருச்சி விரைந்தார். தமக்கு உதவுமாறு தஞ்சை நாயக்கருக்கும் தூது அனுப்பினார் சகோசி.

இம்முறையும் நாட்டு நலனைக் கருதாமல் அபத்தமான முடிவு ஒன்றை எடுத்த தஞ்சை விஜயராகவ நாயக்கர், சகோசிக்கு உதவியாக தன்னுடைய படை ஒன்றை அனுப்பி வைத்தார். இப்படி பீஜப்பூர், தஞ்சைப் படைகள் திருச்சியை முற்றுகையிட்டபோது சொக்கநாத நாயக்கர் அசரவில்லை. தன்னுடைய பிரதானியின் தலைமையில் மதுரையில் இருந்து ஒரு படையை அனுப்பி வைத்தார். ஆனால், இந்தப் பிரதானியும் முன்பு இருந்தவரைப் போல துரோகம் செய்து தன்னுடைய படையில் சேதம் அதிகமாக இருக்குமாறு செய்தான். இதனால் மதுரைப் படை தோல்வியைச் சந்தித்தது. படைத்தலைவனின் துரோகத்தைக் கேள்விப்பட்ட சொக்கநாத நாயக்கர், தாமே படைக்குத் தலைமை வகித்து பீஜப்பூர் படைகளோடு மோதினார். இளைஞரான அரசரே படைக்குத் தலைமை வகித்து மும்முரமாகப் போர் செய்வதைக் கண்ட படை வீரர்கள் ஊக்கமுற்று பீஜப்பூர் படைகளைத் தாக்கினார். அந்த வேகத்தைச் சமாளிக்க முடியாமல் லிங்கமனும் சகோசியும் பின்வாங்கினர்.

இப்படி அடுத்தடுத்து ஏற்பட்ட இரு பெரும் போர்களால் ஏற்கனவே நாட்டின் நிலவிய பஞ்சம் தீவிரமடைந்தது. விஜயராகவ நாயக்கரின் அறிவற்ற செயல்களால் தஞ்சை மக்கள் பெரும் துன்பமடைந்தனர். பஞ்சத்தின் காரணமாக அவர்கள் கூட்டம் கூட்டமாக வெளியேறி வடக்கு திசை நோக்கியும் மதுரை நோக்கியும் வந்தனர். பஞ்சத்தால் தவித்துக்கொண்டிருந்த மதுரைப் பகுதியில் இப்படி வெளியூரிலிருந்து வந்தவர்களும் சேர்ந்துகொள்ள நிலைமை மேலும் சிக்கலானது. மக்களின் இந்தக் கையறு நிலையை இங்கே வணிகம் செய்ய வந்திருந்த டச்சுக்காரர்கள் நன்றாகப் பயன்படுத்திக் கொண்டனர். பஞ்சத்தால் பாதிக்கப்பட்ட மக்களுக்கு உணவு கொடுக்கிறேன் என்று சொல்லி அவர்களை அடிமைகளாக மேல் நாடுகளுக்குச் செல்லும் கப்பல்களில் விற்றனர் டச்சுக்காரர்கள். 'உணவைக் காரணம் காட்டி அவர்களை தங்கள் முகாம்களுக்கு அழைத்த டச்சுக்காரர்கள், அவர்கள் உடல்நிலை நன்கு தேறியபிறகு அடிமைகளாக கப்பல்களுக்குக் கொண்டுசென்று விற்றுவிடுவது வெட்ககரமான செயல்' என்று ஏசு சபைக் கடிதம் ஒன்று கூறுகிறது.

ஆனால் நாட்டில் நிலவிய உணவுப் பஞ்சத்தை சொக்கநாத நாயக்கர் திறமையாகச் சமாளித்தார். மதுரைக்கும் திருச்சிக்கும் இடையே அடிக்கடி பயணித்த சொக்கநாத நாயக்கர், வெளியூர்க்காரர்களாக இருந்தாலும் சரி உள்ளூர் வாசிகளாக இருந்தாலும் சரி, அவர்களது பசியை ஆற்றி உணவு கொடுக்கும் பணியைச் செய்யுமாறு தனது அதிகாரிகளுக்கு கட்டளையிட்டார். ''அண்டை நாடுகளிலிருந்து ஆயிரக்கணக்கில் வந்த ஏழைகளுக்கு உணவு அளிக்கப்பட்டது. பரந்து விரிந்த காவிரிக் கரையே உணவகமாயிற்று. ஆற்றங்கரையில் இலைகள் போடப்பட்டு சோறும், குழம்பும் கறிகளும் பரிமாறப் பட்டன. அவர்கள் உண்ணும்போது சொக்கநாத நாயக்கர், குதிரையிலிருந்து வந்து பந்தி விசாரணை செய்வார்'' என்று ஏசு சபையினர் எழுதியிருக்கின்றனர்.

ஒரு வழியாகப் பஞ்சத்தை சமாளித்த சொக்கநாத நாயக்கருக்கு மேலும் ஒரு துன்பம் காட்டு விலங்குகளால் ஏற்பட்டது. ஊர்ப் புறங்களில் விலங்குகள் புகுந்து மனிதர்களையும் பயிர்களையும் தாக்கி அழித்தன. இதனால் படைவீரர்கள் அந்த விலங்குகளை வேட்டையாடி வீழ்த்த வேண்டியிருந்தது. இது போதாதென்று விஷப்பூச்சிகள் படையெடுத்து பயிர்களை அழித்தன. நாட்டில் கொள்ளை நோய் பரவியது. இதையெல்லாம் மக்கள் வரப்போகும் ஒரு பெரும் துன்பத்திற்கு அறிகுறிகளாக நினைத்தனர். ஆனால் விரைவில் இந்தச் சிக்கல்கள் தீர்ந்தன.

இந்தப் பிரச்சனைகளெல்லாம் முடிவதற்கு முன்பே மீண்டும் பீஜப்பூர் படைகள் மதுரை நோக்கைப் படையெடுத்தன. வானமியான் என்பவன் தலைமையில் 1663ம் ஆண்டு பீஜப்பூர் சுல்தான் அடில்ஷா ஒரு படையை அனுப்பி வைத்தான். பீஜப்பூர் படைகளுக்கு விஜயராகவ நாயக்கர் உதவி செய்தார். இந்தப் படை திருச்சிக் கோட்டையின் மேல் கடும் தாக்குதல் நிகழ்த்தியது. ஆனால், இது போன்ற ஒரு நிலைமையை எதிர்பார்த்து அந்தக் கோட்டையில் வெடி மருந்துகளையும் திறமை மிக்க வீரர்களையும் சொக்கநாத நாயக்கர் சேர்த்து வைத்திருந்தார். பீஜப்பூர் படைகளின் மீது மதுரைப் படை வெடிகுண்டுகளை வீசியது. அதன் காரணமாக வானமியானின் படையின் பெரும்பகுதி அழிக்கப்பட்டது.

ஆத்திரமடைந்த வானமியான், சுற்றுப்புறத்தில் இருந்த ஊர்களை எல்லாம் தாக்கத்தொடங்கினான். போர்ப்பயிற்சி சிறிதும் இல்லாத அந்த ஊர் மக்கள் தங்களால் இயன்றவரை பீஜப்பூர் படைகளை எதிர்த்து நின்றனர். முடியாதபோது ஆண்களும், பெண்களும் குழந்தைகளும் ஒரே இடத்தில் கூடி, ஒட்டுமொத்தமாகத் தங்களை தீக்கிரையாக்கிக் கொண்டு மாண்டனர். தொடர்ந்து இப்படிச் சூறையாடல்கள் நடக்கும் என்றும் அதைத் தவிர்க்க வேண்டுமென்றால் தங்களுக்குப் பெரும்பணம் கொடுக்க வேண்டும் என்றும் வானமியான் நிபந்தனைகள் விதித்தான். மக்களின் துன்பத்தைத் தாங்க முடியாத சொக்கநாத நாயக்கர், அவன் கேட்ட பணத்தைக் கொடுத்து அவனை நாட்டை விட்டு ஓட்டினார்.

தஞ்சைப் படையெடுப்பு

பீஜப்பூர் படைகள் இங்கு வரும்போதெல்லாம் அவர்களோடு சேர்ந்துகொண்டு மதுரைக்குத் தொல்லை கொடுத்துக் கொண்டிருக்கும் தஞ்சை விஜயராகவ நாயக்கருக்கு பாடம் கற்பிக்கத் திட்டமிட்ட சொக்கநாத நாயக்கர், தஞ்சை மீது படையெடுத்தார். வல்லம் கோட்டையைத் தாக்கிக் கைப்பற்றிக் கொண்ட சொக்கநாத நாயக்கர், அடுத்ததாக தஞ்சாவூரின் மீது தாக்குதல் நடத்த முனைந்தார். அவரைச் சமாளிக்க முடியாது என்பதை உணர்ந்து கொண்ட விஜயராகவ நாயக்கர், சொக்கநாதரிடம் சரணடைந்தார். தஞ்சை மன்னரின் சமாதானத்தை ஏற்றுக்கொண்ட சொக்கநாத நாயக்கர், வல்லத்தில் ஒரு படையை நிறுத்தி விட்டு மீண்டும் மதுரை திரும்பினார். ஆனால் சிறிது காலத்திற்குப் பிறகு மீண்டும் வல்லத்தை தஞ்சை மன்னர் தன்னுடைய அரசில் சேர்த்துக் கொண்டதாகத் தெரிகிறது.

சேதுபதிகளுடன் போர்

இளவயதிலேயே பதவிக்கு வந்த சொக்கநாத நாயக்கரின் ஆட்சிக் காலத்தில் நடந்த நிகழ்வுகளைப் பார்க்கும்போது, தன்னுடைய வீரத்தால் பல சிக்கல்களை அவர் திறம்படச் சமாளித்தாலும் அவருடைய அனுபவமின்மையால் சில தடாலடி முடிவுகளை எடுத்து பல பிரச்சனைகளை அவர் தாமே வரவழைத்துக் கொண்டதையும் காணமுடிகிறது. அப்படி ஒரு செயல்தான், சொக்கநாதர் சேதுபதிகளின் மேல் நிகழ்த்திய தாக்குதல். திருமலை நாயக்கரின் காலத்தில் அவருக்குப் பல உதவிகள் செய்தவரும் அதன் காரணமாக திருமலை சேதுபதி என்ற பெயர் பெற்று பல பரிசுகளை திருமலை மன்னரிடமிருந்து பெற்றவருமான ரகுநாத சேதுபதியுடன் சொக்கநாதர் மோதச் சென்றார். பீஜப்பூர் படையெடுப்பு களின்போது தமக்கு உதவ வராத காரணத்தால் சேதுபதியின் மீது கோபம் கொண்ட சொக்கநாத அவர் மீது படையெடுத்தார் என்று ஆய்வாளர்கள் கூறுகின்றனர். வயதில் முதிர்ந்தவரும் பெரு வீரருமான திருமலை சேதுபதியுடன் போர் செய்ய நினைத்தது சொக்கநாதர் செய்த தவறுகளில் ஒன்று.

இந்தப் போரின் ஆரம்பத்தில் மதுரைப் படைகளுக்கு வெற்றியே கிடைத்தது. திருப்பத்தூர், மானாமதுரை, காளையார் கோவில் ஆகிய இடங்கள் ஒன்றன்பின் ஒன்றாக வீழ்ந்தன. இதனால் ஊக்கமடைந்த மதுரைப் படை மேலும் முன்னேறியது. ஆனால் அனுபவம் வாய்ந்த திருமலை சேதுபதி மறைந்து கொண்டு திடீர்த்தாக்குதல் நடத்தும் முறையைக் கையாண்டார். அடிக்கடி மதுரைப் படைகளுக்கு எதிராகத் தோன்றி மின்னல் வேகத் தாக்குதல் நடத்திவிட்டு ராமநாதபுரம் படைகள் மறைந்தன. இதனால் ஆத்திரம் அடைந்த சொக்கநாத நாயக்கர், சேதுபதியின் படைகளை முறியடிக்க முடியாமல் திணறினார். இதற்கிடையில் மதுரையில் நவராத்திரி விழா ஆரம்பித்துவிடவே, படையை நடத்தும் பொறுப்பைத் தனது படைத்தலைவர்களிடம் ஒப்படைத்து விட்டு மதுரை திரும்பினார் சொக்கநாத நாயக்கர்.

ஆனால், சேதுபதிகளின் படைகள் தொடர்ந்து நடத்திய தாக்குதலால் மதுரைப் படைகள் நிலைகுலைந்தன. பிடித்த இடங்களை விட்டு நாயக்கரின் படைகள் பின்வாங்கத் தொடங்கின. ஒரு கட்டத்தில் இது போன்று தொடர்ந்து போர் நடத்துவது பெரும் தோல்வியில் முடியும் என்பதை உணர்ந்து கொண்ட சொக்கநாதர், ராமநாதபுரம் சேதுபதியோடு நடத்திய இந்தப் போரை அடியோடு கைவிட்டார்.

தலைநகர் மாற்றம்

மதுரையைத் தலைநகராக கொண்டு ஆட்சி செய்ய ஆரம்பித்த நாயக்கர் வம்சத்தில், முத்து வீரப்ப நாயக்கர் வடதிசைப் படையெடுப்புகளைச் சமாளிக்க வேண்டி, தலைநகரைத் திருச்சிக்கு மாற்றியதையும் அதன்பின் திருமலை நாயக்கர் மீண்டும் தலைநகரை மதுரைக்கு மாற்றியதையும் பார்த்தோம். சொக்கநாத நாயக்கர் ஆட்சியின் தொடக்கத்திலேயே இருமுறை பீஜப்பூர் சுல்தான்களை எதிர்கொள்ள நேரிட்டது. தவிர, தஞ்சை நாயக்கரும் தொடர்ந்து தொல்லைகள் தந்துகொண்டிருந்தார். தென்பகுதியில் பகைவர்கள் இல்லாத காரணத்தால், தலைநகரை திருச்சிக்கு மாற்றுவது வடக்கில் இருந்து வரும் ஆபத்துகளை சமாளிக்க உதவியாக இருக்கும் என்று நினைத்த சொக்கநாதர் மீண்டும் தலைநகரை திருச்சிக்கு மாற்றும் முயற்சிகளை எடுத்தார்.

இந்த முயற்சியில் மதுரையில் திருமலை நாயக்கர் கட்டிய அரண்மனையை இடித்து, அதன் பகுதிகளையும் அங்கேயிருந்த பொருட்களையும் திருச்சிக்குக் கொண்டு செல்ல ஆரம்பித்தார். இதனால் பெரும்பாடுபட்டு திருமலை நாயக்கர் கட்டிய அரண்மனை பாழானது.

அவசர புத்தியால் சொக்கநாதர் செய்த இந்தச் செயல் அவர் நினைத்த படி திருச்சியில் அரண்மனை கட்டவும் உதவவில்லை. திருமலை நாயக்கர் மகால் இடிந்ததுதான் மிச்சம். ஒரு வழியாக 1665ம் ஆண்டு திருச்சி மீண்டும் மதுரை நாயக்கர்களின் தலைநகராயிற்று. ப்ரோயன்ஸா பாதிரியார் எழுதிய கடிதம் ஒன்றில் '1665ம் ஆண்டு சொக்கநாதர் தனது தலைநகரை திரிசிரபுரத்தில் அமைத்துவிட்டார்' என்று எழுதியிருக்கிறார்.

திருச்சிக்குத் தலைநகரை மாற்றிய சொக்கநாதர், மைசூர் அரசு மீது படையெடுத்ததாகவும் ஆனால் அந்தப் படையெடுப்பில் தோல்வியடைந்ததாகவும் ரங்காச்சாரி குறிப்பிட்டிருக்கிறார். அதன் காரணமாக ஈரோடு, தாராபுரம் ஆகிய இடங்களை மைசூர் மன்னருக்கு அளிக்கவேண்டிய நிலையில் இருந்ததாகவும் பெரும் பணம் கொடுத்து அவற்றை மீட்டதாகவும் அவர் எழுதியிருக்கிறார். ஆனால் இந்தத் தகவல்களை சத்தியநாத நாயக்கர் மறுத்திருக்கிறார். சொக்கநாத நாயக்கர் இப்படி ஒரு படையெடுப்பை நடத்தியதற்கு ஆதாரம் ஏதுமில்லை என்கிறார் அவர்.

இது ஒரு புறமிருக்க, சொக்கநாதர் தஞ்சை நாயக்கரோடு பெரும் போர் ஒன்றில் ஈடுபட வேண்டியிருந்தது. ஏன் ?

திருமணத்திற்காகப் போர்

திருமலை நாயக்கரின் காலத்தில் தஞ்சை நாயக்கரான விஜயராகவ நாயக்கருக்கும் அவருக்கும் ஏற்பட்ட உரசல், திருமலை மன்னரின் மகனான முத்து வீரப்பரின் காலத்திலும் தொடர்ந்து, சொக்கநாதர் காலத்தில் பெரும் பிரச்சனையாக உருவெடுத்தது. விஜயராகவ நாயக்கரின் தூண்டுதலால் இருமுறை பீஜப்பூர் வீரர்களின் தாக்குதலுக்கு ஆளான சொக்கநாத நாயக்கர், அதன் காரணமாக வெகுண்டு தஞ்சை மீதே படையெடுக்க நேர்ந்தது. அவருடன் விஜயராகவ நாயக்கர் சமாதானம் செய்துகொண்டாலும் அது பெயரளவுக்கு இருந்ததே தவிர, அவர் மனதில் மதுரையுடன் நட்புறவு ஏற்படவே இல்லை. இதை நிரூபித்தது சொக்கநாதருக்கு தஞ்சை நாயக்கர் தனது பெண்ணைக் கொடுக்க மறுத்த நிகழ்வு.

விஜயராகவ நாயக்கரின் பெண் மீது சொக்கநாத நாயக்கருக்கு காதல் ஏற்பட்டது என்றும் அதனால் அந்தப் பெண்ணை மணந்துகொள்ள நினைத்து தஞ்சை நாயக்கருக்கு சொக்கநாதர் தூது அனுப்பினார் என்று சொல்வதுண்டு. இல்லை, அது ராஜீய ரீதியாக தஞ்சை நாயக்கருடன் உறவு கொள்ள நினைத்தே சொக்கநாதர் அனுப்பிய தூது என்றும் சொல்வதுண்டு. எப்படி இருந்தாலும், சொக்கநாத நாயக்கர் அனுப்பிய தூதை நிராகரித்த விஜயராகவ நாயக்கர், அவருக்குப் பெண் கொடுக்க மறுத்துவிட்டார்.

அதற்கு பல காரணங்களை ஆய்வாளர்கள் முன்வைக்கின்றனர். தஞ்சை நாயக்கர்கள் பரம்பரை அரச பதவியைச் சேர்ந்தவர்கள், அதாவது அச்சுதராயரின் உறவினரான செவ்வப்ப நாயக்கரின் வழிவந்தவர்கள். மதுரை நாயக்கர்களோ கிருஷ்ணதேவராயரின் ஊழியமாக இருந்த விஸ்வநாத நாயக்கரின் வழிவந்தவர்கள். எனவே அந்தஸ்து இந்த மண உறவுக்குக் குறுக்கே நின்றதாம். ஆனால் இந்த வாதம் ஏற்றுக்கொள்ள முடியாத ஒன்று. ஏற்கனவே திருமலை நாயக்கர், தஞ்சை நாயக்கரின் வழி வந்த ஒரு பெண்ணைத் திருமணம் செய்துகொண்டார் என்பதை பல ஆவணங்கள் தெரிவிக்கின்றன. அப்படியிருக்க சொக்கநாத நாயக்கருக்கு தன் பெண்ணை மணம் செய்து கொடுக்க விஜயராகவ நாயக்கர் மறுத்ததற்குக் காரணம், மதுரை நாயக்கரின் மேல் அவர் கொண்ட தீராத பகையாகவே இருக்க முடியும்.

அதிவிரைவில் முடிவுகளை எடுக்கக் கூடிய சொக்கநாத நாயக்கர், தாம் பெண் கேட்டு அனுப்பிய தூதினை விஜயராகவ நாயக்கர் மறுத்தது கண்டு பெரும் கோபம் அடைந்தார். தஞ்சை நாயக்கருக்கு

ஒரு பாடம் புகட்ட விரும்பிய சொக்கநாதர், தளவாய் வேங்கட கிருஷ்ணப்ப நாயக்கர் தலைமையில் 1673ம் ஆண்டு ஒரு படையை தஞ்சை நோக்கி அனுப்பி வைத்தார். வேங்கடகிருஷ்ணப்பருடன் பேஷ்கார் சின்னத்தம்பி முதலியார், கன்னிவாடியின் பாளையக் காரரான காட்டீர நாயக்கர் ஆகியோரும் உடன் சென்றார்கள். ஏற்கனவே கைப்பற்றிய வல்லம் கோட்டையை முற்றுகையிட்ட மதுரை நாயக்கர் படை, அதை விரைவில் கைவசப்படுத்தியது. அதன் பின், தன்னுடைய படையை தஞ்சைக் கோட்டை நோக்கிச் செலுத்தினார் வேங்கடகிருஷ்ணப்பர். விஜயராகவ நாயக்கர் பூஜையில் ஆழ்ந்திருந்த சமயத்தில், மதுரைப் படைகள் தஞ்சை நோக்கி வருவது அவருக்குத் தெரிவிக்கப்பட்டது. உடனே படைகளைத் திரட்டிய விஜயராகவர், மதுரைப் படைகளை வழியிலேயே எதிர்கொண்டார்.

இருதரப்பிற்கும் இடையில் நடந்த கடும் போரில், மதுரைப் படைகளுக்கு வெற்றி கிடைத்தது. தளவாய் வேங்கட கிருஷ்ணப்பர், விஜயராகவ நாயக்கரிடம் பேச்சுவார்த்தை நடத்தி சொக்கநாதருக்குப் பெண் தருமாறு கேட்டார். அதை மறுத்த விஜயராகவர், போருக்குத் தயாராகுமாறு சொல்லிவிட்டு தஞ்சைக் கோட்டைக்குள் சென்றுவிட்டார்.

தஞ்சாவூர்க் கோட்டையை மதுரைப் படைகள் முற்றுகையிட்டன. இரண்டாவது முறையாக வேங்கட கிருஷ்ணப்பர், விஜயராகவ நாயக்கருக்குத் தூதனுப்பினார். அவருடைய பெண்ணைக் கொடுத்துவிட்டால் பேரழிவைத் தவிர்க்கலாம் என்றும் மதுரையுடன் நல்லுறவைப் பேணுவது தமிழகத்திற்கு நல்லதே செய்யும் என்றெல்லாம் சொல்லிப்பார்த்தார். ஆனால் விஜயராகவ நாயக்கர் இவற்றைக் காது கொடுத்துக் கேட்கவில்லை. தன்னுடைய முடிவில் உறுதியாக இருந்த அவர், தஞ்சை அரண்மனை முழுவதும் வெடி மருந்துகளால் நிரப்பினார். அவருடைய மகனான மன்னார் தாசன், விஜயராகவரின் குருவான கோவிந்த தீக்ஷதரின் மகளிடம் தவறாக நடந்து கொண்டதன் காரணமாக சிறையில் அடைக்கப் பட்டிருந்தான். அவனை விடுதலை செய்து, மகனுடன் கோட்டைக் கதவைத் திறந்து கொண்டு மீதி இருந்த படைகளுடன் மதுரைப் படைகளோடு மோதினார் விஜயராகவ நாயக்கர்.

கடுமையாகப் போர் செய்த மதுரைப் படைகளுக்கே மீண்டும் வெற்றி கிடைத்தது. போர்க்களத்தில் விஜயராகவரை நெருங்கிய வேங்கடகிருஷ்ணப்ப நாயக்கர், மீண்டுமொருமுறை அவரிடம் சொக்கநாதருக்குப் பெண் தருமாறு கேட்டார். இம்முறையும்

அசையாத விஜயராகவ நாயக்கர், ஒரு காவலனை அழைத்து அரண்மனையில் உள்ள வெடி மருந்துகளைக் கொளுத்துமாறு சொல்லிவிட்டு மீண்டும் போர் செய்யப்புகுந்தார். முடிவில் விஜயராகவ நாயக்கரும் அவரது மகனான மன்னார் தாசனும் போரில் மாண்டனர். கொளுத்தப்பட்ட வெடிகளால் தஞ்சை அரண்மனை முழுவதும் எரிந்து சாம்பலானது. விஜயராகவ நாயக்கரின் மனைவி, மகள் மற்றும் அரண்மனைப் பெண்கள் அனைவரும் உயிரிழந்தனர்.

மிகுந்த வருத்தத்தோடு, தஞ்சையைச் சீர் செய்யும் பொறுப்பை படைகளிடம் ஒப்படைத்துவிட்டு தளவாய் மதுரை திரும்பினார். அவருக்கு சொக்கநாதர் தகுந்த பரிசுகள் அளித்துக் கௌரவித்தார். வாரிசுகள் யாருமே இல்லாமல் தஞ்சை நாயக்கர் மாண்டதால், தஞ்சை அரசு மதுரை நாயக்கர்களின் கீழ் வந்தது. தனது சிற்றன்னையின் மகனும் ஒன்றுவிட்ட சகோதரனுமான அழகிரி என்பவரை தஞ்சையின் பொறுப்பாக நியமித்தார் சொக்கநாதர். செவ்வப்ப நாயக்கரால் தோற்றுவிக்கப்பட்ட தஞ்சை நாயக்கர் வம்சம் இப்படியாக முடிவுக்கு வந்தது.

அழகிரியின் துரோகம்

தனது சகோதரனால் 1674ம் ஆண்டு பதவியில் வைத்து அழகு பார்க்கப்பட்ட அழகிரி நீண்டகாலம் சும்மா இருக்கவில்லை. வெறும் வரியை வசூல் செய்து அதை மதுரைக்கு அனுப்பும் பணியைச் செய்ய விரும்பாத அழகிரி, தஞ்சை அரசு முழுவதையும் தன் கையில் எடுத்துக்கொள்ள நினைத்தார். ஆகவே சிறிது காலம் கழித்து, வசூலிக்கப்பட்ட தொகையை மதுரைக்குச் செலுத்தாமல் காலம் கடத்தினார். அதைக் கேட்ட சொக்கநாதருக்கு, ஏதோ சாக்குப் போக்குச் சொல்லித் தட்டிக்கழித்துவிட்டார். தம்பி செய்யும் துரோகத்தை உணர்ந்து கொண்ட சொக்கநாதர் அழகிரியைத் தண்டிக்க விரும்பினார். ஆனால் மீண்டும் ஒரு போரைத் தொடங்குவது நாட்டிற்கு நல்லதல்ல என்ற அமைச்சர்களின் ஆலோசனையைக் கேட்ட சொக்கநாதர், அந்த முயற்சியைக் கைவிட்டார். ஆனாலும் அழகிரி மீது அவர் கொண்ட கோபம் குறையவில்லை.

இதற்கிடையில் அழகிரிக்கு உறுதுணையாக ராயசம் என்ற பொறுப்பில் தஞ்சை அரசில் வெங்கண்ணா என்ற ஒருவர் இருந்தார். தனக்கு இன்னும் உயர்ந்த பதவி கிடைக்கும் என்று நினைத்த வெங்கண்ணா, அழகிரி அதற்கு ஒப்புக்கொள்ளாதது கண்டு அவரை

வீழ்த்தும் முயற்சியில் இறங்கினார். சொக்கநாதருக்கும் அழகிரிக்கும் மோதல் முற்றுவதைக் கண்ட அவர், விரைவில் சொக்கநாதர் படையெடுப்பார் என்று எதிர்பார்த்தார். ஆனால், அது நடக்கவில்லை என்பதால் வேறு முயற்சிகளில் ஈடுபட்டார்.

தஞ்சை நாயக்கர் வம்சம் முற்றிலும் மடிந்து விட்டது என்று நினைத்ததற்கு மாறாக, மன்னார் தாசனின் இரண்டு வயதுக் குழந்தை ஒன்று நாகப்பட்டினத்தில் ஒரு வணிகர் வீட்டில் வளர்ந்து வருகிறது என்றும் அதன் பெயர் செங்கமலதாசன் என்றும் கேள்விப்பட்டார் வெங்கண்ணா. (செங்கமலதாசனை விஜயராகவ நாயக்கர் மகன் என்று சிலர் கூறுவார்கள். ஆனால் மதுரை நாயக்கரிடம் அவர் போர் செய்து மடிந்தபோது அவருக்குக் கிட்டத்தட்ட எண்பது வயதிருக்கும். அப்படியிருக்க அவருக்கு இரண்டு வயதுக் குழந்தை இருந்தது என்ற செய்த நம்ப முடியாததல்லவா. அதனால் செங்கமலதாசன், விஜயராகவ நாயக்கரின் பேரனாகவே இருக்கக்கூடும்)

செங்கமலதாசன் இருக்கும் இடத்தை எப்படியோ கண்டுபிடித்த வெங்கண்ணா, சிறிது காலம் நாகப்பட்டினத்திற்குக் குடியேறி அங்கேயே வசித்து வந்தார். செங்கமலதாசன் தகுந்த வயதிற்கு வந்ததும் அவனுக்கு அரசை அளிக்கத் தீர்மானித்த வெங்கண்ணா, சொக்கநாதரிடம் முறையிடுவது பயன் அளிக்காது என்ற காரணத்தால், பீஜப்பூர் சுல்தானிடமே செல்வது என்று தீர்மானித்தார்.

சுல்தான் அடில்ஷாவிடம் சென்ற வெங்கண்ணா, தஞ்சை நாயக்கர் வம்சத்தின் உண்மையான வாரிசு செங்கமலதாசன் என்றும் மதுரை நாயக்கர்கள் தஞ்சையை அநியாயமாக அபகரித்துக்கொண்டார்கள் என்றும் முறையிட்டான். தஞ்சை மீது படையெடுக்க இன்னொரு சந்தர்ப்பம் வந்ததை நினைத்து மகிழ்ச்சியடைந்த பீஜப்பூர் சுல்தான், அப்போது செஞ்சிக்கோட்டைத் தலைவனாக இருந்த வெங்கோஜி என்ற ஏகோஜியை ஒரு படையுடன் அனுப்பி அழகிரியை தஞ்சையிலிருந்து துரத்தி செங்கமலதாசனுக்கு அளிக்கும்படி ஆணையிட்டான்.

இந்த ஏகோஜி வேறு யாருமல்ல, பின்னாளில் சத்ரபதியாக உருவெடுத்த மாவீரர் சிவாஜியின் தந்தையான ஷாஜியின் இரண்டாம் மனைவியின் மகன். சிவாஜிக்கு சகோதரன் முறை. தன் தந்தையான ஷாஜியைப் போல, பீஜப்பூர் சுல்தானிடம் பணிபுரிந்து வந்த ஏகோஜி தஞ்சையை நோக்கிப் படையுடன் சென்றார்.

சுல்தானின் படைகள் வருவதை அறிந்த அழகிரி ஓடோடிச் சென்று சொக்கநாத நாயக்கரிடம் உதவி செய்யுமாறு கோரிக்கை விடுத்தார். அழகிரி செய்த துரோகத்தால் மனம் கசந்திருந்த சொக்கநாதர், அவருக்கு உதவ மறுத்துவிட்டார். அவர் மட்டும் துணைப்படையை அனுப்பியிருந்தால் தமிழகத்தின் சரித்திரம் வேறு எப்படியோ திரும்பியிருக்கும். சொக்கநாதர் கையை விரித்ததால் வேறு வழியில்லாமல் தானே போரில் ஈடுபடவேண்டிய சூழ்நிலைக்கு ஆளான அழகிரி, நீண்ட நேரம் போர்க்களத்தில் தாக்குப் பிடிக்க முடியாமல் தப்பியோடிவிட்டார்.

வெற்றியோடு 1676ம் ஆண்டு ஜனவரி 12ம் தேதி பீஜப்பூர் படைகள் ஏகோஜியின் தலைமையில் தஞ்சைக்குள் நுழைந்தன. செங்கமல தாசனின் செவிலித்தாய், தஞ்சை அரண்மனைக்குள் விஜயராகவ நாயக்கர் புதைத்து வைத்த செல்வம் எங்கே இருக்கிறது என்று அடையாளம் காட்டினாள். கிட்டத்தட்ட இருபத்தாறு லட்சம் வராகன்களும் ஏகப்பட்ட ஆபரணங்களும் அங்கிருந்து தோண்டியெடுக்கப்பட்டன. அதிலிருந்து ஒரு பகுதியைப் பெற்றுக் கொண்ட ஏகோஜி, கும்பகோணம் சென்று அங்கே தமது படையுடன் தங்கியிருந்தார். அவருக்கு பாபநாச, ம்கும்பகோணம், மன்னார்குடி ஆகிய ஊர்களில் இருந்து வரிவசூலித்துக்கொள்ளும் உரிமை வழங்கப்பட்டது.

இதனால் மகிழ்ந்த ஏகோஜி, செங்கமலதாசனுக்கு முடிசூட்டும்படி வெங்கண்ணாவிடம் கூறினார். அதன்படி தஞ்சை அரசராக முடிசூடிக்கொண்ட செங்கமலதாசன், தன்னை வளர்த்த வணிகரை தளவாயாகவும் பிரதானியாகவும் நியமித்து வெங்கண்ணாவிற்கு முக்கியத்துவம் கொடுக்காமல் ஒதுக்கிவிட்டான்.

தான் நினைத்தது நடக்காததைக் கண்டு ஆத்திரமடைந்த வெங்கண்ணா, செங்கமலதாசனையும் பதவியிலிருந்து அகற்றத் திட்டமிட்டார். கும்பகோணத்திற்குச் சென்று ஏகோஜியிடம் தஞ்சை மீது படையெடுக்குமாறு தூண்டினார் வெங்கண்ணா. ஆனால் பீஜப்பூர் சுல்தானின் உத்தரவுக்கு மாறாக எதையும் செய்ய மறுத்த ஏகோஜி, இந்த ஏற்பாட்டுக்கு ஒப்புக்கொள்ள மறுத்து விட்டார். இவர்கள் இருவருக்கும் இடையே பிளவு ஏற்படுத்தத் திட்டமிட்ட வெங்கண்ணா, மீண்டும் தஞ்சைக்கு வந்து ஏகோஜி தஞ்சை மீது படையெடுத்து அவனை அடியோடு அழிக்கத் திட்டமிட்டிருப்பதாகக் கூறி பயமுறுத்தினார். இதனால் அஞ்சிய செங்கமலதாசன், நாட்டை விட்டே ஓடிவிட்டான்.

இதற்கிடையில் பீஜப்பூர் சுல்தானான அடில்ஷா இறந்துபடவே, ஏகோஜி எந்தச் சிக்கலும் இல்லாமல் தஞ்சைக்குள் புகுந்து அதன் ஆட்சிப் பொறுப்பை ஏற்றுக்கொண்டார்.

தொடர்ந்து வெங்கண்ணா செய்துவந்த துரோகங்களைக் கண்ட ஏகோஜி, தமக்கும் அவர் துரோகம் செய்ய நீண்ட நாள் பிடிக்காது என்று கருதி வெங்கண்ணாவைச் சிறை செய்யத் திட்டமிட்டார். இதை எப்படியோ தெரிந்துகொண்ட வெங்கண்ணா, தப்பித்தோம் பிழைத்தோம் என்று நாட்டை விட்டே ஓடிவிட்டார். பிறகு எந்தவிதத் தொந்தரவுமின்றி தஞ்சை ஆட்சிக் கட்டிலில் அமர்ந்த ஏகோஜியினால் தஞ்சை மராட்டிய அரச வம்சம் தொடங்கி வைக்கப்பட்டது.

'தஞ்சாவூரி ஆந்திர ராஜுலு சரித்திரமு' என்ற நூலும் வில்லியம் டெய்லரின் 'Historical Manuscripts' என்று நூலும் கூறும் மேற்குறிப்பிட்ட விவரங்களை சில ஆய்வாளர்கள் மறுக்கின்றனர். தஞ்சை நாயக்கருக்கும் மதுரை நாயக்கரான சொக்கநாத நாயக்கருக்கும் ஏற்பட்ட போரில், தஞ்சை நாயக்கருக்கு உதவுமாறு ஏகோஜியை பீஜப்பூர் சுல்தான் கேட்டுக்கொண்டதாகவும், அதை ஏற்று தஞ்சை வந்த ஏகோஜி, விஜயராகவ நாயக்கர் மீதே போர் தொடுத்து அவரைக் கொன்று தஞ்சை அரசைக் கைப்பற்றிய தாகவும் அவர்கள் கூறுகின்றனர். இதற்கு மராட்டிய ஆவணங்களை அவர்கள் ஆதாரமாகக் காட்டுகின்றனர். எப்படி இருந்தாலும், தஞ்சை நாயக்க வம்சம் அழிந்து அங்கே மராட்டிய ஆட்சி 1675ம் ஆண்டு வாக்கில் ஏற்பட்டது என்பது மறுக்க முடியாத உண்மை. ஆகவே மராட்டிய அரசை சமாளிக்க வேண்டிய கட்டாயம் சொக்கநாத நாயக்கருக்கு வந்து சேர்ந்தது.

சொக்கநாத நாயக்கரும் சிவாஜியும்

தனக்குப் பெண் கொடுக்க மறுத்ததற்காக தஞ்சை நாயக்கரான விஜயராகவர் மீது படையெடுத்து, அந்தப் படையெடுப்பின் விளைவாக தஞ்சை நாயக்கர் வம்சமே அடியோடு அழியக் காரணமாக இருந்த சொக்கநாத நாயக்கர், அதற்குப் பிறகும் தஞ்சைப் பகுதிகளை மதுரையோடு இணைத்துக்கொள்ள முடிய வில்லை. முதலில் அவரது ஒன்றுவிட்ட சகோதரரான அழகிரி துரோகம் செய்தார். அதன்பின் மராட்டியர்கள் ஏகோஜியின் தலைமையில் தஞ்சைமீது படையெடுத்து அதைக் கைப்பற்றிக் கொண்டனர். ஆட்சி தனது கைக்கு வந்ததும், குடிமக்களின் அபிமானத்தைப் பெற விரும்பிய ஏகோஜி பல சீர்திருத்தங்களைச்

செய்தார். விளைநிலங்களைச் செம்மையாக்கி நீர்ப்பாசன வசதி சரியாகக் கிடைக்கும்படி செய்தார். கால்வாய்களை வெட்டினார். அதனால் அறுவடையும் பெருகியது. விஜயராகவர் காலத்திலிருந்து தொடர்ந்து போர்களையும் பஞ்சத்தையும் பார்த்துச் சலித்துப்போன தஞ்சைப் பகுதி மக்கள் சிறிது காலம் கிடைத்த இந்த அமைதியாலும் வளத்தினாலும் மனம் மகிழ்ந்து ஏகோஜியின் ஆட்சியை ஏற்றுக்கொண்டனர்.

தஞ்சைமீது மீண்டும் படையெடுக்க தகுந்த சமயத்தை எதிர்நோக்கிக் காத்திருந்த சொக்கநாதர், அதற்கான வாய்ப்புக் கிடைக்காமல் பொறுமையிழந்தார். ஏகோஜியின் நல்லாட்சி தவிர வேறு பல காரணங்களாலும் அவரது தஞ்சைப் படையெடுப்பு தடைப்பட்டது. மைசூர் அரசனான சிக்கதேவராயன், சத்தியமங்கலம் உட்பட்ட பல வட பகுதிக் கோட்டைகளைப் பிடித்துக்கொண்டு மதுரை நாயக்கர்களை மேலும் நெருக்கினான். இது போதாதென்று மராட்டிய மன்னர் வீர சிவாஜியின் படையையும் சொக்கநாதர் எதிர்கொள்ள நேரிட்டது. இதன் பின்புலத்தைக் கொஞ்சம் ஆராய்வோம்.

சிவாஜியின் படையெழுச்சி

பீஜப்பூர் சுல்தானிடம் பணிபுரிந்துவந்த ஷாஷி என்பவருக்கும் ஜீஜாபாய்க்கும் மகனாகப் பிறந்தவர் சிவாஜி. பெரும் வீரர். மராட்டியத்தில் மட்டுமல்லாது பாரதத்தின் பல பகுதிகளிலும் தமது வீரத்தைக் காட்டி ஹிந்து சாம்ராஜ்யம் ஒன்று உருவாவதற்கு அடிக்கல் நாட்டியவர். ஷாஷியின் இரண்டாம் மனைவி துக்காபாய்க்குப் பிறந்த ஏகோஜி, தமது தந்தையைப்போல பீஜப்பூர் சுல்தானிடம் பணிபுரிந்ததையும் அதன் காரணமாக தஞ்சை மீது படையெடுத்து முடிவில் தஞ்சையைக் கைப்பற்றிக் கொண்டதையும் ஏற்கனவே பார்த்தோம். இந்த நிகழ்வுகளெல்லாம் நடப்பதற்குச் சில ஆண்டுகளுக்கு முன்புதான் சிவாஜி மராட்டிய மன்னராக, பொயு 1674ம் ஆண்டு முடிசூட்டிக்கொண்டிருந்தார்.

அதன் பின் க்ஷத்திரிய தர்மப்படி நாட்டை விரிவாக்க நினைத்த சிவாஜி, பீஜப்பூர் சுல்தானின் கீழ் இருந்த தென்னகத்தின் பல பகுதிகளைக் கைப்பற்ற நினைத்தார். அதற்காக தகுந்த சமயத்தை எதிர்பார்த்திருந்த சிவாஜிக்கு அந்த வாய்ப்பு விரைவில் கிடைத்தது. பீஜப்பூர் சுல்தானான அடில்ஷா இறந்ததும் அவனுக்குப் பிறகு சிக்கந்தர் என்ற இளவயதினன் புதிய சுல்தானாகப் பதவியேற்றான். ஆனால் அவனால் நாட்டைக்

கட்டுக்குள் கொண்டுவர முடியவில்லை. பீஜப்பூரின் படைத் தலைவர்களாக ஆங்காங்கே இருந்தவர்கள் கலகம் செய்து தன்னாட்சியை ஏற்படுத்த முனைந்தனர். அவர்களில் ஒருவன் செஞ்சியின் தலைவனான ஷெர்கான் லோடி.

அடில்ஷா இறந்தபின் எழுந்த குழப்பதைப் பயன்படுத்திக்கொண்ட ஷெர்கான், அப்போது புதுச்சேரியில் குடியேறியிருந்த பிரஞ்சுக் காரர்களோடு சேர்ந்துகொண்டு பறங்கிப்பேட்டை போன்ற ஊர்களைக் கைப்பற்றினான். பின் செஞ்சிக்கோட்டையை தன் ஆதிக்கத்தின் கீழ் முழுமையாகக் கொண்டுவந்து நாசிர் முகமது என்பவனை செஞ்சிக் கோட்டையின் தலைவனாக நியமித்தான். அதன்பின் வேலூரையும் கைப்பற்றிவிட்டு, தெற்கு நோக்கிச் சென்று வாலிகொண்டபுரம் கோட்டையைத் தன் ஆதிக்கத்தின் கீழ் கொண்டுவந்தான். அங்கிருந்து ஆட்சி செய்ய ஆரம்பித்தான் ஷெர்கான்.

தஞ்சை மன்னரான ஏகோஜியின் ஆலோசகராக இருந்தவர் ரகுநாத பந்த். ஏகோஜியின் தகப்பனாரான ஷாஷியின் சொத்து விவகாரங்களை கவனித்து வந்தவர். பீஜப்பூர் சுல்தானகத்தில் ஏற்பட்ட குழப்பங்களையும் ஷெர்கான் தொடர்ந்து கோட்டைகளைக் கைப்பற்றி முன்னேறுவதையும் கண்ட பந்த், ஏகோஜியிடம் ஷெர்கானைத் தாக்கி அவன் ஆதிக்கத்தை உடைக்குமாறு சொன்னார். ஏற்கனவே பீஜப்பூர் சுல்தானிடம் பணிபுரிந்ததால் ஏற்பட்ட விசுவாசத்தினாலும் தமது படையிலேயே பல இஸ்லாமியப் படைத்தலைவர்கள் இருந்ததாலும் இந்த யோசனையை நிராகரித்த ஏகோஜி, தனக்கு தஞ்சை அரசேபோதும் என்று கூறிவிட்டார். இதனால் மனக்கசப்பு அடைந்த பந்த், தாம் காசி யாத்திரை செல்வதாகச் சொல்லிவிட்டு, சிவாஜியைச் சந்தித்தார். பீஜப்பூர் சுல்தானகம் இருந்த ஆபத்தான நிலையைக் கூறிய அவர், அதற்கு அடங்கிய பகுதிகளை வெல்வதற்கு இதுதான் சரியான சமயம் என்று வற்புறுத்தினார். மேலும் ஏகோஜியிடம் பேச்சுவார்த்தை நடத்தி ஷாஷியின் சொத்துப் பிரிவினையைச் செய்து சிவாஜிக்குரிய பங்கைப் பெறுமாறும் அவர் வற்புறுத்தினார்.

பீஜப்பூரின் மீது படையெடுத்துச் செல்ல தகுந்த சந்தர்ப்பத்தை எதிர்பார்த்திருந்த சிவாஜி, இதனால் உற்சாகம் அடைந்தார். 1677ம் ஆண்டு தமது படையுடன் புறப்பட்ட அவர், பீஜப்பூரின் ஆதிக்கத்திற்கு உட்பட்டதும் பட்டாணி இனத்தவரால் ஆளப் பட்டுக்கொண்டிருந்ததுமான கொப்பல் கோட்டையைத் தாக்கிக் கைப்பற்றினார். அதன்பின் ஹைதராபாத்தை அடைந்த அவர்,

அங்கிருந்த கோல்கொண்டா சுல்தானோடு உடன்படிக்கை ஒன்றைச் செய்துகொண்டு அவனிடமிருந்து படையுதவி பெற்றுக்கொண்டு தெற்கு நோக்கித் திரும்பினார். வழியில் ஸ்ரீசைலம் முதலிய தலங்களைத் தரிசித்துக்கொண்டு கடப்பை, திருப்பதி, திருக்காளத்தி வழியாகச் சென்னை வந்தார். சென்னையில் அவர் காளிகாம்பாள் கோவிலில் உள்ள அம்மனைத் தரிசித்ததாக அந்தக் கோவிலில் உள்ள குறிப்பு ஒன்று தெரிவிக்கிறது.

சென்னையிலிருந்து செஞ்சிக் கோட்டையை நோக்கித் திரும்பிய சிவாஜி, தனது படைத்தலைவன் ஒருவனிடம் 5000 பேர் அடங்கிய படையைக் கொடுத்து செஞ்சியைக் கைப்பற்றுமாறு கூறினார். அந்தப் படைத்தலைவனுடன் சமாதானம் செய்துகொண்ட செஞ்சிக் கோட்டைத்தலைவனான நாசிர் முகமது, அவனுக்குப் பணம் கொடுத்துவிட்டு கோட்டையைவிட்டு ஓடிவிட்டான். அதிகச் சேதமில்லாமல் செஞ்சியைக் கைப்பற்றிய சிவாஜி, பல புதிய கட்டடங்களை அங்கே கட்டினார். படையின் சிறு பகுதி ஒன்றை அங்கே நிறுத்திவிட்டு வேலூருக்குச் சென்றார்.

வேலூர்க் கோட்டை அப்போது அப்துல்லாகான் என்பவனிடம் இருந்தது. அப்துல்லாகானுக்கு பிரஞ்சுக்காரர்களின் உதவி கிடைத்து வந்தது. வேலூர்க் கோட்டை மிகவும் வலிமையானது. ஆழமான அகழிகளை உடையது. தன் படையிலிருந்த பீரங்கிகளிலிருந்து குண்டுகளைக் கோட்டையை நோக்கிச் செலுத்தி தமது வருகையை சிவாஜி அறிவித்தார். அதைக் கண்ட வேலூர்க் கோட்டைக் கதவுகள் சாத்திக்கொண்டன. சிவாஜி கோட்டையை முற்றுகையிட்டார். இருதரப்புப் படைகளும் பீரங்கிப் பிரயோகம் செய்தன. ஆனால் வேலூர்க் கோட்டை விழவில்லை. ஆகவே அதைக் கைப்பற்றும் பொறுப்பை தனது படைத்தலைவன் ஒருவனிடம் விட்டுவிட்டு, வாலிகொண்டபுரத்திற்குச் சென்றார் சிவாஜி. அங்கே ஆட்சி செய்துகொண்டிருந்த ஷெர்கான் லோடிக்கும் சிவாஜியின் படைகளுக்கும் கடும் போர் மூண்டது. முடிவில் வெற்றியடைந்த சிவாஜியிடம் ஷெர்கான் லோடி சரணடைந்தான். அவருக்குப் பிணைப்பணத்தைக் கொடுத்துவிட்டு அங்கிருந்து தப்பியோடினான் ஷெர்கான்.

வாலி கொண்டபுரம் வரையுள்ள தமிழகப் பகுதிகளை தன் ஆதிக்கத்தின் கீழ் கொண்டுவந்த சிவாஜியின் பார்வை அடுத்து மதுரை நோக்கித் திரும்பியது. அப்போது திருச்சியில் இருந்த சொக்கநாத நாயக்கருக்குக் கைகொடுத்தது பருவமழைக் காலமும் அதன் காரணமாக கொள்ளிடத்தில் கரைபுரண்டு

ஓடிக்கொண்டிருந்த வெள்ளமும். வெள்ளம் வடியும் வரை சிவாஜியின் படைகள் ஆற்றைக் கடந்து வரமுடியாது என்ற காரணத்தினால், தன் குடும்பத்தாரை மதுரைக்கு அனுப்பிய சொக்கநாதர், சென்ற இடமெல்லாம் வெற்றிக் கொடியைப் பறக்கவிட்டுக்கொண்டு வரும் சிவாஜியுடன் மோதலைத் தவிர்க்க எண்ணினார். அதனால் அவருடன் சமாதானம் பேச தூதர்களை அனுப்பினார். சிவாஜியின் சார்பில் பேச்சுவார்த்தையில் ரகுநாத பந்த் ஈடுபட்டார். முடிவில் சொக்கநாத நாயக்கர் 24 லட்சம் ரூபாய் (6 லட்சம் ஹன்) கொடுப்பதாக ஒப்புக்கொண்டார். முன்பணமாக ஒன்றரை லட்சம் ரூபாயும் கொடுத்து அனுப்பினார். அதன் காரணமாக மதுரை மீதான தமது படையெடுப்பை சிவாஜி கைவிட்டார்.

அடுத்து ஏகோஜியைச் சந்திப்பதற்காக தூது அனுப்பினார் சிவாஜி. இருவரும் திருமழபாடியில் சந்தித்தனர். சொத்து விவரங்களைப் பற்றிய பேச்சு நடந்துகொண்டிருக்கும்போது ஒரு நாள் இரவில் ஏகோஜி தப்பியோடி தஞ்சையில் சென்று புகுந்து கொண்டார். அதனால் வெகுண்ட சிவாஜி முதலில் தஞ்சை மீது படையெடுக்க நினைத்தார். ஆனால் சகோதரனோடு போர் செய்யும் தன் எண்ணத்தை மாற்றிக்கொண்டு, ரகுநாத பந்திடம் ஏகோஜியுடன் பேச்சு வார்த்தை நடத்தச் சொன்னார். இதற்கிடையில் முகலாய மன்னன் ஔரங்கசீப் தக்காணத்தின் மீது படையெடுப்பதாகச் செய்தி வரவே, செஞ்சிக் கோட்டையின் தலைவனாக தன் மகன் சம்பாஜியை நியமித்து விட்டு ஹம்பிர் ராவ் என்பவனை படைத்தலைவனாக அறிவித்துவிட்டு, சிவாஜி மராட்டியம் திரும்பினார்.

சிவாஜி சென்றவுடன் துணிச்சலடைந்த ஏகோஜி, அவருடைய மராட்டிய வீரர்களைத் தமிழகத்திலிருந்து விரட்டியடிக்க நினைத்தார். அதற்குப் படை உதவி செய்யுமாறு சொக்கநாத நாயக்கரையும் மைசூர் சிக்கதேவராயனையும் கேட்டுக் கொண்டார். சிவாஜியுடன் மோதலை விரும்பாத அவர்கள் இருவரும் இந்த ஏற்பாட்டுக்கு மறுத்துவிட்டனர். ஆனாலும் மனம் தளராமல், தன்னுடைய படையோடு வாலிகொண்டபுரம் நோக்கிச் சென்ற ஏகோஜி சிவாஜியின் படைகளோடு மோதினார். சம்பாஜியும் ஹம்பிர் ராவும் கடுமையாகப் போரிட்டனர். ஒரு கட்டத்தில் பின்வாங்குவது போலப் போக்குக் காட்டி போர்க்களத்திலிருந்து ஓடினர் அவர்கள் இருவரும். மகிழ்ச்சியடைந்த ஏகோஜியின் படைவீரர்கள் போர் முடிந்து விட்டது என்று நினைத்து பாசறையில்

ஓய்வு எடுத்துக்கொண்டிருந்தபோது, சிவாஜியின் வீரர்கள் திடீர்த்தாக்குதல் நடத்தினர். தஞ்சைப் படைவீரர்களில் பலர் கொல்லப்பட்டனர். மீதியிருந்தவர்கள் தப்பித்தோம் பிழைத்தோம் என்று தஞ்சை நோக்கி ஓடிவிட்டனர்.

தஞ்சையைக் கைப்பற்ற தகுந்த சமயம் வந்துவிட்டதை உணர்ந்த சொக்கநாத நாயக்கர், தமது படையுடன் சென்று, தோற்றுத் திரும்பிய தஞ்சைப் படைகளுடன் மோதாமல், கத்தியின்றி ரத்தமின்றி அந்த அரசைக் கைக்கொள்ள நினைத்தார். சிவாஜியின் படைத்தலைவர்களிடம் பெரும் பணத்தைக் கொடுத்து தஞ்சையைத் தனக்கு உரிமையாக்கும்படி கோரிக்கை விடுத்தார் சொக்கநாதர்.

இதற்கிடையில் தன் மனைவியும் பெரும் அறிவாளியுமான தீபாபாயின் ஆலோசனைப்படி ரகுநாத பந்திடம் பேச்சு நடத்திய ஏகோஜி ஆறு லட்சம் ரூபாயைக் கொடுத்துவிட்டு தஞ்சைப் பகுதிகளை ஆட்சி செய்யும் உரிமையைப் பெற்றுக்கொண்டார். தமிழகத்தின் வடபகுதிகளைச் சிவாஜியிடமே ஒப்படைப்பது என்ற நிபந்தனைக்கும் அவர் ஒப்புக்கொண்டார். தமது படையிலுள்ள இஸ்லாமியப் படைத்தலைவர்களை நீக்கிவிடுவதற்கும் ஏகோஜி சம்மதித்தார். பேச்சுவார்த்தை சுமுகமாக முடிந்ததால், ஹம்பிர் ராவின் தலைமையிலான படையை சிவாஜி திரும்பப் பெற்றுக் கொண்டார். சுளுவாக தஞ்சையைக் கைப்பற்றிவிடலாம் என்ற சொக்கநாத நாயக்கரின் எண்ணத்தில் மண் விழுந்தது. ஒன்றுபட்ட மராட்டியப் படைகளை எதிர்க்கமுடியாது என்ற காரணத்தால் வெறும் கையோடு அவர் திருச்சி திரும்பினார்.

சொக்கநாதரின் இந்த குயுக்தியான செய்கைகளால் மக்கள் வெறுப்படைந்தனர். ஏகப்பட்ட பணம் செலவழித்து சொக்கநாதர் சமாதானத்தை விலைக்கு வாங்கியதை மக்கள் ஏற்றுக்கொள்ள வில்லை. மைசூர் மன்னன் வேறு நாட்டின் வடபகுதிகளைப் பிடித்துக்கொண்டு மதுரை மீது போர் தொடுக்க தகுந்த சமயம் பார்த்துக் கொண்டிருந்தான். நாட்டில் பெய்த பெருமழையால் வெள்ளம் ஏற்பட்டு பல ஊர்களைப் பாழடித்தது. இந்தக் காரணங்களால் மக்களின் மனதில் ஏற்பட்ட வெறுப்பைப் பயன்படுத்திக் கொண்ட சொக்கநாத நாயக்கரின் ஒன்றுவிட்ட சகோதரனான முத்து அழகாத்திரி என்பவன், சொக்கநாதருக்குப் பைத்தியம் பிடித்துவிட்டது என்று கூறி அவரைச் சிறையில் அடைத்துவிட்டு தானே மன்னன் என்று அறிவித்துக் கொண்டான். சொக்கநாதர் திருச்சிச் சிறையில் வாடலானார்.

சொக்கநாத நாயக்கரின் விடுதலை

சொக்கநாத நாயக்கரின் படையில் ருஸ்தம் கான் என்ற தளபதி ஒருவன் இருந்தான். தன் சகோதரனால் மனநோயாளிப் பட்டம் சூட்டப்பட்டு சிறையில் வாடிய சொக்கநாதர், ருஸ்தம் கானின் உதவியால் எப்படியாவது சிறையிலிருந்து தப்பித்துவிடலாம் என்று திட்டமிட்டார். அதன்படி, நம்பிக்கையான ஒருவரிடம் செய்தி அனுப்பி ருஸ்தம் கானுக்கு உதவி செய்யுமாறு தன்னைச் சேர்ந்தவர்களுக்குக் கட்டளையிட்டார். ஒருநாள் 'புது அரசனான' முத்து அழகாத்திரி திருச்சிக் கோட்டையைவிட்டு வெளியே சென்றிருந்தபோது வீரர்களுடன் கோட்டைக்குள் புகுந்த ருஸ்தம் கான், சொக்கநாதரை சிறையிலிருந்து விடுவித்தான். பாதுகாப்புடன் அவரை மதுரைக்கு அனுப்பி வைத்துவிட்டு, முத்து அழகாத்திரியையும் அவரோடு சேர்ந்த வீரர்களையும் அடித்துத் துரத்தினான்.

ஆனால், ஆட்சி தனக்கு மீண்டும் கிடைக்கும் என்று நினைத்த சொக்கநாதரின் எண்ணத்தில் மண் விழுந்தது. மதுரைக் கோட்டைக்குள் அவரைப் பாதுகாப்புடன் வைத்த ருஸ்தம் கான், தானே மதுரையின் ஆட்சியாளன் என்று பிரகடனம் செய்து கொண்டான். இரண்டு ஆண்டுகள் மதுரையில் நடந்த ருஸ்தம் கானின் ஆட்சியில் கொடுமைகள் அதிகரித்தன. அவனது கொடுங்கோல் ஆட்சியைச் சமாளிக்க முடியாமல் மக்கள் திணறினார்கள். இதற்கிடையில் மைசூர் அரசனான சிக்கதேவராயன், குமரய்யா என்ற தளபதியின் தலைமையில் ஒரு படையை மதுரைக்கு அனுப்பி வைத்தான். மதுரை அரசின் வடபகுதிகளைக் கைப்பற்றிக் கொண்ட குமரய்யா, அடுத்ததாகத் திருச்சியைத் தாக்க தகுந்த சந்தர்ப்பத்தை எதிர்நோக்கியிருந்தான்.

அந்தக் காலகட்டத்தில், ராமநாதபுரத்தில் திருமலை சேதுபதியின் காலம் நிறைவடைந்து, கிழவன் சேதுபதி பதவிக்கு வந்திருந்தார். இங்கே கிழவன் என்றால் வயதானவர் என்று பொருளல்ல, தலைவன் என்ற பொருளில் சேதுபதியைக் கிழவன் என்று அழைத்தனர். அவருடைய இயற்பெயரும் ரகுநாத சேதுபதிதான். கிழவன் சேதுபதி பெரும் வீரர். சேது நாட்டைத் திறமையுடன் ஆட்சி செய்தவர். மதுரை நாயக்க வம்சத்தில் ஏற்பட்ட குழப்பங்களைக் கவனித்த கிழவன் சேதுபதி, ருஸ்தம் கானின் கொடுங்கோல் செயல்களைப்பற்றிக் கேள்விப்பட்டார். தமது முன்னோர்கள் நாயக்க மன்னர்களுடன் கொண்டிருந்த நெருங்கிய உறவை மனதில் கொண்டு, இருபதாயிரம் வீரர்கள் கொண்ட படையைத் திரட்டி

அதற்குத் தாமே தலைமை வகித்து 1680ம் ஆண்டு மதுரை நோக்கிக் கிளம்பினார். சொக்கநாதருக்கு இந்தச் செய்தி கிடைத்தவுடன், தனது தளவாயான கோவிந்தப்பையாவை சேதுபதிக்கு உதவுமாறு கூறினார். அவர்களுடன் கன்னிவாடியின் சின்னக் காட்டீர நாயக்கரும் சேர்ந்து கொண்டார். மதுரைக் கோட்டையை இந்தப் படை முற்றுகையிட்டது. வலுவான சேதுபதியின் படையை எதிர்க்க முடியாது என்பதை உணர்ந்த ருஸ்தம் கான், சொக்கநாத நாயக்கரையும் அவரது குடும்பத்தாரையும் கொன்றுவிடுமாறு தன் வீரர்களுக்கு ஆணையிட்டான்.

இந்தச் செய்தியைக் கேள்விப்பட்ட கிழவன் சேதுபதி, உடனடியாக மூவாயிரம் வீரர்களைக் கோட்டையைத் தகர்க்கச் சொல்லி அனுப்பினார். சேதுபதி வீரர்கள் மதுரைக் கோட்டையில் குண்டுமாரி பொழிந்தனர். தெற்கு வாசல் தீயிட்டுக் கொளுத்தப் பட்டது. சேதுபதி தன் வீரர்களுடன் புகுந்து ருஸ்தம் கானின் படைவீரர்களைத் தாக்கினார். நடந்த போரில் ருஸ்தாம் கான் கொல்லப்பட்டான். சொக்கநாத நாயக்கர் சிறை மீட்கப்பட்டார். மீண்டும் மதுரை அரியணையில் சொக்கநாதரை அமர்த்தினார் கிழவன் சேதுபதி. இதனால் மனம் மகிழ்ந்த சொக்கநாதர், கிழவன் சேதுபதிக்குப் பல பரிசுகளை வழங்கிக் கௌரவித்தார். யானையில் அவரை ஊர்வலமாக ஏற்றிச் சென்று சேதுபதிக்கு 'பரராஜ கேசரி' என்ற விருதுப் பெயரை வழங்கினார். தன்னுடைய அமைச்சர்களில் சிறந்தவரான குமார பிள்ளையை சேதுபதியிடம் பணிபுரிய அனுப்பிவைத்தார் நாயக்கர்.

சொக்கநாதருக்குக் கிடைத்த இந்த மகிழ்ச்சி நீண்ட நாள் நீடிக்கவில்லை. மைசூர்ப் படைத்தலைவனான குமரய்யா திருச்சிக் கோட்டையை முற்றுகையிட்டான். தனக்கு உதவி செய்ய வருமாறு செஞ்சிக் கோட்டைக்கும் தஞ்சை மராட்டிய அரசுக்கும் சொக்கநாதர் ஓலை அனுப்பினார். அதை ஏற்று செஞ்சியின் தலைவரான சம்பாஜி, தனது படைத்தலைவனான அரசுமலை என்பவனின் தலைமையில் ஒரு படையைத் திருச்சிக்கு அனுப்பி வைத்தார். ஏகோஜியும் தனது சேனையை சொக்கநாதருக்கு உதவியாக அனுப்பினார். கிழவன் சேதுபதியும் ராமநாதபுரம் படையை தந்து உதவவே, குமரய்யாவின் பாடு திண்டாட்டமாகியது. மதுரைப் படையோடு இந்த மூன்று அரசர்களின் படைகளும் சேருவது தமக்குப் பெரும் அபாயம் என்பதை உணர்ந்த குமரய்யா, சண்டைக்காரனிடம் சரணடைவதே மேல் என்ற கொள்கையைப் பின்பற்றி, அந்தப் படைகளை இருவரும் சேர்ந்து விரட்டிவிடலாம்

என்றும் அதன்பின் தஞ்சையை வென்று மதுரை நாயக்க அரசோடு சேர்க்க தாம் உதவுவதாகவும் கூறி சொக்கநாதரிடமே தூதனுப்பினான். தமக்கு உதவியாக வந்த படைகளைத் தோற்கடிக்க தன்னோடு சேர்வதாக எதிரி அனுப்பிய இந்த தூதை சொக்கநாதர் நிராகரித்தார். உடனே மைசூருக்குத் திரும்பிவிடும்படி அவர் குமரய்யாவுக்குச் சொல்லி அனுப்பினார். ஆனால் அதைக் கேட்காத குமரய்யா, தனக்கு உதவிப் படைகளை அனுப்புமாறு மைசூருக்குக் கடிதம் ஒன்றை அனுப்பினான். அந்தக் கடிதம் செஞ்சிப் படைகளிடம் சிக்கிக் கொண்டது. ஆகவே படை உதவி வரவில்லை.

நிலைமை சிக்கலாவதைக் கண்ட குமரய்யா, செஞ்சிக் கோட்டைத் தளபதியான அரசுமலைக்கு லஞ்சம் கொடுத்து அவனுடைய படைகளைத் திருப்பி அனுப்ப முயன்றான். ஆனால் அரசுமலை இதைச் செய்ய மறுத்துவிடவே, வேறு வழியில்லாமல் முன்னேறுவது போலப் போக்குக் காட்டி மைசூருக்குத் தன் படைகளோடு தப்பியோட முயன்றான் குமரய்யா. அந்தப் படைகள் மீது அதிரடித் தாக்குதல் நடத்திய செஞ்சிப் படைகள் மைசூர் வீரர்களைக் கொன்று குவித்தன. குமரய்யாவும் சிறைப் பிடிக்கப்பட்டான். மீதியுள்ள படைகளைத் துரத்திச் சென்ற செஞ்சி வீரர்கள் தமிழகத்தின் வட பகுதிகளை மைசூரிடமிருந்து மீட்டனர். வெற்றியோடு திரும்பி வந்த அரசுமலை, பெரும் துரோகம் ஒன்றைச் செய்தான். யாருக்கு உதவி செய்ய செஞ்சியிலிருந்து வந்தானோ, அவருக்கே எதிராகத் திரும்பி திருச்சிக் கோட்டையை முற்றுகையிட்டான். இந்தத் துரோகத்தைத் தாங்க முடியாத சொக்கநாத நாயக்கர் 1682ம் ஆண்டு மாரடைப்பால் மரணமடைந்தார்.

சொக்கநாதரின் ஆளுமை

சிறிய வயதிலேயே ஆட்சிக்கு வந்த சொக்கநாத நாயக்கர், பெரும் வீரராக இருந்தாலும் அவருக்குச் சரியான ஆலோசகர் இல்லாத குறை அவரது ஆட்சிக்காலத்தில் பல நிகழ்வுகளில் எதிரொலித்தது. அதைத் தவிர இயற்கை சீரழிவுகளும் கொள்ளை நோய்களும் அவரது ஆட்சிக்காலத்தில் பெரும் துன்பங்களை ஏற்படுத்தியது. இவற்றையெல்லாம் சமாளித்து ஓரளவுக்குத் திறமையான ஆட்சியைத் தந்தவராகவே சொக்கநாத நாயக்கரைக் கருதலாம். அவரது ஆட்சியின் ஆரம்ப காலத்தில் மக்களின் மதிப்பைப் பெற்றவராகவும் அவர்களது நம்பிக்கைக்கு உரியவராகவும் அவர்

இருந்தார். ஆனால் அவரது எதிரிகளைச் சரியாகக் கணிக்காமல் பல சமயங்களில் அவர் தேவையில்லாத போர்களில் ஈடுபட்டது, அவரது புகழைக் குலைத்தது. இயற்கைச் சீற்றங்கள் ஒருபுறம் இருக்க, போரால் ஏற்பட்ட பேரழிவுகள் மக்கள் அவர் மீது வெறுப்புக் கொள்ள காரணமாயிற்று. எந்த நேரத்தில் விட்டுக் கொடுத்துப் போவது, எந்த நேரத்தில் சண்டையில் இறங்குவது என்ற கலை அவருக்குத் தெரிந்திருக்கவில்லை. ருஸ்தம் கான் போன்ற துரோகிகளையும் அவர் சரியாகக் கணிக்கத் தவறிவிட்டார். இவையெல்லாம் அவரது ஆளுமைக்கு ஏற்பட்ட கரும்புள்ளிகள் என்றே சொல்லவேண்டும்.

திருமலை மன்னரால் உச்சத்தை அடைந்த மதுரை நாயக்க அரசை தன் வீரத்தினாலும் திறமையினாலும் இன்னும் புகழடையச் செய்யக்கூடிய எல்லாத் தகுதிகளும் சொக்கநாதருக்கு இருந்தது. ஆனால் பல தவறான செய்கைகளால் ‘நந்தவனத்து ஆண்டியைப்’ போல மதுரை நாயக்க அரசை பெரும் சிக்கலில் ஆழ்த்திவிட்டு மறைந்தார் சொக்கநாத நாயக்கர்.

அத்தியாயம் 12

மூன்றாம் முத்து வீரப்ப நாயக்கர்

சொக்கநாத நாயக்கருக்கும் அவரது அரசியும் பின்னாளில் பெரும்புகழ் பெற்றவருமான மங்கம்மாளுக்கும் மகனாகப் பிறந்தவர் முத்து வீரப்பர். இவரது இயற்பெயர் ரங்க கிருஷ்ண முத்து வீரப்ப நாயக்கர். சிலர் இவரை வேறொரு அரசிக்குப் பிறந்தவர் என்று கூறுவர். ஆனால் நெல்சன் இவரை மங்கம்மாளுக்குப் பிறந்தவர் என்றே குறிக்கிறார்.

மெக்கின்ஸி ஓலைச்சுவடிகள் மங்கம்மாளை லிங்கம நாயக்கரின் மகள் என்று கூறுகின்றன. ஏசு சபைக் கடிதம் ஒன்று மங்கம்மாளை தளவாய் லிங்கம நாயக்கரின் மகள் என்று குறிப்பிடுகிறது. இவற்றை வைத்துப் பார்க்கும்போது சொக்கநாத நாயக்கர் மங்கம்மாளை பொயு 1665ம் ஆண்டு வாக்கில் மணந்திருக்கலாம் என்று தெரிகிறது.

அப்படியானால், ரங்க கிருஷ்ண முத்து வீரப்ப நாயக்கர் அரியணை ஏறும்போது அவருக்கு 15-16 வயது இருந்திருக்கலாம். ஆனால் திருமலசமுத்திரத்தில் உள்ள ரங்க கிருஷ்ண முத்து வீரப்பரின் கல்வெட்டு ஒன்று அந்த சாசனம் அளிக்கப்பட்ட ஆண்டையும் (சக வருடம் 1579 - ஹேவிளம்பி) அவரது ஆட்சியாண்டையும் குறிப்பிடுகிறது. அதை வைத்துப் பார்த்தால், அவர் தனது இருபத்து ஐந்தாம் வயதில் ஆட்சிக்கு வந்திருக்கவேண்டும் என்று தெரிகிறது. அவர் எந்த வயதில் ஆட்சிக்கு வந்தார் என்ற குழப்பங்கள்

இருந்தாலும், அவர் 1682ம் ஆண்டு மதுரை நாயக்கராகப் பொறுப்பேற்றார் என்பதில் எந்தச் சந்தேகமும் இல்லை. மிருத்யுஞ்சய ஓலைச்சுவடிகள் துந்துபி வருடம் ஆடி மாதம் அவர் அரியணை ஏறியதாகத் தெரிவிக்கின்றன.

நாட்டின் நிலைமை

மிகுந்த சிக்கலான நிலையில் முத்து வீரப்பர் நாட்டின் அரசராகப் பொறுப்பேற்றார் என்பதை ஏற்கனவே பார்த்தோம். செஞ்சிப் படைகள் திருச்சியை முற்றுகையிட்டிருந்தன. கிழவன் சேதுபதி வேறு தனது படைகளைத் திருப்பியழைத்துக் கொண்டு ராமநாதபுரத்தைத் தன்னாட்சி பெற்றதாக ஆக்க முயன்று கொண்டிருந்தார். ஒரு கட்டத்தில் திருச்சியைக் கைப்பற்றிய சம்பாஜியின் செஞ்சிப் படைகள் மதுரையை நோக்கி முன்னேறி அந்த நகரையும் தனது ஆதிக்கத்தின் கீழ் கொண்டுவந்தன. செஞ்சிப் படைகளிடம் தோற்றியோடிய மைசூர் அரசும் இந்த நிலையைக் கவனித்துக் கொண்டு சும்மா இருக்கவில்லை. மதுரையை வெல்ல மற்றொரு படைப்பிரிவை மைசூர் அரசன் அனுப்பினான்.

இம்முறை ராமநாதபுரம் அரசு மைசூருக்கு உதவி செய்தது. சம்பாஜியின் படைகள் மைசூர்ப் படைகளைக் கடுமையாகப் போரிட்டுத் துரத்தின. இதற்கிடையில் கடும் வரிச்சுமையால் மைசூரில் உள்நாட்டுக் கலகங்கள் எழுந்தன. மைசூர் அரசின் கொடுமையான வரிச்சுமைகளைக் கண்ட மக்கள் கொதித் தெழுந்தனர். அந்தக் கலவரத்தை அடக்கும் முயற்சியில் மைசூர் அரசன் இறங்கினான். மைசூரைக் கைப்பற்ற தகுந்த தருணம் அதுதான் என்று நினைத்த சம்பாஜி தனது படைகளை மதுரையிலிருந்து மைசூருக்கு அனுப்பினார்.

மதுரையில் ஏற்பட்ட இந்த வெற்றிடத்தைப் பயன்படுத்திக் கொண்ட ரங்க கிருஷ்ண நாயக்கர், தனக்கு உதவியாக இருந்த சில பாளையக்காரர்களின் உதவியுடன் மதுரையைத் தனது கட்டுக்குள் கொண்டுவந்தார். மைசூருக்கும் செஞ்சிக்கும் ஏற்பட்ட போரைப் பயன்படுத்திக்கொண்டு, மீண்டும் மதுரை நாயக்க அரசைக் கட்டியெழுப்பினார். நிர்வாகச் சீர்திருத்தத்தில் கவனம் செய்து நாட்டைச் சீராக்கினார். இவையெல்லாவற்றையும் செய்ய அவருக்கு நான்கு ஆண்டுகள் பிடித்தன. இதற்கிடையில் டெல்லியிலிருந்து பெரும் அபாயம் ஒன்று அவருக்கு வந்து சேர்ந்தது.

ஔரங்கசீப்பின் செருப்பு

அக்காலகட்டத்தில் டெல்லி முகலாய அரசின் பேரரசராக இருந்த ஔரங்கசீப், ஒரு விநோதமான வழக்கத்தைப் பின்பற்றியிருந்தார். அவருடைய ஒற்றைச் செருப்பை யானை மேல் வைத்து ஊர்வலமாக அனுப்புவார். அதோடு படை ஒன்று செல்லும். அந்த ஊர்வலம் செல்லுமிடங்களில் உள்ள அரசர்கள், அந்தச் செருப்புக்குத் தலைவணங்கி மரியாதை செலுத்த வேண்டும். அதைக் கௌரவித்து முகலாய அரசுக்குத் திறை செலுத்த வேண்டும். இப்படிச் செய்ய மறுத்தால், அந்த அரசின் மீது முகலாய வீரர்கள் போர் தொடுப்பார்கள். முகலாயப் பேரரசின் படைபலத்திற்கு அஞ்சி பல அரசர்கள் செருப்புக்குத் தலை வணங்கி, திறை கொடுத்து அனுப்பி வைத்தனர்.

இந்தச் செருப்பு ஊர்வலம், முத்து வீரப்பர் காலத்தில் மதுரைக்கு வந்தது. முத்து வீரப்பர் செருப்புக்குப் பணிந்து போக விரும்பவில்லை. அதே சமயம் முகலாயர்களோடு மோதவும் விரும்பவில்லை. அதனால், தனக்கு உடல் நலம் சரியில்லை என்று ஔரங்கசீப்பின் செருப்போடு வந்த படைத்தலைவனுக்குச் செய்தியனுப்பிவிட்டு, முத்து வீரப்பர் திருச்சிக்குச் சென்று விட்டார்.

விடாக்கண்டனான ஔரங்கசீப்பின் படைத்தலைவன் திருச்சிக்குச் சென்றான். செருப்பு ஊர்வலம் திருச்சி அரண்மனையை அடைந்தது. படைத்தலைவன் செருப்பை எடுத்துக்கொண்டு அரண்மனையை அடைந்தான். அதற்குத் தலை வணங்குமாறு முத்து வீரப்ப நாயக்கரை வலியுறுத்தினான். அந்த அவமானத்தைச் சகிக்காத முத்து வீரப்பர், அந்த செருப்பைக் காலில் அணிந்து கொண்டார். மேலும் படைத்தலைவனை நோக்கி 'ஏனப்பா, உன் அரசர் ஒரு செருப்பை மட்டும் கொடுத்து அனுப்பியிருக்கிறாரே. இன்னொரு செருப்பு எங்கே?' என்று கேட்டார். இதனால் வெகுண்ட முகலாயப் படைத்தலைவன், தனது படைகளைத் திரட்டிக்கொண்டு முத்து வீரப்பரின் படைகளைத் தாக்கினான்.

மதுரைப் படைகள் முகலாய வீரர்களை வெட்டி வீழ்த்தின. முகலாயப் படைவீரன் டெல்லிக்குத் தப்பித்தோம் பிழைத்தோம் என்று ஓடிவிட்டான். முத்து வீரப்ப நாயக்கரின் துணிச்சலையும் வீரத்தையும் தெளிவாக எடுத்துக் காட்டும் இந்த நிகழ்வு வில்லியம் டெய்லர் தொகுத்த 'ஓரியண்டல் ஹிஸ்டாரிக்கல் மனுஸ்கிரிப்ட்ஸ்' இரண்டாம் தொகுதியில் ஆவணப்படுத்தப்பட்டுள்ளது.

கிழவன் சேதுபதியுடன் போர்

ஔரங்கசீப்பின் அச்சுறுத்தலையே மிகத் திறமையாகச் சமாளித்த ரங்க கிருஷ்ண முத்து வீரப்ப நாயக்கருக்கு, அடுத்ததாகப் பிரச்சனைகள் உள்நாட்டிலிருந்தே முளைத்தன. எப்படியாவது ராமநாதபுரத்தைத் தன்னாட்சி பெறச் செய்யவேண்டுமென்று கிழவன் சேதுபதி துடித்துக்கொண்டிருந்தார். மதுரை நாயக்கர் அரசு கொஞ்சம் கொஞ்சமாகப் பலவீனப்பட்டு வருகிறது என்பதைக் கண்ட சேதுபதி, நாயக்கர்களின் பழைய தளவாயான வேங்கட கிருஷ்ணப்பருடன் சேர்ந்து முத்து வீரப்பர் மீது தாக்குதல் தொடுக்க முனைந்தார். இதற்குத் தஞ்சையில் அப்போது ஆட்சி செய்து கொண்டிருந்த ஏகோஜி துணை செய்தார். ஆனால் சேதுபதியிடம் பணி செய்துகொண்டிருந்தவரும் சொக்கநாத நாயக்கரால் கிழவன் சேதுபதிக்கு 'பரிசாக' அளிக்கப்பட்டவருமான குமாரப்ப பிள்ளை இந்த முயற்சியைப் பற்றி முத்து வீரப்பரிடம் தகவல் அனுப்பி விட்டார். அதனால் சுதாரித்துக் கொண்ட முத்து வீரப்பர் தகுந்த ஏற்பாடுகளைச் செய்து தம்மைப் பாதுகாத்துக் கொண்டார். இதனால் கிழவன் சேதுபதியின் முயற்சி தோல்வியடைந்தது.

வேறு இடத்தில் பணி புரிந்தாலும் தம்மை அந்த நிலைக்கு உயர்த்திய நாயக்கர்களுக்கு விசுவாசமாக குமாரப்ப பிள்ளை இந்த உதவியைச் செய்தார். ஆனால் தனக்குத் துரோகம் செய்துவிட்ட குமாரப்பரை கிழவன் சேதுபதி சும்மா விடவில்லை. அவருக்கு மரண தண்டனை விதித்தார். குமாரப்ப பிள்ளையின் கைகளும் கால்களும் வெட்டப்பட்டன. அவரது குடும்பத்தினரும் கொல்லப் பட்டனர். இதை அறிந்த முத்து வீரப்பர் ராமநாதபுரத்தின் மீது படையெடுத்தார்.

இம்முறை சேதுபதிக்கு உதவியாக மராட்டிய மன்னர் ஷாஜி தன் படைகளை அனுப்பினார். இருதரப்புப் படைகளும் சேதுபுரம் என்ற இடத்தில் மோதிக்கொண்டன. கிழவன் சேதுபதியின் வீரத்தின் முன்னாலும் சேதுபதி - மராட்டியக் கூட்டணிப் படைகளின் வலிமையின் முன்னாலும் மதுரை நாயக்கர் படை தாக்குப் பிடிக்க முடியவில்லை. தோல்வியோடு ராமநாதபுரத்திலிருந்து மதுரைப் படை பின்வாங்கியது. இந்த வெற்றியில் தமக்கு உதவிய தஞ்சை மராட்டிய மன்னர் ஷாஜிக்கு புதுக்கோட்டைக்கும் பாம்பனாறுக்கும் இடைப்பட்ட பகுதியில் வரி வசூலிக்கும் உரிமையை விட்டுக் கொடுத்தார் கிழவன் சேதுபதி. புதுக்கோட்டைப் பகுதி முழுவதையும் தாம் வென்று விட்டதாக ஷாஜி மராட்டிய

ஆவணங்களில் கூறிக்கொள்வது இப்படி தஞ்சை அரசுக்கு கிழவன் சேதுபதியால் அளிக்கப்பட்ட பகுதிகளை வைத்தே ஆகும்.

மதப் பிரசார முயற்சிகள்

மதுரை நாயக்கர் அரசில் சொக்கநாத நாயக்கரும் அவருடைய புதல்வர் முத்து வீரப்ப நாயக்கரும் தொடர்ந்து பல சிக்கல்களை எதிர்நோக்கி அவற்றைச் சமாளித்து வரும் அதே நேரத்தில் கிறித்துவ மதப் பிரசாரம் தொடர்ந்து நடந்து கொண்டிருந்தது. சொக்கநாத நாயக்கர் அவர்களுக்கு ஆதரவு அளித்து வந்தார். கங்குவார்பட்டி என்ற இடத்தில் ஆல்வாரஸ் பாதிரியார் மதப்பிரசாரம் செய்ய முயன்றபோது, அங்கிருந்தோர் போராட்டத்தில் இறங்கி அவரை வெளியேறுமாறு வற்புறுத்தினார்கள். அதே போன்று திருச்சியில் புரோயென்சா பாதிரியார் துன்புறுத்தப்பட்டு சொக்கநாதரிடம் அவர் வந்து முறையிட நேரிட்டது. இந்த இரு நிகழ்வுகளிலும் அந்தப் பாதிரியார்களுக்குத் தகுந்த பாதுகாப்பு அளிப்பதாக சொக்கநாத நாயக்கர் வாக்குறுதியளித்து அதன்படி நடந்துகொள்ளவும் செய்தார்.

இந்த நிலை முத்து வீரப்பர் காலத்தில் மாற்றமடைந்தது. அவருடைய காலத்தில் ஜான் டி பிரிட்டோ என்பவர் மதப்பிரசாரம் செய்ய மதுரை வந்து அங்கே சமயப் பணிக் கழகத் தலைவராகப் பொறுப்பேற்றார். அருளானந்த சாமியார் என்று அழைக்கப்பட்ட அவருக்கு முத்து வீரப்பர் தகுந்த பாதுகாப்பு அளிக்கவில்லை. இதனால் ஏசு சபைக் கடிதங்களில் முத்து வீரப்பர் கொடுமையான அரசராகக் குறிப்பிடப்படுகிறார்.

அது மட்டுமல்லாமல் கொஞ்சம் அகலக்கால் வைத்த பிரிட்டோ, சேதுபதி சீமையில் சென்று தமது பிரச்சாரத்தைத் தொடங்கினார். அங்கே மங்கலம் என்ற இடத்தில் சிறைபிடிக்கப்பட்டு சிவலிங்கத்தை வழிபடுமாறு அந்த ஊர் மக்களால் வற்புறுத்தப் பட்டார். பிரிட்டோ அதை மறுக்கவே, அவர்கள் இருவரும் மரத்தில் கட்டிப்போடப்பட்டனர். அவர்களைக் காப்பாற்றிய கிழவன் சேதுபதியின் வீரர்கள், சேதுபதியிடம் அவரைக் கொண்டு சென்றனர். அவருக்குக் கடுமையான எச்சரிக்கை விடுத்த கிழவன் சேதுபதி, பாதிரியாரை உடனடியாக நாட்டை விட்டு வெளியேறுமாறு உத்தரவிட்டார்.

சில காலம் கழித்து மீண்டும் மதப்பிரசாரம் செய்ய ராமநாதபுரம் திரும்பிய பிரிட்டோ, கிழவன் சேதுபதியின் உறவினரையே மதம்

மாற்ற முயன்று, அதன் காரணமாக கிழவன் சேதுபதியால் தண்டிக்கப்பட்டுக் கொல்லப்பட்டார். இப்படி தென் தமிழகத்தில் தகுந்த ஆதரவு கிடைக்காததால், மதப் பிரசாரம் சிறிது சுணக்கமடைந்தது.

முத்து வீரப்பரின் மறைவு

பல கோவில் திருப்பணிகளைச் செய்தும், பல அறச்செயல்களில் ஈடுபட்டும் ஆட்சி செய்த ரங்க கிருஷ்ண முத்து வீரப்பரின் குணநலன்களில் குறிப்பிடத்தக்கது, அவர் ஏகபத்தினி விரதனாக, ஒரே அரசியை மணம் புரிந்து வாழ்ந்ததாகும். பல மனைவிகளை மணந்து அரசாட்சி செய்த திருமலை நாயக்கரின் கொள்ளுப் பேரனாக இருந்தும் முத்தம்மாள் என்ற பெண்ணை மட்டும் மணந்து அவர் கூடவே வாழ்க்கையை கழித்தார் முத்து வீரப்பர். ஆனால் துரதிருஷ்டவசமாக அவருக்குப் பெரியம்மை நோய் கண்டது. அதன் காரணமாக அவர் 1689ம் ஆண்டு இந்த உலகை விட்டுச் சென்றார். சிறிய காலமே ஆட்சி செய்தாலும், சீர்குலைந்திருந்த நாயக்கர் அரசை தன்னுடைய குணநலன்களால் மீட்ட பெருமை முத்து வீரப்ப நாயக்கரையே சேரும்.

அத்தியாயம் 13

மங்கம்மாளின் ஆட்சி

முத்து வீரப்பர் மறைந்தபோது அவர் மனைவி முத்தம்மாள் நிறைமாதக் கர்ப்பிணியாக இருந்தார். அதனால், அவர் உடன் கட்டை ஏற விரும்பினாலும் மற்றவர்கள் அவ்வாறு செய்ய விடவில்லை. அதனால் குழந்தையைப் பெற்றுக் கொடுத்துவிட்டு அதற்குப் பிறகு நான்காம் நாளில் ஜன்னி கண்டு மாண்டார் முத்தம்மாள். மதுரை நாயக்க அரசின் ஒரே வாரிசைப் பாதுகாக்கும் பொறுப்பு மங்கம்மாளிடம் சென்றது.

சொக்கநாத நாயக்கரின் மனைவியும் மூன்றாம் முத்து வீரப்ப நாயக்கரின் அன்னையுமான மங்கம்மாளும் இதே போன்ற சூழ்நிலையைச் சந்தித்தவர்தான். சொக்கநாதர் இறந்தபோது அவரும் கர்ப்பிணியாக இருந்ததால், அவரால் உடன்கட்டை ஏற இயலவில்லை. ஆனால் அவருக்குப் பிறந்த குழந்தை உடனே இறந்துவிட்டது. அப்போது ஆட்சிக்கு வந்திருந்த அவரது மகன் முத்து வீரப்பர் மங்கம்மாளை அதன்பின் உடன்கட்டை ஏறாமல் தடுத்துவிட்டார்.

இப்போது முத்தம்மாளும் இறந்துபடவே, தனது பேரனான குழந்தையைக் காக்கும் பொறுப்பை மங்கம்மாள் ஏற்றுக்கொள்ள நேரிட்டது. அந்தக் குழந்தைக்கு விஜயரங்க சொக்கநாதர் என்று பெயர் வைத்து, தானே அந்தக் குழந்தையின் சார்பாக பொயு 1689ம் ஆண்டு ஆட்சி செய்ய ஆரம்பித்தார் ராணி மங்கம்மாள்.

மதுரையை வரலாற்றுக் காலத்தில் ஆட்சி செய்த முதல் பெண்மணி என்று மங்கம்மாளைக் கூறலாம். அவரது ஆட்சிக் காலத்தின் ஆரம்பத்தில் அவர் பல பிரச்சனைகளை எதிர்கொள்ள நேரிட்டது. தென்னகத்தைத் தூண் போலக் காத்துக்கொண்டிருந்த மராட்டிய மாமன்னர் சிவாஜி மறையவே, மீண்டும் முகலாயர் படைகள் தென்னகத்தை நோக்கிப் படையெடுத்தன. இதைத் தவிர தஞ்சை மராட்டியர்கள் வேறு மதுரைக்குச் சொந்தமான பல பகுதிகளைக் கைப்பற்றியிருந்தனர். ராமநாதபுரத்திலிருந்து கிழவன் சேதுபதி தன்னுடைய தன்னாட்சி முயற்சிகளைத் தொடர்ந்து கொண்டிருந்தார்.

இப்படிப் பல முனைகளிலும் இருந்த வந்த ஆபத்துகளை மங்கம்மாள் சமாளிக்க வேண்டியிருந்தது. பலரோடு ஒரே நேரத்தில் போர் செய்வது மதுரை நாயக்க வம்சத்திற்கு முடிவு கட்டிவிடும் என்பதை உணர்ந்த மங்கம்மாள், முதலில் ராஜதந்திரத்தைப் பயன்படுத்தி மதுரை அரசை நிலைபெறச் செய்யும் முயற்சிகளில் இறங்கினார். தென்னாடு நோக்கி வந்த ஔரங்கசீப்பின் படைகளோடு அவர் சமாதானப் பேச்சு வார்த்தையில் இறங்கினார்.

முகலாயப் படைத்தலைவன் சுல்பிர்கான் படையெடுத்தபோது, அவனுக்கு பல பரிசுகளைக் கொடுத்த மங்கம்மாள் அவனுடைய உதவியால் தஞ்சை மன்னர்கள் மதுரையிடமிருந்து கைப்பற்றிய பகுதிகளை மீட்டுக்கொண்டார். போலவே முகலாயர் படைத் தலைவனான டாட்கான் என்பவனுக்குக் கடிதம் எழுதி அதனோடு 20000 ரூபாய் வெள்ளி நாணயங்களை அன்பளிப்பாக அனுப்பி உடையார்பாளையம் சிற்றரசர் கைப்பற்றியிருந்த மதுரை நாயக்கர் களுக்குச் சொந்தமான பகுதிகளை மீண்டும் கைப்பற்றினார் மங்கம்மாள். இருப்பினும் அவருக்கு முகலாயர்கள் முற்றிலும் உதவி செய்யவில்லை. அடிக்கடி படையெடுத்த தஞ்சை மராட்டியப் படைகளுக்குப் பணம் கொடுத்து மங்கம்மாள் நிலைமையைச் சமாளிக்க வேண்டியிருந்தது.

இது ஒருபுறமிருக்க மதுரை அரசு மீது தொடர்ந்து கண் வைத்திருந்த மைசூர் அரசனான சிக்க தேவராயன், மீண்டும் படையெடுத்து சேலம், கோவை ஆகிய இடங்களைக் கைப்பற்றிக் கொண்டான். அவனுடைய படைகள் குமரய்யாவின் தலைமையில் திருச்சி நோக்கி முன்னேறின. ஆனால் அதே சமயத்தில் மராட்டியப் படைகள் மைசூரைத் தாக்கின. அதன்காரணமாக மைசூர்ப் படைகள் பின்வாங்க நேரிட்டது. இதனால் மதுரை அரசுக்கு வந்த பெரும் அபாயம் நீங்கியது.

அடுத்ததாக அதுவரை மதுரை நாயக்கர் அரசுக்கு அடங்கிக் கப்பம் செலுத்தி வந்த திருவாங்கூர் அரசு போர்க்கொடி தூக்கியது. ஏற்கனவே திருமலை நாயக்கர் காலத்தில் இதே போன்று கிளர்ச்சி செய்து அவருடைய படைகளினால் திருவாங்கூர் அரசு தோல்வியடைந்திருந்தது.

ஆனால் மங்கம்மாள் ஆட்சிப் பொறுப்பை ஏற்றவுடன், திருவாங்கூர் அரசனான ரவிவர்மன், ஒரு பெண் தானே மதுரையை ஆட்சி செய்கிறாள் என்ற நினைப்பில் போராட்டத்தில் இறங்கினான். மதுரைக்குக் கப்பம் கட்டுவதையும் நிறுத்த முடிவு செய்தான். இதற்கிடையில் அவனுடைய அமைச்சர்களான எட்டு வீட்டுப் பிள்ளைமார்கள் ரவிவர்மனுக்கு எதிராகக் கலகம் செய்தார்கள். அவர்களை சமாளிக்க முடியாமல் அரசன் திணறிக் கொண்டிருந்தான்.

1696ம் ஆண்டு மதுரைப் படை கப்பம் வசூலிக்க திருவாங்கூர் சென்றபோது, ரவிவர்மன் ஒரு திட்டம் தீட்டினான். அதன்படி மதுரைப் படைகளிடம் கற்குளம் என்ற இடத்திலுள்ள கோட்டையை ஒப்படைத்தான். தனக்குப் பிரச்சனை தரும் எட்டு வீட்டுப் பிள்ளைமார்களை ஒழித்துவிட்டால், அவர்களுக்குத் திருவாங்கூர் அரசின் பாதியைத் தருவதாக ஒப்பந்தம் செய்து கொண்டான். அதை நம்பிய மதுரைப் படைகள் எட்டு வீட்டுப் பிள்ளைமாரிடம் மோதி அவர்களைக் கொன்றன. ஆனால் அதன்பின் தான் செய்த ஒப்பந்தத்தை மீறிய ரவிவர்மன், தன்னுடைய படையோடு கற்குளம் கோட்டையை முற்றுகை இட்டான். இதை எதிர்பாராத மதுரைப் படைகள் நிலைகுலைந்து தப்பி ஓடிவிட்டன.

மதுரைக்குத் திரும்பி வந்த மதுரைப் படைத்தலைவன் நடந்த நிகழ்ச்சிகளை மங்கம்மாளிடம் கூறினான். இதனால் வெகுண்ட மங்கம்மாள், தன்னுடைய தளவாயும் பெரும் வீரருமான நரசப்பையாவின் தலைமையில் ஒரு படையைத் திருவிதாங்கூருக்கு அனுப்பினார். நரசப்பையாவின் படை பெரு வெற்றியடைந்தது. அதன்பின் திருவாங்கூர் அரசன் கப்பம் செலுத்த ஒப்புக் கொண்டான்.

மங்கம்மாளின் போராட்டம்

திருவாங்கூர் சமஸ்தானத்துக்கு எதிராக நடந்த போரில் தளவாய் நரசப்பையாவின் உதவியால் வெற்றி பெற்ற மங்கம்மாள்,

தன்னுடைய படை பலத்தைப் பெருக்கத் தொடங்கினார். சுற்றிலும் எதிரிகள் இருக்கும் நிலையில் ஔரங்கசீப்பின் உதவியை மட்டும் நம்பியிருப்பது நீண்டகாலத்திற்கு உதவாது என்ற நிதர்சனத்திற்கு அவர் விரைவில் வந்துவிட்டதை இது காட்டியது எனலாம். அதற்கேற்றபடி, மீண்டும் தஞ்சை மராட்டியரின் படைகள் ஷாஜியின் தலைமையில் அவருக்குத் தொல்லைகள் தர ஆரம்பித்தன. அதற்குக் கிழவன் சேதுபதியின் ராமநாதபுரம் படைகளும் உதவி செய்தன.

மதுரை அரசின் எல்லைப்புற கிராமங்கள் பலவற்றை மராட்டியப் படை கைப்பற்றியது. இதனால் வெகுண்ட மங்கம்மாள், 1700ம் ஆண்டு தளவாய் நரசப்பையாவின் தலைமையில் ஒரு படையை மராட்டியருக்கு எதிராக அனுப்பினார். திருச்சியிலிருந்து படையுடன் கிளம்பிய நரசப்பையா, நேரடியாக தஞ்சைக்குச் செல்லாமல் கொள்ளிடத்தின் வடகரை வழியாக வீரர்களை நடத்திச் சென்றார். தஞ்சாவூருக்கு நேர் வடக்கில் கொள்ளிடத்தின் வடக்குப் புறமாக தண்டு இறங்கிய தளவாய், தஞ்சைப் படைகளின் வலிமையைக் கவனித்தார். ஆற்றைக் கடந்து தஞ்சைப் படையை நேரடியாக எதிர்கொள்வது தற்கொலைக்குச் சமானம் என்பதை உணர்ந்த அவர், இன்னும் சிறிது தூரம் கிழக்கே சென்று ஆற்றின் நீரோட்டம் குறைவாக இருந்த பகுதியில் கொள்ளிடத்தைக் கடந்து கிழக்கிலிருந்து தஞ்சைப் படைகளைத் தாக்கினார்.

இந்தத் திடீர்த் தாக்குதலை எதிர்பாராத தஞ்சைப் படைகள், தங்கள் அரண்களை விட்டு வந்து நரசப்பையாவின் படையோடு மோதின. அவர் செய்ததைப் போல, தாங்களும் அவருக்கு அதிர்ச்சி வைத்தியம் கொடுக்கவேண்டும் என்று முடிவு செய்த தஞ்சைப் படைகளின் தலைவன், ஆற்றைக் கடந்து சுற்றிவந்து மதுரைப் படைகளைப் பின்புறமிருந்து தாக்க முடிவுசெய்தான். ஆனால் இந்தப் பகுதிகளைப் பற்றி அதிகம் தெரியாத மராட்டிய வீரர்கள் ஆற்றைக் கடக்கத் தேர்ந்தெடுத்தது வெள்ளம் அதிகமாகச் செல்லும் இடத்தை. அதன் காரணமாக குதிரைகளும் வீரர்களும் ஆற்றில் அடித்துச் செல்லப்பட்டன. இதனால் அதிர்ச்சியடைந்த தஞ்சைப் படைகள் சிதறி ஓடின. அதற்குள் அந்தப் படைக்குள் புகுந்த தளவாய் நரசப்பையாவின் மதுரைப் படைகள் அவர்களை நிலைகுலையச் செய்தன.

போரில் தோற்று தஞ்சை நோக்கி ஓடின மராட்டியப் படைகள். தனக்கு நேர்ந்த இந்தப் படுதோல்வியை ஷாஜியால் பொறுத்துக்

கொள்ளவே முடியவில்லை. இதற்குத் தனது தளபதியான வாகோஜி பண்டிதர்தான் காரணம் என்று நினைத்த ஷாஜி அவரைப் பலவாறு நிந்தித்தார். மக்களும் படைத்தளபதியைத் தூற்ற ஆரம்பித்தனர். அதனால் வருத்தமடைந்த வாகோஜி, தஞ்சை மன்னரான ஷாஜியைச் சந்தித்தார். மதுரையோடு சமாதானம் செய்ய தமக்கு ஒரு வாரம் தேவை என்று அவகாசம் கேட்ட அவர், அதற்குள் மதுரைப் படைகளோடு சமாதானம் செய்ய முடியாவிட்டால் தாம் தமது உயிரை மாய்த்துக்கொள்வதாகவும் சபதம் செய்தார். இதற்கு ஷாஜி ஒப்புக்கொள்ளவே, உடனடியாக பணம் திரட்ட ஆரம்பித்தார் வாகோஜி. மக்களிடமிருந்தும் பெரு வணிகர்களிடமிருந்தும் பணம் வசூலிக்கப்பட்டது. அரண்மனைக் கஜானாவிலிருந்தும் பெரும் பணம் எடுக்கப்பட்டது.

நான்கு நாட்களுக்குள் பெரும் தொகையைத் திரட்டிய வாகோஜி அதைக் கொண்டு மதுரையின் படைத்தலைவர்கள் பலருக்கு லஞ்சம் கொடுத்தார். தளவாய் நரசப்பையாவின் தந்தையைக் கூட அவர் விட்டுவைக்கவில்லை. ஆனால் நரசப்பையாவிற்கு இது ஏதும் தெரியாத நிலையில் தஞ்சை மீதான தாக்குதலுக்கு ஏற்பாடு செய்தார். ஆனால், மதுரைப் படைத்தலைவர்களும் பிரமுகர்களும் தஞ்சையோடு சமாதானமாகப் போகுமாறு அவரை வற்புறுத்தினர். வேறு வழியில்லாமல் சமாதானத்திற்கு இசைந்தார் நரசப்பையா. இதன்மூலம் தஞ்சைக்கு நேரவிருந்த பெரும் அவமானத்திலிருந்து அந்த அரசை வாகோஜி காப்பாற்றினார்.

தஞ்சையோடு மதுரை நாயக்க அரசு செய்துகொண்ட இந்தச் சமாதானம் இன்னொரு வகையில் மங்கம்மாளுக்கு உதவி செய்தது. காவிரி ஆற்றின் நீரைத் தானே பயன்படுத்திக்கொள்ளத் தீர்மானித்த மைசூர் அரசன் சிக்கதேவராயன் தமிழகத்திற்குக் காவிரி நீர் செல்வதைத் தடுப்பதற்காக ஆற்றின் குறுக்கே ஒரு தடுப்பணையைக் கட்டினான். அதன் காரணமாக காவிரி ஆறு தமிழகத்திற்கு வருவது நின்றது. தமிழ்நாட்டின் பாசனப் பகுதிகள் இதனால் பெரும் அவதிக்குள்ளாயின.

காவிரி திடீரென்று வறண்டதற்கான காரணத்தை முதலில் அறியாத மங்கம்மாள், அதன்பின் தூதர்கள் உதவியுடன் அதன் காரணத்தை அறிந்துகொண்டார். மைசூர் அரசனுக்கு ஒரு பாடம் புகட்ட விரும்பிய மங்கம்மாள், தஞ்சை ஷாஜிக்கு தூது அனுப்பினார். இருவரும் இணைந்து மைசூரைத் தாக்கத் தீர்மானித்தனர். இருதரப்புப் படைகளும் கர்நாடகாவை நோக்கிப் பயணப்பட்டன.

ஆனால் நல்வாய்ப்பாக பெருமழை பெய்து காவிரியில் வெள்ளம் வந்தது. அதனால் மைசூர் அரசன் கட்டிய அணை அடித்துச் செல்லப்பட்டு உடைந்தே போனது. இதனால் மைசூர் அரசன் நினைத்தது நடக்காமல் போனது ஒருபுறமிருக்க, மதுரைக்கும் தஞ்சைக்குமான உறவு பலப்பட்டது.

இப்படித் தொடர்ந்து கிடைத்த வெற்றிகளால் தூண்டப்பட்ட மங்கம்மாள் அகலக்கால் வைத்தார். தஞ்சைப் படையெடுப்பின் போது ஷாஜிக்கு உதவி செய்த கிழவன் சேதுபதியையும் வெற்றிகொள்ள நினைத்த அவர், தளவாய் நரசப்பையாவின் தலைமையில் மதுரைப் படையை ராமநாதபுரம் நோக்கி 1702ம் ஆண்டு அனுப்பிவைத்தார். சேதுபதிக்கு உதவியாக தஞ்சைப் படைகள் இந்த முறை வராது என்றும் அதனால் தனக்கு வெற்றி கிடைக்கும் என்றும் கணக்கிட்டார் மங்கம்மாள். ஆனால் இது போன்ற ஒரு சந்தர்ப்பத்தை எதிர்நோக்கிக் காத்திருந்த கிழவன் சேதுபதிக்கு 'பழம் நழுவிப் பாலில் விழுந்தது' போல மதுரைப் படைகளே தன்னை எதிர்த்து வருவது நல்வாய்ப்பாக அமைந்தது.

இருதரப்புப் படைகளுக்கும் இடையே ராமநாதபுரத்திற்கு அருகே நடந்த போரில் தளவாய் நரசப்பையா கொல்லப்பட்டார். கிழவன் சேதுபதி பெருவெற்றி பெற்று ராமநாதபுரத்தைத் தன்னாட்சி பெற்றதாக அறிவித்து மதுரைக்குக் கப்பம் கட்டுவதை முழுமையாக நிறுத்திவிட்டார். இதன்மூலம் ராமநாதபுரம் பகுதி மதுரை நாயக்கர்களிடமிருந்து விடுபட்டது. தொடர்ந்து போர்களில் ஈடுபட்டிருந்ததால் களைப்படைந்ததே மதுரைப் படையின் இந்தத் தோல்விக்குக் காரணம் என்று சத்தியநாதய்யர் கருதுகிறார். ஆனால் சேதுபதி கிட்டத்தட்ட 50000 வலிமையான வீரர்களை ஒரே வாரத்தில் திரட்டி எண்ணிக்கையில் அதிகமான சேதுபதிகளின் படையை மதுரைச் சேனைகளோடு மோதவிட்டதே இந்த வெற்றிக்குக் காரணமென்று பலர் கூறுகின்றனர்.

மதுரையிலிருந்து விடுதலை அடைந்த கிழவன் சேதுபதி தன்னுடைய கோட்டைகளைப் பலப்படுத்தினார். 1709ம் ஆண்டு தஞ்சை மீது படையெடுத்து புதுக்கோட்டைப் பகுதியில் இருந்த பல ஊர்களை ராமநாதபுரத்தோடு இணைத்துக் கொண்டார் சேதுபதி. அவரை எதிர்க்க முடியாமல் மங்கம்மாள் சும்மா இருக்க வேண்டியதாயிற்று.

தன்னுடைய நாட்டில் முக்கியமான பகுதிகளை இழந்து பெரும் வீரரான நரசப்பையாவையும் போரில் இழந்த மங்கம்மாள்,

மதுரை நாயக்கர்கள் | 203

அதன்பின் அறப்பணிகளில் கவனம் செலுத்தினார். பல அறக்கட்டளைகளைத் தோற்றுவித்த மங்கம்மாள், நாடெங்கும் பல சத்திரங்களைக் கட்டினார். பல கோவில்களுக்குத் திருப்பணிகள் செய்தார். சாலைகளைச் செப்பனிட்டு ஆங்காங்கே மக்கள் உண்பதற்கும் தங்குவதற்கும் அன்னசத்திரங்களும் அமைத்தார். திருச்சியில் உள்ள பல கட்டடங்கள் மங்கம்மாள் காலத்தில் கட்டப்பட்டவைதான். மதுரையில் முன்பு இருந்த மத்திய சந்தைக் கட்டடம் அவரால் கட்டப்பட்டது ஆகும்.

பொயு 1700 வருடத்தைச் சேர்ந்த அவரது கல்வெட்டு ஒன்று பாலகிருஷ்ண மகாதனபுரத்தை அவர் அந்தணர்களுக்குத் தானம் செய்ததைப் பற்றிக் கூறுகிறது. 1701ம் வருடத்தைச் சேர்ந்த அவரது கல்வெட்டு ஒன்று சுப்பையா பாகவதருக்கு அவர் அன்னதானம் கட்டுவதற்கு அளித்த நிலக்கொடையைப் பற்றிக் குறிப்பிடுகிறது. நீர்ப்பாசன வசதிகளையும் சீர்படுத்திய மங்கம்மாள், உய்யக் கொண்டான் கால்வாயில் மதகு ஒன்றை அமைப்பதற்காகக் கொடுத்த நிவந்தத்தைப் பற்றிய விவரங்கள் 1704ம் ஆண்டுக் கல்வெட்டில் உள்ளது.

மற்ற சமயங்களையும் மங்கம்மாள் சமயப் பொறையுடன் நடத்தினார் என்பதற்கும் ஏராளமான சான்றுகள் உள்ளன. சேதுபதி சீமையில் கிறித்துவ மதம் அச்சுறுத்தப்பட்டபோது மதுரை அரசு அவர்களுக்கு அடைக்கலம் கொடுத்தது. மதுரை அரசின் கீழ் ராமநாதபுரம் இருந்தபோது அங்கே சிறையில் வாடிய மெல்லோ பாதிரியாரை விடுவிக்க மங்கம்மாள் உத்தரவிட்டு அவரைப் பாதுகாப்பாக மதுரைக்குக் கொண்டுவந்தார். போலவே தஞ்சை அரசர் அங்கிருந்த கிறித்துவர்களை வெளியேற்றியதுமில்லாமல், மதுரை அரசுக்கும் உடையார்பாளையம் அரசுக்கும் கிறித்துவர்களை வெளியேற்றுமாறு கடிதம் எழுதியிருந்தார். அப்படிச் செய்யா விட்டால் ஹிந்துக் கோவில்களுக்கு அபாயம் ஏற்படும் என்று அவர் கடிதத்தில் குறிப்பிட்டிருந்தார். ஆனால் இதை மங்கம்மாள் ஏற்றுக்கொள்ளவில்லை. 'எப்படி அரிசிச்சொறு உண்பவர்களையும் இறைச்சி உண்பவர்களையும் நாம் சமமாக நடத்துகிறோமோ அப்படியே அனைவருக்கும் அவரவர் விரும்பிய மதத்தைப் பின்பற்ற உரிமை உண்டு' என்று கூறி அவர் பதில் கடிதம் எழுதியதாக ஏசு சபைக் கடிதம் ஒன்று கூறுகிறது.

மதுரையில் மதப்பிரச்சாரம் செய்துவந்த பூஷே என்ற பாதிரியாருக்குப் பெரும் பிரச்சனை ஏற்பட்டது. அவரை வெளி

நாட்டவர் என்றும் பாதிரியார்கள் பெரும்பணம் சம்பாதித்தாலும் அரசுக்கு வரி ஏதும் செலுத்துவதில்லை என்றும் உள்ளூர்க்காரர் ஒருவரை பூஷே கொன்றுவிட்டார் என்றும் குற்றச்சாட்டுகள் எழுந்தன. இதனால் பயந்துபோன பூஷே, தளவாய் நரசப்பையாவைச் சென்று பார்த்தார். தளவாயைப் பற்றி பலவிதமாகப் புகழ்ந்துபேசி அவரது மனதை வென்ற அவர் தமக்குப் பாதுகாப்பு வேண்டி மங்கம்மாளுக்குச் சொல்லும்படி நரசப்பையாவிடம் கோரிக்கை விடுத்தார்.

வெளிநாட்டவர்கள் என்றாலே வெறுக்கும் நரசப்பையா பூஷேவின் புகழுரைகளால் மயங்கி மங்கம்மாளிடம் இதைப் பற்றிச் சொல்லி பாதிரிக்குப் பாதுகாப்பு அளிக்கும்படி ஆவன செய்தார். அதுமட்டுமல்லாமல் பூஷே பாதிரியார் தளவாயின் ஆணைப்படி மதுரை நகரத் தெருக்களில் ஊர்வலமாகவும் கொண்டு செல்லப் பட்டார். இதனால் அவருக்கு ஏற்பட்ட எதிர்ப்பு அடங்கியது. கிறித்துவர்களை மட்டுமல்லாமல் இஸ்லாம் மதத்தையும் ஆதரித்த மங்கம்மாள், தர்கா ஒன்றுக்கு நன்கொடை அளித்திருக்கிறார்.

இப்படிப் பல அறச்செயல்களைச் செய்து மதுரை அரசை முழுவதுமாக அழிந்துவிடாமல் கட்டிக்காத்த மங்கம்மாளின் கடைசிக்காலம் துன்பம் மிக்கதாக இருந்தது. கணவனையும் அதற்கு அடுத்ததாகக் குறுகிய காலத்தில் தன்னுடைய மகனையும் இழந்தாலும் மனம் தளராமல் தனி ஒரு ஆளாகப் பேரனை வளர்த்த மங்கம்மாள், பல வித அவதூறுகளுக்கு ஆட்பட்டார். அதை அவரது நாட்டு மக்களே செய்ததுதான் விந்தை.

நரசப்பையாவின் மறைவிற்குப் பிறகு தளவாயாகப் பொறுப்பேற்ற அச்சையாவோடு அவர் தொடர்பு வைத்திருந்ததாகவும் அதனால் மக்கள் அவரைத் தூற்றியதாகவும் நெல்சன் குறிப்பிடுகிறார். மங்கம்மாளோடு அச்சையா இருந்த உருவப்படம் ஒன்றைக் காட்டி அதில் அச்சையா பலவித ஆபரணங்களை அணிந்திருந்த காட்சியை அதற்கான சாட்சியாக அவர் கருதுகிறார். இந்த முறையற்ற உறவின் காரணமாக கடைசி இரண்டு ஆண்டுகளில் பல பிரச்சனைகளை மங்கம்மாள் சந்தித்தார் என்கிறார் அவர்.

தனது பேரன் உரிய வயதை அடைந்தவுடன் அரசை அவனிடம் ஒப்படைக்க மங்கம்மாள் மறுத்ததாகவும் அதனால் மக்கள் ஆத்திரம் அடைந்ததாகவும் இன்னொரு வதந்தி உலவியது. அதனால் மங்கம்மாள் சிறைப்பிடிக்கப்பட்டதாகவும் தனது கடைசிக் காலத்தை அவர் சிறையில் கழித்து மாண்டதாகவும் சிலர்

கூறுகின்றனர். ஆனால் இதற்குச் சாட்சி ஏதும் இல்லை என்கிறார் நெல்சன். இதைப் பற்றி ஏசு சபைக் கடிதங்களும் ஏதும் கூறவில்லை.

சொக்கநாத நாயக்கர் காலத்திலிருந்து பலவீனமடைந்து மூன்றாம் முத்து வீரப்ப நாயக்கரின் குறுகிய கால ஆட்சியின் இறுதியில் கிட்டத்தட்ட நிலைகுலைந்து போன மதுரை நாயக்க அரசை ஓரளவு மீட்டெடுத்து சீரமைத்த பெருமை ராணி மங்கம்மாளைச் சேரும். அவரது போர்த்திறமையை விட அவர் செய்த அறச்செயல்கள் காலத்திற்கும் அவர் பெயரைக் கூறிக்கொண்டு நிலைத்திருக் கின்றன. சுமார் 19 ஆண்டுகள் ஆட்சி செய்த அவர் 1706ம் ஆண்டு இந்த உலகை விட்டு மறைந்தார். அதன்பின் அவரது பேரனான விஜயரங்க சொக்கநாத நாயக்கர் ஆட்சிக்கு வந்தார்.

அத்தியாயம் 14

விஜயரங்க சொக்கநாதரும் ராணி மீனாட்சியும்

தன்னை வளர்த்த ராணி மங்கம்மாளையே சிறையில் அடைத்தார் என்று ஒரு சிலர் கூறினாலும் அம்மாதிரிக் குற்றம் எதையும் செய்யாமல், மங்கமாளின் மறைவுக்குப் பிறகு பொயு 1706ம் ஆண்டு அரியணை ஏறினார் விஜயரங்க சொக்கநாதர். ஆனால் அவரிடம் ஆட்சித் திறம் இல்லையென்பது விரைவிலேயே வெளிப்பட்டது. நிர்வாகத்தில் கவனம் செலுத்தாமல் வெறும் பயணம் செய்தே பொழுதைக் கழித்தார் விஜயரங்கர்.

நாட்டைக் கவனிக்காமல் அரசர் அலைந்துகொண்டிருந்தது மந்திரி, பிரதானிகளுக்குக் கொண்டாட்டமாக இருந்தது. தடி எடுத்தவன் தண்டல்காரன் என்பது போல பலரும் அதிகாரம் செலுத்த ஆரம்பித்தனர்.

தளவாய் கஸ்தூரி ரங்கய்யாவும் பிரதானி வெங்கட கிருஷ்ணய்யாவும் மக்களின் மீது பல்வேறு வரிகளை விதித்து கொடுங்கோல் ஆட்சி செய்தனர். முன்பு ஆட்சி செய்த நாயக்க மன்னர்கள் இறையிலியாக கோவில் பணியாளர்களுக்குக் கொடுத்திருந்த நிலங்களுக்கு எல்லாம் அதிக வரி போட்டு வசூலித்தனர் இருவரும். 1710ம் ஆண்டில் உள்ள கல்வெட்டு ஒன்று கோவில் பணியாளர் ஒருவர் இந்த வரிச்சுமையைத் தாங்க முடியாமல் கோவில் கோபுரத்திலிருந்து தற்கொலை செய்து கொண்டார் என்று குறிப்பிடுகிறது.

ஆனால் அரசரோ தன்னுடைய முன்னோரான திருமலை நாயக்கர் போலச் செயல்படவேண்டும் என்ற ஆசையில் பல்வேறு கோவில்களின் நிர்வாகங்களைக் கவனிக்க ஆரம்பித்தார். அதன் காரணமாக அடிக்கடி தீர்த்த யாத்திரை செய்யவும் தலைப்பட்டார். இரண்டு வருடங்களுக்கு ஒருமுறை ஸ்ரீரங்கம், திருவானைக்காவல், மதுரை, திருநெல்வேலி, ஆழ்வார் திருநகரி, ஸ்ரீவைகுண்டம் போன்ற தலங்களுக்கு நீண்ட யாத்திரை செய்து அங்குள்ள கோவில்களுக்கு நிவந்தங்கள் அளிப்பதை வழக்கமாகக் கொண்டிருந்தார் விஜயரங்க சொக்கநாதர். இதனால் நிராசையடைந்த மக்கள் கிளர்ச்சியில் ஈடுபட்டனர்.

இதற்கிடையில் மதுரை அரசு நிலைகுலைந்து வருவதை அறிந்த மைசூர் அரசன் மீண்டும் தமிழகத்தின் மீது படையெடுத்து வந்து கோவை, சேலம் ஆகிய பகுதிகளை வென்று மைசூர் அரசோடு சேர்த்துக்கொண்டான். அவை நிரந்தரமாக மதுரை நாயக்கர் அரசை விட்டுச் சென்றுவிட்டன. இதைப் பற்றியெல்லாம் கவலைப்படாத விஜயரங்க சொக்கநாதர் நிர்வாகத்தை தனது அதிகாரிகளிடமே விட்டுவிட்டார்.

ஒரு கட்டத்தில் மக்களின் கொந்தளிப்பைப் பொறுக்க முடியாமல் தளவாயும் பிரதானியும் வரிகளைக் குறைக்க ஆரம்பித்தனர். இருந்தாலும் விஜயரங்கர் மீதான மக்களின் வெறுப்புக் குறையவில்லை. நரவப்பையா, வேங்கடராகவாச்சார்யா போன்ற அமைச்சர்கள் அரசின் கஜானாவை வகை தொகையின்றிக் கொள்ளையடித்தனர். தவிர விஜயரங்கர் கொடுத்த நன்கொடைப் பொருட்களும் கோவில்களிலிருந்து திருடப்பட்டன. இதுபற்றிப் புகார்கள் வந்தபோதும் அதுபற்றிக் கவலைப் படாமல் மேலும் பல கொடைகளைக் கொடுத்தார் விஜயரங்கர்.

மதுரை கோவிலுக்கு அவர் ஆற்றிய திருப்பணிகளைப் பற்றி திருப்பணி மாலை இப்படிப் பட்டியலிடுகிறது.

> தென்னவன் மகிழ்அங் கயற்கண்ணி கோயில்
> திருப்பள்ளி யறையின் முன்பு.
>
> சிங்கார அறைகட்டி அபிடேக மாதிச்
> சிறப்புகள் விழாப்பூசையும்
> எந்நாளும் நடக்கவில் லாபுரக் கோயில்
> எழில் மண்டபமும்.
> இதமாக வேகட்டி மதுரேசர் அம்மையுடன்

இனிதாய் எழுந்தருளியே
வன்னஅபி டேகவகை பாவாடை வரிசையும்
வளமையொடு கொண்டருளவே
வாகான செந்நெல்வகை வில்லா புரத்தையும்
மாதர்முத் தம்மைபேரால்
நன்னயத் தொடுதலத் தார்கள்பா ரிசமாக
நண்பினுட னேஉதவினான்
ரங்கக்ருட்டினமுத்து வீரனருள் விசயரங்
கச்சொக்க நாதேந்த்ரனே.

மீனாட்சி அம்மனின் பள்ளியறையின் முன்பு அறை ஒன்றைக் கட்டினார். வில்லாபுரத்தில் மண்டபம் ஒன்றைக் கட்டி சுந்தரேஸ்வரரையும் மீனாட்சியையும் அங்கே எழுந்தருளச் செய்து அவர்களுக்கு சிறப்புப் பூஜைகளையும் அபிஷேகங்களையும் செய்தார் என்கிறது இந்தப் பாடல்.

வீரமும் விவேகமும் மிக்க மதுரை நாயக்கர்களின் வரிசையில் வந்தாலும் அரசைப் பாழடித்தவராகவே விஜயரங்க சொக்கநாதர் அறியப்படுகிறார். அவருக்கு உரிய வயதில் மீனாட்சி என்பவரை அவரது உறவினர்கள் திருமணம் செய்து வைத்தனர். ஆயினும் அவரது நிலையில் எந்த மாற்றமும் இல்லாமல், தனது அதிகாரிகளையும் அமைச்சர்களையும் கட்டுப்படுத்த முடியாமல் மனம் போன போக்கில் வாழ்க்கையை நடத்தினார் விஜயரங்கர்.

இப்படி இருபத்து ஆறு ஆண்டுகள் ஆட்சி செய்துவிட்டு விரோதிகிருது வருடம் மாசி மாதம் (பிப்ரவரி 3, 1732) இறைவனடி சேர்ந்தார் அவர். இந்தத் தகவலை ம்ருத்யுஞ்சய ஓலைச்சுவடிகள் தெரிவிக்கின்றன. மதுரைத் தலவரலாறு சிவராத்திரி அன்று அவர் மறைந்ததாகக் குறிப்பிடுகிறது. நாயக்க அரசில் மிக மோசமான ஆட்சியைத் தந்தவராகவே விஜயரங்க சொக்கநாதர் அறியப் படுகிறார்.

•

விஜயரங்க சொக்கநாதர் மறைந்ததும், ராணி மங்கம்மாளைப் போன்று தானும் புகழ்பெறவேண்டும் என்று ஆசைப்பட்டு அரியணை ஏறினார் விஜயரங்கரின் மனைவியான ராணி மீனாட்சி. ஆனால் மங்கம்மாளைப் போல புத்திசாதுரியமும் திறமையும் இல்லாததால் பெரும் சிக்கல்களை அவர் சந்தித்தார். அவருக்கு வாரிசு எதுவும் இல்லாததால், திருமலை நாயக்கரின் சகோதரரான

குமாரமுத்துவின் வம்சத்தில் வந்த பங்காரு திருமலையின் மகனான விஜயகுமாரனை அவர் சுவீகாரம் செய்துகொண்டார்.

ஆனால் பங்காரு திருமலைக்குத் தானே ஆட்சி செய்ய வேண்டும் என்ற ஆசை பிறந்தது. அதற்கான சதி வேலைகளில் இறங்கினார் பங்காரு. அப்போது அரசின் தளவாயாக இருந்த வேங்கடாச் சார்யாவுடன் சேர்ந்து திருச்சிக்கோட்டைக்குள் நுழைந்து அரசைக் கைப்பற்ற முயன்றார் அவர். ஆனால் மக்களின் அனுதாபம் அரசியின் பக்கம் இருந்ததால் அவர்களின் முயற்சி பலனளிக்க வில்லை. பிரச்சனைகள் அதிகமாவதை அறிந்த மீனாட்சி தனது சகோதரனான வேங்கடப் பெருமாள் நாயக்கரைத் துணைக்குச் சேர்த்துக்கொண்டார்.

இதற்கிடையில் ஆற்காட்டின் நவாப்பாக தோஸ்த் அலிகான் பொறுப்பேற்றார். தமிழகம் முழுவதையும் ஆள்வதற்கு ஆசைப்பட்ட அவர் தன் மகன் சப்தர் அலி, மருமகன் சந்தா சாகிப் ஆகியோரின் தலைமையில் ஒரு படையை தெற்கே அனுப்பினார். இந்த வாய்ப்பைப் பயன்படுத்திக்கொள்ள முடிவுசெய்த பங்காரு திருமலை, சந்தா சாகிப்பைச் சந்தித்தார். அவரிடம் முப்பது லட்சம் ரூபாய் லஞ்சம் கொடுத்து மீனாட்சியை அரியணையிலிருந்து அகற்றி மதுரை அரசை தமக்குக் கொடுத்துவிடும்படி கோரிக்கை விடுத்தார். பழம் நழுவிப் பாலில் விழுந்தது போன்ற இந்த வாய்ப்பைப் பயன்படுத்திக் கொள்ள முடிவு செய்த சப்தர் அலியும் சந்தா சாகிப்பும் திருச்சிக் கோட்டையை முற்றுகையிட்டனர். ஆனால் வலுவான திருச்சிக் கோட்டையை அவர்களால் வெற்றி கொள்ள முடியவில்லை.

பொறுமையிழந்த சப்தர் அலி, தாம் இரு தரப்புக்கும் சமாதானம் செய்துவைப்பதாகக் கூறி மீனாட்சிக்கும் பங்காரு திருமலைக்கும் அழைப்பு விடுத்தான். இந்த அழைப்பை ஏதோ காரணம் சொல்லித் தட்டிக் கழித்துவிட்டார் மீனாட்சி. அழைப்பை ஏற்று பங்காரு திருமலை மட்டுமே சப்தர் அலியைச் சந்திக்கச் சென்றார். பெயருக்கு விசாரணை ஒன்றைச் செய்துவிட்டு, மதுரை நாயக்க அரசு பங்காரு திருமலைக்கே உரியது என்று தீர்ப்பளித்தான் சப்தர் அலி. அரசை முறைப்படி பங்காருவுக்கு அளிக்குமாறு சந்தா சாகிப்பிடம் சொல்லிவிட்டு ஆற்காட்டிற்குத் திரும்பினான் அவன்.

முற்றுகையை நீண்ட நாள் நீடிக்கவிடுவது ஆபத்து என்பதை உணர்ந்த மீனாட்சி பல்வேறு முயற்சிகளில் இறங்கினார். முதலில் பங்காரு திருமலையுடன் சமரசம் செய்துகொள்ள முயன்றார். அது

சுமுகமாக முடியவே, விஜயகுமாரனையும் பங்காரு திருமலையையும் மதுரைக்கு அனுப்பி வைத்தார். அடுத்து சந்தா சாகிப்பிடம் ஒரு கோடி ரூபாய் தந்துவிடுவதாகவும் அதைப் பெற்றுக்கொண்டு ஆற்காடு திரும்பிவிடும்படியும் தூது ஒன்றை மீனாட்சி அனுப்பினார். பங்காருவுக்கும் மீனாட்சிக்கும் ஏற்பட்ட சமாதான உடன்படிக்கையைத் தெரிந்து கொண்ட சந்தா சாகிப், அது தொடர்ந்தால் அரசு தன் கையை விட்டுப் போய் விடும் என்று முடிவு செய்தான். அதனால், ஒரு கோடி ரூபாய் பணத்தைத் தான் திருச்சிக் கோட்டைக்கே வந்து பெற்றுக்கொள்வதாகச் செய்தி அனுப்பினான். அதைப் பெற்றுக் கொண்டு தாம் ஆற்காடு திரும்புவதாக உறுதியளித்தான்.

சந்தா சாகிப்பை முழுவதும் நம்பாத ராணி மீனாட்சி, உடன்படிக்கையின் படி நடந்து கொள்வதாக அவனைச் சத்தியம் செய்யச் சொன்னார். அதன்படி குரானின் மீது சத்தியம் செய்தான் சந்தா சாகிப். அதை நம்பி திருச்சிக் கோட்டைக்குள் சந்தா சாகிப்பை அனுமதித்தார் ராணி மீனாட்சி. கோட்டைக்குள் வந்தவுடன், மீனாட்சியைச் சிறை செய்த சந்தா சாகிப், அவரை தளவாய் மண்டபம் என்ற இடத்தில் அடைத்து வைத்தான். சந்தா சாகிப்பின் பொய்ச் சத்தியத்தாலும் துரோகத்தாலும் மீனாட்சி திகைத்து நின்றார்.

ராணியின் படைகளைக் கைப்பற்றிய சந்தா சாகிப் அடுத்ததாக பங்காரு திருமலையின் மீது கவனம் செலுத்தினான். பங்காரு திருமலை அப்போது திண்டுக்கல்லில் இருந்தார். எண்பதாயிரம் வீரர்கள் கொண்ட படையை திண்டுக்கல்லுக்கு அனுப்பினான் சந்தா சாகிப். அங்கே நடந்த போரில் பங்காரு திருமலை தோல்வி யடைந்தார். அடுத்ததாக மதுரையை நோக்கிச் சென்றன சந்தா சாகிப்பின் படைகள். இதற்கிடையில் பாளையக்காரர்கள் பலரைச் சேர்த்துக் கொண்ட பங்காரு திருமலை, சந்தா சாகிப்பின் படைகளை அம்மையநாயக்கனூர் என்ற இடத்தில் சந்தித்துப் போரிட்டார். கடுமையான நடந்த போரில் பங்காருவுக்கு மீண்டும் தோல்வியே கிடைத்தது. அங்கிருந்து தப்பி சிவகங்கை சேதுபதியிடம் சரணடைந்தார் பங்காரு. சேதுபதி அவரை வெள்ளிக்குறிச்சிக் கோட்டையில் தகுந்த பாதுகாப்புக் கொடுத்துக் காப்பாற்றினார்.

எதிர்ப்பு ஏதும் இல்லாமல் மதுரையைக் கைப்பற்றின சந்தா சாகிப்பின் படைகள். மதுரைக் கோவில் சூறையாடப்பட்டு பூஜைகள் நின்று போயின. நடந்ததைக் கேள்விப்பட்டு மனம்

புழுங்கிய ராணி மீனாட்சி, சிறையிலேயே விஷமருந்தித் தற்கொலை செய்துகொண்டார். சிலர் அவர் தீக்குளித்தார் என்றும் கூறுகின்றனர். இப்படியாக, விஸ்வநாத நாயக்கரால் தோற்றுவிக்கப்பட்டு சீரும் சிறப்புமாக திருமலை நாயக்கரால் ஆட்சி செய்யப்பட்டு உச்சத்தை அடைந்த மதுரை நாயக்கர் வம்சம் ராணி மீனாட்சியுடன் அழிந்து போனது.

தன்னுடைய சகோதரர்களான இருவரில் மதுரையை ஒருவருக்கும் திண்டுக்கல்லை மற்றொருவருக்கும் அளித்து அவர்களை ஆட்சி செய்யச் சொன்ன சந்தா சாகிப், தான் திருச்சியில் இருந்துகொண்டு அதிகாரம் செலுத்தத் தொடங்கினான். தஞ்சை மராட்டியர்கள் மீதும் படையெடுத்து அவர்களையும் வென்றான். அதனால், தஞ்சை மராட்டிய மன்னனும் பங்காருவும் இணைந்து, சதாராவுக்குத் தூது அனுப்பினர். அங்கிருந்த மராட்டியப் படைகளின் உதவியால் மதுரையைக் கைப்பற்ற இருவரும் திட்டம் தீட்டினர். அதன்படி குத்தி நகரில் இருந்து முராரி ராவ் என்பவரின் தலைமையில் வந்த மராட்டியப் படை, ஆற்காட்டு நவாப் தோஸ்த் அலிகானைக் கொன்று விட்டு சதாரா திரும்பியது.

அடுத்ததாக சப்தர் அலி தன்னை ஆற்காட்டு நவாப்பாக அறிவித்துக் கொண்டான். அவனுக்குத் துணையாக இருப்பது போலக் காட்டிக் கொண்டு நவாப் பதவியைப் பறிக்க முயன்றான் சந்தா சாகிப். இதற்கிடையில் மீண்டும் முராரி ராவ் தமிழகத்திற்குப் படையோடு வந்து சந்தா சாகிப்பின் சகோதரர்களைக் கொன்றுவிட்டு சந்தா சாகிப்பை சிறைப்பிடித்துச் சென்றார்.

அதற்குப் பிறகு முராரி ராவ், தாமே மதுரையின் தலைவனாகப் பிரகடனம் செய்துகொண்டார். அடுத்ததாக, ஆற்காட்டு நவாப்பாக இருந்த சப்தர் அலி கொல்லப்பட்டு அன்வருத்தீன் என்பவன் நவாபாக பொறுப்பேற்றான். அவன் பங்காரு திருமலையை அழைத்து விஷம் வைத்துக் கொன்றுவிட்டான்.

தந்தை இறந்ததை அறிந்த விஜயகுமாரன் தப்பியோடித் தலைமறைவாக வாழ்க்கை நடத்த நேரிட்டது. பிற்காலத்தில் மருது சகோதரர்கள், விஜயகுமாரனை மதுரை நாயக்கராக அறிவிக்குமாறு பிரிட்டிஷ் அரசை அறிவுறுத்தினர். தங்கள் போராட்டத்தின் ஒரு பகுதியாக அந்த நிபந்தனையையும் சேர்த்துக் கொண்டனர். ஆனால் அவர்கள் தூக்கிலிடப்பட்டதை அடுத்து அந்த முயற்சியும் தோல்வியடைந்தது.

பெரும் புகழோடு மதுரையை ஆட்சி செய்த நாயக்கர்களின் அரச பரம்பரை தமிழக வரலாற்றிலிருந்து மறைந்தாலும் அவர்கள் எழுப்பிய விண்ணளாவிய கோபுரங்களும், செய்த கோவில் திருப்பணிகளும், நடத்திய திருவிழாக்களும் அவர்கள் புகழை என்றும் தமிழகத்தில் சொல்லிக்கொண்டு இருக்கும் என்பதில் சந்தேகமில்லை.

அத்தியாயம் 15

நாயக்கர்களின் அரசாட்சி

தமிழகத்தின் அரசாட்சி முறையில் நாயக்கர்கள் ஒரு புது முறையை உருவாக்கினார்கள் என்றால் அது மிகையல்ல. அதுவரை மத்தியிலேயே குவிந்து கிடந்த படைபலம், நிதி நிர்வாகம் ஆகியவற்றைப் பரவலாக்கிய பெருமை நாயக்கர்களையே சேரும். அதே சமயம் ஒரு ராணுவம் சார்ந்த (militarist) அரசாக இதில் நன்மைகளும் இருந்தன, பிரச்சனைகளும் இருந்தன. இம்முறையில் எப்படி அதிகாரம் பகிர்ந்து அளிக்கப்பட்டது, நிதி நிர்வாகம் எப்படி நடந்தது என்பதையெல்லாம் பற்றிக் கொஞ்சம் பார்க்கலாம்.

அரசாங்கம்

அரசின் தலைவராக, சர்வ வல்லமை படைத்தவராக அரசர் இருந்தார். எல்லா முடிவுகளும் அவரால் எடுக்கப்பட்டாலும் அவருக்கு உதவ அமைச்சர்களின் குழு இருந்தது. நாயக்கர்களுக்கு முன்னால் சோழர்களும் பாண்டியர்களும் அடுத்ததாகப் பதவிக்கு வருபவர் யார் என்பதைப் பற்றி மிகத் தெளிவான முறையைப் பின்பற்றினர். ஆனால், இது போன்ற ஒரு முறை நாயக்கர்களால் பின்பற்றப்படவில்லை. பல முறை வாரிசுரிமைச் சிக்கல்கள் வருவதற்கு இதுவே ஒரு காரணமாக இருந்தது. இளவரசர் என்ற பதவி கறாராக வரையறுக்கப்படவில்லை. பெரும்பாலும் அரசர்களுடைய சகோதரர்களோ அல்லது மகன்களோ அடுத்த வாரிசாகக் கருதப்பட்டுப் பதவியேற்றனர்.

மத்திய அரசு

மத்திய அரசில் அரசருக்கு உதவியாகப் பல்வேறு அதிகாரிகள் பதவி வகித்தனர். இந்தப் பதவிகளின் பெயர்களும் பொறுப்புகளும் அதற்கு முன்பிருந்த தமிழ் அரசர்களின் காலத்தில் இருந்ததை விட மாறுபட்டு இருந்தன. நாயக்கர்களுக்கு முன்பிருந்த விஜயநகர அரசு முறையைப் பின்பற்றி, இந்தப் பதவிகள் இருந்தாலும் அவற்றிலும் சிற்சில மாறுதல்கள் கொண்டுவரப்பட்டன.

தளவாய் என்ற பதவி அதற்கு முன்பு தமிழக அரசுகளில் இருந்த தளபதி பதவியை விட அதிகாரம் மிக்கதாக இருந்தது. தளவாய் ராணுவத்தை மட்டுமின்றி, நாட்டு நிர்வாகத்தையும் கவனிப்பவராக இருந்தார். ஒரு குழப்பமான காலகட்டத்தில் அரசு நிர்வாகத்தைக் கவனிக்க, இப்படி இரு துறைகளையும் நிர்வகிக்கக் கூடிய ஒருவர் அரசுக்குத் தேவைப்பட்டதாக நாம் கருதலாம். நிர்வாகத்தில் அதிக வல்லமை படைத்த பதவியாக தளவாய் இருந்தாலும் அரசருக்குக் கட்டுப்பட்டே அவர் அந்த அதிகாரத்தைச் செலுத்த இயலும்.

அரசர் வலிமை குன்றியவராக இருந்த காலங்களில் தளவாயின் ஆணைப்படியே அரசு இயங்கியதை சில நாயக்க அரசர்களின் வாழ்க்கையிலிருந்து தெரிந்துகொள்ளலாம். ராணி மங்கம்மாளின் தளவாயாக இருந்த நரசப்பையாவின் கையில் நாட்டின் உச்சகட்ட அதிகாரம் இருந்தது என்று குறிப்பிடும் ஏசு சபைக் கடிதங்கள் இதற்கு ஒரு உதாரணம். அதே சமயம், தளவாய் ராமப்பையர் பெரும் வீரராகவும் அறிவாளியாகவும் இருந்தாலும் திருமலை நாயக்கரின் சொல்லுக்கு அடங்கியே செயல்பட்டதைப் பார்க்கமுடிகிறது. நாயக்கர்களுடைய தளவாய்கள் பெரும்பாலும் அந்தணர்களாக இருந்தனர் என்பது சத்தியநாதய்யரின் கருத்து.

பிரதானி என்பவர் முதன்மை அமைச்சராகக் கருதப்பட்டாலும் நாட்டின் நிதி நிர்வாகம் மட்டுமே அவரிடம் இருந்தது. மதுரை நாயக்கர்களின் முதல் தளவாயான அரியநாத முதலியார் கூடுதலாக பிரதானி பதவியையும் வகித்தாலும், அவருக்குப் பின் இது தொடரவில்லை. பிரதானி என்ற பதவியை வேறு பலர் வகித்தனர். நாட்டின் வருவாயையும் செலவினங்களையும் கண்காணித்து நாட்டின் நிதி நிலை சீர்கெட்டுவிடாமல் பாதுகாக்கும் பொறுப்பு பிரதானியிடம் இருந்தது. மதுரை நாயக்கர்கள் அரசில் தளவாய்க்கு அடுத்த படியாக முக்கியமான பதவி பிரதானி என்பது. அடுத்ததாக அரசு அதிகாரிகளில் முக்கியமானவர் ராயசம். தற்காலத் தலைமைச் செயலர் பதவியைப் போன்றது இந்தப் பொறுப்பு. தலைமை

நிர்வாகம் இவரிடம் இருந்தது. ராயசத்தைத் தவிர வரவு, செலவுக் கணக்குகளைக் கையாளும் கணக்கர், வெளி உறவுத் துறையைக் கவனித்துக்கொள்ளும் ஸ்தானாபதி போன்ற பதவிகளும் நாயக்கர் அரசில் இருந்தன.

மேற்கண்ட அதிகாரிகளுக்குக் கீழே, அந்தந்தத் துறையைக் கவனிக்க பல்வேறு அலுவலர்கள் செயல்பட்டனர். அவர்களை நியமிக்கும் பொறுப்பும் நீக்கும் பொறுப்பும் மேலதிகாரிகளிடமே இருந்தது. இவர்களுக்கு ஊதியமாக நிலமும் அவ்வப்போது பரிசாக வழங்கப்பட்டன என்று நெல்சன் குறிப்பிடுகிறார். தவிர அரசர் எப்போதெல்லாம் இவர்கள் சிறந்த சேவை செய்ததாக நினைக்கிறாரோ, அப்போதெல்லாம் பணியாளர்களுக்குப் பரிசுகள் வழங்கப்பட்டதாகவும் குறிப்பிடுகிறார்.

பிரதேச அரசு

விஜயநகர அரசு எப்படி அமரநாயக்கர்கள் என்ற முறையை உருவாக்கி அதிகாரத்தைப் பகிர்ந்து அளித்ததோ, அதே போல மதுரை நாயக்கர்கள் பாளையப்பட்டுகளை உருவாக்கினர். அரியநாத முதலியார் எழுபதுக்கும் மேற்பட்ட பாளையங்களை உருவாக்கினாலும் நாளடைவில் இவற்றின் எண்ணிக்கையும் பரப்பளவும் மாறிக்கொண்டே வந்ததைக் காண்கிறோம்.

தெற்கே கன்னியாகுமரி முதல் வடக்கே சேலம், கோவை வரை பரவியிருந்த நாயக்கர்களின் அரசின் முதுகெலும்பாக இந்தப் பாளையங்கள் இருந்தன. ஆனாலும் இவற்றின் எண்ணிக்கை அதிகமாக இருந்ததால், அவற்றை மத்திய அரசு நேரடியாகக் கண்காணிக்க முடியாத பிரச்சனை இருந்தது. இதற்காகவே பல்வேறு பிரதேசங்களாக அரசு பிரிக்கப்பட்டு அதற்கான ஆளுநர்கள் நியமிக்கப்பட்டனர். சீமை என்று அழைக்கப்பட்ட இந்தப் பிரதேச ஆளுநர்கள், மத்திய அரசுக்கும் பாளையங்களுக்கும் இடையில் பாலமாகச் செயல்பட்டனர்.

திருச்சி, திருநெல்வேலி, சத்தியமங்கலம் போன்றவை நாயக்கர்கள் ஆட்சியில் பிரதேச அரசுகளாக, அதாவது தற்போதைய மாநில அரசுகளைப் போல செயல்பட்டதாகத் தெரிகிறது. அதன் ஆளுநர் களுக்கும் நிர்வாகத்தில் தனி சுதந்தரம் வழங்கப்பட்டது. இந்த ஆளுநர்கள் தளவாயின் கீழ் இயங்கினர். டெய்லர் எழுதிய கடிதம் ஒன்றில் இந்த ஆளுநர்களுக்கு வழங்கப்பட்ட அதிகாரத்தைப் பற்றிய சுவையான குறிப்பு ஒன்று உண்டு.

‘ரங்க கிருஷ்ணப்ப நாயக்கர் திரிசிரபுரத்திலிருந்து ஆட்சி செய்து கொண்டிருக்கும்போது திருவேங்கடநாதையா என்பவர் திருநெல்வேலி சீமையின் ஆளுநராக இருந்தார். அவர் குமாரன் தினந்தோறும் இரவில் எண்ணற்ற தீவட்டிகளுடனும் மேள தாளத்துடனும் ஆடல் பாடல்களுடனும் யானை மீது ஊர்வலம் வருவது வழக்கம். இதற்கு நாள் ஒன்றுக்கு ஐந்நூறு வராகன் செலவு பிடித்தது. இதைக் கண்டு பொறாமை பிடித்த சிலர், ரங்க கிருஷ்ணப்ப நாயக்கரிடம் முறையிட்டனர். நாயக்கரும் சரி, நான் நேரில் வந்து விசாரிக்கிறேன் என்று கூறினார். அதன்பின் ஒருநாள் திருநெல்வேலிக்குச் சென்று திருவேங்கட நாதையாவிடம் அரசின் நிலை, கணக்கு வழக்குகள் போன்ற வற்றை விசாரித்தார். பிறகு திருவேங்கடநாதையாவின் மகனை அழைத்து, நீ வழக்கம் போலப் பவனி வருவதை நான் பார்க்க வேண்டும் என்று கட்டளையிட்டார். இதைக் கண்ட அவர் வெலவெலத்துப் போய் நிற்கவே. ‘பயப்படவேண்டாம், வழக்கம் போல ஊர்வலம் நடக்கட்டும்’ என்று ஆணையிட்டார். அதுபோல இரவு ஊர்வலம் நடந்தது. அதை அரசர் மேல் மாடியிலிருந்து பார்த்து வியந்து ‘இதே போன்று தினமும் செய்துவருவாயாக, இதற்கான பெருமையும் என்னைச் சேர்ந்தது’ என்று கூறி அதற்கான நாள் ஒன்றுக்கு ஐநூறு வராகன் பெற்றுவர கட்டளையிட்டார்.’

பாளையக்காரர்களைப் பொருத்தவரை அவர்கள் பெரும்பாலும் ஆளுநர்களின் கீழ் செயல்பட்டனர். தனியாக படை ஒன்றை வைத்திருந்ததால், அவர்களுக்கு அரசியல் நிர்வாகத்தில் அதிகாரம் இருந்தது. அரசர் கேட்கும்போதெல்லாம் படைகளை அவர்கள் கொடுத்து உதவினர். கன்னிவாடி, திண்டுக்கல் போன்ற பாளையங்கள் இக்கட்டான சமயங்களில் நாயக்கர்களின் அரசுக்கு உதவியதைப் பார்த்தோம். அதிகாரம் பகிர்ந்தளிக்கப்பட்டுச் செயல்பட்ட நிர்வாகத்தில் உள்ள பிரச்சனைகள் நாயக்கர்கள் ஆட்சிக்காலத்திலும் இருந்தன. பாளையக்காரர்கள் நிர்வாகத்தில் செய்யும் தவறுகள் நாயக்கர்களுடைய நிர்வாகக் குறைபாடுகளாகக் கருதப்பட்டன.

உள்ளூர் நிர்வாகம்

சோழர்களின் காலத்தில் உள்ளூர் நிர்வாகம் தகுந்த சுதந்திரம் அளிக்கப்பட்டு செயல்பட்டது. உள்ளூர் சபை உறுப்பினர்களை தேர்ந்தெடுத்துக்கொள்ளும் அதிகாரமும் வரிகளை வசூலிக்கும்

உரிமையும் அவற்றிற்கு இருந்தன. தொடர்ந்த சுல்தானியப் படையெடுப்புகளின் காரணமாக அந்த முறை முற்றிலும் அழிந்துபோனது. ஊர்ச்சபைகள், கிராமசபைகள் என்று செயல் பட்ட அந்த அமைப்பு அழிந்துபோய், விஜயநகர, நாயக்கர்கள் அரசில் புது முறை உருவாக்கப்பட்டது.

பாளையக்காரர்கள், சீமையில் செயல்பட்ட ஆளுநர்கள் ஆகியோர் வரிவசூலை நேரடியாகக் கவனித்ததால், உள்ளூர் நிர்வாக அமைப்பிற்குத் தேவையில்லாமல் போனது.

பதினைந்தாம் நூற்றாண்டின் இறுதியில் விஜயநகர அரசர்களால் ஏற்படுத்தப்பட்ட ஆயக்காரர் முறை நாயக்கர்கள் ஆட்சியிலும் தொடர்ந்தது. கிராமங்களில் வரிகளை வசூலிப்பதற்காக மணியக் காரர், கர்ணம் போன்றவர்கள் நியமிக்கப்பட்டனர். இவர்கள் வரியை வசூலித்து மத்திய அரசிடம் அளித்தனர். ஆகவே கிராம நிர்வாகம் பெரும்பாலும் இந்த அதிகாரிகளிடமே இருந்தது.

சமூகம்

சமூகப் பிரிவினைகளை நாயக்கர்கள் ஊக்குவிக்கவில்லை. அதேசமயம், அவர்கள் வர்ணாஸ்ரம விதிகளை மீறவும் இல்லை. சௌராஷ்டிர சமூகத்தைச் சேர்ந்த பட்டுநூல்காரர்களுக்கு பூணூல் அணியும் உரிமையை ராணி மங்கம்மாள் அளித்ததற்கான கல்வெட்டு ஒன்று உண்டு. ஆனால் இதை அவர் தன்னிச்சையாகச் செய்யாமல், சாஸ்திர வல்லுநர்களையும் அறிஞர்களையும் கலந்து ஆலோசித்தே செய்திருக்கிறார். ஆனால் இதுபோன்ற 'சமூகச் சீர்திருத்தங்கள்' நாயக்கர் ஆட்சியில் குறைவாகவே காணப் படுகின்றன. சதி என்ற உடன்கட்டை ஏறும் வழக்கம் அரசர்களாலும் பிரபுக்களாலும் மட்டுமே பின்பற்றப்பட்டு வந்தது. சாதாரண மக்கள் இம்மாதிரி வழக்கங்களைக் கடைப்பிடிக்கவில்லை. அரசகுலத்திலும் இந்த வழக்கம் தன்விருப்பமாகவே இருந்ததே தவிர கட்டாயமாக்கப்படவில்லை என்பது ராணி மங்கம்மாள், ராணி மீனாட்சி ஆகியோர் கணவன் மறைந்தாலும் அவர்களோடு உடன்கட்டை ஏறாமல், அரசாட்சி செய்ததன் மூலம் தெளிவாகிறது.

கல்வி

நொபிலிப் பாதிரியார் மதுரையில் 'நூறு மற்றும் இருநூறு மாணவர்களை ஒவ்வொரு வகுப்பிலும் கொண்ட வேதாந்தப் பள்ளி ஒன்று மதுரையில் இருந்தது. அதில் பத்தாயிரம் மாணவர்கள் படித்தனர்' என்று குறிப்பிட்டிருக்கிறார். இதிலிருந்து வேதாந்தம்

போன்ற படிப்புகள் சில இடங்களில் உள்ள பெரும் கல்விக் கூடங்களில் மட்டுமே போதிக்கப்பட்டு வந்தது தெரிகிறது. மற்றவகைக் கல்வி பெரும்பாலும் திண்ணைப் பள்ளிக் கூடங்களில் கற்றுக்கொடுக்கப்பட்டது. சமஸ்கிருதம், தமிழ், தெலுங்கு ஆகிய மொழிகள் பள்ளிகளில் கற்பிக்கப்பட்டன.

நிதி நிர்வாகம்

அரசின் வருமானத்தைச் சரியாகக் கணக்கிட்டு வசூலிப்பதில் அதிகாரிகள் மிகுந்த கவனம் காட்டினர். கிராம அளவில் வரி வசூலிக்கும் பொறுப்பு மணியக்காரர் என்பவரிடம் விடப் பட்டிருந்தது. அவரிடமிருந்து பாளையங்களுக்கும் அவர்களிட மிருந்து அரசருடைய கருவூலத்திற்கும் வசூலித்த வருமானம் சென்றது. இதை கவனிக்கும் பொறுப்பு பிரதானியிடம் இருந்தது. விளைச்சலில் பாதியளவு நிலவரியாக வசூலிக்கப்பட்டது என்கிறார் நெல்சன். பெரும்பாலும் பணமாகவே இந்த வரி வசூலிக்கப்பட்டதாகத் தெரிகிறது. சில இடங்களில் வரியாக நெல் வாங்கப்பட்டது.

பாளையக்காரர்கள் வசூலித்த வரியில் மூன்றில் ஒரு பங்கு அரசின் கருவூலத்திற்குச் சென்றது. அரசுக்கு ஆபத்துக் காலங்களில் உதவி செய்த பாளையங்களும் சிற்றரசுகளும் வரியை மத்திய அரசில் திறையாகச் செலுத்துவதில் இருந்து விலக்கு அளிக்கப்பட்டன. ராமநாதபுரம், கன்னிவாடி ஆகியவை இதற்கான உதாரணங்கள் ஆகும். அரசருக்குச் சொந்தமான நிலங்களில் விளைச்சல் அதிகமாக இருந்ததாக நெல்சனின் குறிப்பு ஒன்று கூறுகிறது. இது பாளையக்காரர்கள் வேண்டுமென்றே விளைச்சலைக் குறைவாகக் காட்டியதாலா, இல்லை உண்மையாகவே விளைச்சல் இவ்வகை நிலங்களில் அதிகமாக இருந்ததா என்று தெரியவில்லை.

நிலவரியைத் தவிர முத்துச்சிலாபம் என்று அழைக்கப்பட்ட முத்துக்குளிப்பதில் இருந்தும் அரசுக்கு வருவாய் வந்தது. ஆனால் இது நிலையான வருமானமாக இல்லை. ராமநாதபுரம் அரசிடம் முத்துக்குளிக்கும் துறைகள் இருந்ததால், அப்படிக் கிடைத்த வருமானத்தின் பெரும்பகுதி அவர்களிடம் சென்றது. இவற்றைத் தவிர நெசவு, நகைகள் செய்யும் பொற்கொல்லர் தொழில், சலவைத் தொழில், மீன்பிடி தொழில் போன்ற தொழில்களுக்கான வரிகளும் நாயக்கர்கள் காலத்தில் இருந்ததாகத் தெரிகிறது. ஆனால் இவற்றிலிருந்து எவ்வளவு வருவாய் வந்தது என்பதற்குப் போதுமான சான்று இல்லை.

வரவு

அரசின் வருமானத்தைப் பற்றிப் பல்வேறு விதமான கணக்குகள் தரப்படுகின்றன. மெக்கின்ஸி சுவடிகள், திருமலை நாயக்கரின் ஆண்டு வருமானம் 44 லட்சம் பொன்களாக இருந்தது என்று குறிப்பிடுகிறது. ஒரு லட்சம் பொன்னும் ஒரு ஆயிரம் பொன் வீதம் அவர் கோவில் திருப்பணிகளுக்கு அளித்ததாக அது குறிப்பிடுகிறது. நெல்சன் திருமலை நாயக்கரின் ஆண்டு வருமானம் 12 லட்சம் என்று கூறுகிறார் அதாவது சுமார் 2 கோடி 16 லட்ச ரூபாயாக அவரது வருமானம் இருந்திருக்கவேண்டும். மு.கோவிந்தசாமி ஐயர், திருமலை மன்னரின் ஆண்டு வருமானம் 1 கோடி 20 லட்சம் ரூபாய் என்கிறார்.

வைகோ பாதிரியார் எழுதிய கடிதம் ஒன்றில் நாயக்க அரசுகள், விஜயநகரப் பேரரசுக்கு 'ஆறு முதல் பத்து மில்லியன் ப்ராங்குகளை' திறையாகச் செலுத்தியதாகக் கூறுகிறார். மூன்றில் ஒரு பங்கை திறையாகச் செலுத்தும் வழக்கம் அப்போது இருந்தால், இதை வைத்து நாயக்கர்களின் வருமானம் பதினெட்டு முதல் முப்பது மில்லியன் ப்ராங்குகளாக இருக்கக்கூடும் என்று கணிக்கலாம். போலவே பரதாஸ் பாதிரியார் 'திருமலை நாயக்கர் ஆண்டுக்கு அறுநூற்று ஆயிரம் பகோடாக்களை' திறையாகச் செலுத்தினார் என்கிறார். இந்தக் குறிப்பை வைத்து நாயக்கர்களின் வருமானத்தைக் கணித்த சத்தியநாத ஐயர், திருமலை நாயக்கரின் காலத்தில் வருமானம் ஏழு லட்சம் பொன்களாக இருக்கக்கூடும் என்று கூறுகிறார். சராசரியாக இதுவே மதுரை நாயக்கர்களின் ஆண்டு வருவாயாக இருந்திருக்கக் கூடும்.

செலவு

விஜயநகர அரசுக்குச் செலுத்திய திறையே முக்கியமான செலவினமாக நாயக்கர்களுக்கு இருந்தது. திருமலை நாயக்கர் காலத்தில் அதுவும் நிறுத்தப்படவே, வேறு பெரிய செலவினங்கள் ஏதும் அரசுக்கு இல்லை. அதிகாரிகளுக்கும் மற்ற பணியாளர் களுக்கும் நில மானியங்களே ஊதியமாக வழங்கப்பட்டு வந்தன. ராணுவச் செலவைப் பொருத்தவரை, பெரும்பாலான படை வீரர்கள் பாளையக்காரர்களிடமே இருந்ததால், அதுவும் குறைவாகவே இருந்தது. மற்ற செலவினங்களைப் பொருத்த வரையில் பொதுக் கட்டமைப்புச் செலவுகள், அறக்கொடைகள், கோவில் திருப்பணிகளுக்காகக் கொடுத்தது என்பவையே முக்கியமானவை. நாயக்கர்கள் கோவில் திருப்பணிகளுக்காக பல்வேறு கொடைகளை அளித்திருக்கின்றனர்.

அதற்கு முன்பிருந்த சுல்தான்கள் ஆட்சியில் சிதைந்திருந்த மண்டபங்கள், கோவில் சிற்பங்களைச் சரிப்படுத்தும் பெரும் பொறுப்பு அவர்களிடம் இருந்தது. உதாரணமாக 80 சதவிகிதத்திற்கும் மேலான மதுரைக் கோவில் அவர்களால் புதுப்பிக்கப்பட்டதுதான். இதைத் தவிர நீர்ப்பாசன வசதிகளை மேம்படுத்துவதிலும் பெரும் அக்கறை காட்டினர் நாயக்கர்கள். விஸ்வநாத நாயக்கர் காவிரியின் இரு மருங்கிலும் கரைகளை அமைத்தர். திருமலை நாயக்கர் காலத்தில் மதுரையைச் சுற்றி பல கால்வாய்கள் வெட்டப்பட்டன. போலவே மக்கள் நலனுக்காகவும் செலவுகள் செய்யப்பட்டன. காடுகளை அழித்துக் கள்ளர் பயத்தை விஸ்வநாத நாயக்கர் ஒழித்திருக்கிறார். தாமிரபரணி ஆற்றங் கரையில் சாலைகளையும் அவர் அமைத்திருக்கிறார். மங்கம்மாள் ராமேஸ்வரம் செல்லும் மக்களுக்காக சாலையோரம் மரங்கள் அமைத்துத் தண்ணீர் பந்தல்களை ஏற்படுத்தியிருந்தார்.

பொதுவாக, நாயக்கர்களின் ஆண்டு வரவு செலவுக்கணக்கில் பெரும்பாலும் நிகர வருமானம் அதிகமாகவே இருந்ததாக சத்தியநாத ஐயர் குறிப்பிடுகிறார். இதிலிருந்து நிதி நிர்வாகத்தை அவர்கள் திறம்படச் சமாளித்ததாகக் கொள்ளலாம்.

ஏசுசபைக் கடிதங்கள் நாயக்கர்கள் ஏதோ மக்களிடம் கசக்கிப் பிழிந்து வரி வசூலித்ததாகவும் அந்த அரசு கொடுங்கோல் அரசு போன்றும் ஒரு தோற்றத்தைச் சித்தரிக்கின்றன. இது அபத்தமான கருத்தாக்கம் என்று கூறும் சத்தியநாத ஐயர், அப்படிப்பட்ட கொடுங்கோல் அரசு தொடர்ந்து வெளிநாட்டுப் படையெடுப்பு களைத் திறம்படச் சமாளித்து நிலைத்து நிற்கச் சாத்தியமே இல்லை என்று கூறுகிறார். நாயக்கர்கள் செய்த பல தொண்டுகளைச் சுட்டிக்காட்டும் அவர், வருவாயைச் சரியான முறையில் வசூலித்ததும் செலவினங்களைக் கட்டுக்குள் வைத்திருந்ததுமே அவர்களது திறமையான நிதி நிர்வாகத்திற்குக் காரணம் என்று உறுதிபடக் கூறுகிறார். மார்ட்டின் பாதிரியார் எழுதிய கடிதம் ஒன்றில் 'மதுரை மக்கள் அமைதியாகவும் அதிகத் தேவைகள் இல்லாமலும் தங்கள் வாழ்க்கையை நடத்தினர். அவர்களுக்குக் கிடைத்த உணவை உண்டனர். வெளிநாடுகளிலிருந்து இறக்குமதியாகும் பொருட்களுக்கு ஆசைப்படவில்லை' என்றெல்லாம் குறிப்பிட்டிருக்கிறார். இதன் காரணமாக, முத்து போன்ற பொருட்கள் அதிகமாக ஏற்றுமதி செய்யப்பட்டனவே தவிர நாயக்கர் ஆட்சிக்காலத்தில் குறைவாகவே பொருட்கள் இறக்குமதி செய்யப்பட்டன.

நீதி

தமிழகத்தில் அது வரை இருந்த அரசுகளும் சரி, நாயக்கர்களும் சரி, அரசியலமைப்புச் சட்டம் என்ற ஒன்றை முன்னெடுத்துச் செல்லவில்லை. ஹிந்து தர்மப்படி அமைந்த ஸ்மிரிதிகளும் தர்மசாஸ்திரங்களுமே நீதிக்கு அடிப்படையாக இருந்தன. அதன் காரணமாக சட்டம் என்பதைத் தவிர எது தர்மம் என்பதற்குப் பல முறை முன்னுரிமை அளிக்கப்பட்டது. பாரத தேசத்தினருக்கு அரசியல் பெரிதல்ல தர்மமே பெரிது, அதன் அடிப்படையில் தான் அவர்களது அன்றாட வாழ்க்கை மேற்கொள்ளப்பட்டது (விதிவிலக்குகள் இதற்கு உண்டு).

எங்கெல்லாம் சிக்கல்கள் ஏற்படுகின்றனவோ அங்கு அரசரே நேரடியாகத் தலையிட்டு நிலைமையைச் சீர்செய்வதைப் பார்க்கலாம். திருமலை நாயக்கர் மதுரைக் கோவில் நிர்வாகத்தில் தலையிட்டு அதைச் சீர்திருத்தியதை இதற்கு ஒரு உதாரணமாகக் கொள்ளலாம். ஆனால் இதிலுள்ள சிக்கல், ஒரு நல்ல அரசரைக் கொண்ட நிர்வாகம் சீராக நடந்தது. அரசரின் தனிப்பட்ட ஆளுமையே நாயக்கர் காலத்தில் நிர்வாகத் திறனை வழிநடத்தியது. வலிமையற்ற, நேர்மையற்ற அரசர்கள் ஆட்சி செய்த காலத்தில் மக்கள் நலன் வீழ்ச்சியடைந்தது.

நாயக்கர்கள் காலத்தில் நீதி வழங்கும் உரிமை பெரும்பாலும் கிராம நிர்வாகிகளிடமே இருந்தது. சொத்து உரிமை, நில உரிமை போன்ற வழக்குகளில் இருதரப்பையும் விசாரித்து அவர்கள் தீர்ப்பு வழங்கினர். பொதுமக்களால் மதிக்கப்பட்ட இருவர் அடங்கிய நீதி சபை கிராமங்களில் இருந்தது என்று ஜான் நியூஹாப் தெரிவிக்கிறார். சமூக, சமயம் சார்ந்த வழக்குகள் மத்திய அரசுக்கு எடுத்துச் செல்லப்பட்டு அரசராலும் அவரது அதிகாரிகளாலும் விசாரிக்கப்பட்டன. உதாரணமாக கிறித்துவ மதப் பிரசாரத்திற்குப் பிரச்சனை எழுந்தபோதெல்லாம் அது அரசரிடமே கொண்டு செல்லப்பட்டது.

நிதி நிர்வாகத்தோடு நீதி நிர்வாகத்தையும் பிரதானியே கவனித்து வந்ததாகத் தெரிகிறது. வீரப்ப நாயக்கர் காலத்தில் ஒரு வழக்கை நாயக்கரும் அவருடைய தளவாயும் பிரதானியாகவும் இருந்த அரியநாதமுதலியாரும் விசாரித்துத் தீர்ப்பளித்துள்ளனர். பொயு 1577ம் ஆண்டு ஸ்ரீவில்லிபுத்தூர் சாசனம் ஒரு வழக்கப் பற்றிய தகவல்களைக் கூறுகிறது. அதன்படி ஸ்ரீவில்லிபுத்தூர் ஆண்டாள் கோவிலுக்கும் படிக்காசு வைத்த நாயனார் கோவிலுக்கும்

இடையே கோவில் நிலங்களில் எல்லையைப் பற்றிய வழக்கு உண்டாயிற்று. அதை வீரப்ப நாயக்கரும் அரியநாத முதலியாரும் விசாரித்தனர். இரு கோவில்களின் ஆவணங்களும் அவர்களால் சரிபார்க்கப்பட்டன. நிலங்கள் குழுவினரால் நேரடியாகப் பார்வையிடப்பட்டன. பின் வழங்கப்பட்ட தீர்ப்பில் இரட்டைக் கரிய குளத்து நிலம் நாச்சியார் கோவிலுக்கும் மாலையிட்டான் குளத்து நிலம் சிவன் கோவிலுக்கும் உரிமையானது என்று கூறப்பட்டது. அதன்படி எல்லைக் கற்களும் நாட்டப்பட்டன.

சில இடங்களில் கையை சூடான நெய்யில் விட்டு, அதன் மூலம் தீர்ப்பு வழங்கும் முறையும் பின்பற்றப்பட்டதாகத் தெரிகிறது. களவு போன்ற குற்றங்களுக்குக் கடுமையான தண்டனைகள் வழங்கப் பட்டன. நெய்வாசலில் உள்ள கோவிலில் நகைகளைத் திருடிய ஒருவனின் கை வெட்டப்பட்டது. அவனுடைய நிலங்கள் பிடுங்கப் பட்டு அவன் கிராமத்திலிருந்து விரட்டப்பட்டான். யானையின் கால்களில் இடறச் செய்வது போன்ற தண்டனைகளும் வழங்கப் பட்டிருக்கின்றன.

சமயம்

நாயக்க மன்னர்கள் ஹிந்து சமயம் என்று அழைக்கப்பட்ட சனாதன தர்மத்தையே பின்பற்றினர் என்பது தெளிவாகத் தெரிகிறது. பெரும்பாலான நாயக்க மன்னர்கள் வைணவ சம்பிரதாயத்தைப் பின்பற்றினாலும் ஹிந்து சமயத்தின் மற்ற பிரிவுகளுக்கும் உரிய அங்கீகாரம் அளித்திருக்கின்றனர்.

மதுரை மீனாட்சி அம்மன் கோவில், நெல்லையப்பர் கோவில் போன்ற பல சைவக் கோவில்களை நாயக்கர்கள் திருத்தியமைத்தனர். மாபெரும் சித்திரைத் திருவிழாவைச் தொடங்கி வைத்து சைவ-வைணவ ஒற்றுமைக்கு திருமலை நாயக்கர் அடிகோலினார். மதுரைக் கோவிலில் திருமுறைகளை ஓதிய ஓதுவார்களுக்கு நிலக்கொடை அளித்து தமிழ்த் திருமுறைகளைக் கோவில் தோறும் ஓதி வரச் செய்தார் திருமலை மன்னர்.

போலவே மற்ற மதங்களையும் அன்புடன் நாயக்க மன்னர்கள் நடத்தி வந்ததற்குப் பல சான்றுகள் உண்டு. கிறித்துவ மதப் பிரசாரம் நாயக்கர்கள் காலத்தில் தொடங்கி வலுவுடன் நடந்து வந்தது. உண்மையான மதச்சார்பற்ற அரசு எப்படி இருக்கவேண்டும் என்பதற்கு உதாரணமாக நாயக்கர்களின் அரசு இருந்தது.

கலை

தமிழ்நாட்டில் பதின்மூன்றாம் நூற்றாண்டிலிருந்து பெரும் தேக்க நிலையை நடைந்திருந்த கலையை மறுமலர்ச்சியடையச் செய்த பெருமை நாயக்கர்களைச் சாரும். தங்களுக்கென ஒரு பாணியை உருவாக்கி காலத்தால் அழியாத கலைச் செல்வங்களைப் படைத்தவர்கள் நாயக்க மன்னர்கள். கோவில்களைத் திருப்பணி செய்யும்போது, இடிந்திருந்த கட்டடங்களை மீண்டும் எழுப்பியது மட்டுமல்லாமல், அதனோடு பல மண்டபங்களையும் இணைத்தனர். மதுரையில் அரியநாத முதலியார் ஆயிரங்கால் மண்டபத்தை எழுப்பினார். இது போன்று பல கோவில்களில் நூற்றுக்கால் மண்டபங்களும் ஆயிரங்கால் மண்டபங்களும் எழுந்தன.

கோவில்களின் கோபுரங்கள் விண்ணளவ உயரமாகக் கட்டப் பட்டன. இதிகாசத்திலும் புராணங்களிலும் இருந்து சிற்பங்களை கலையம்சத்தோடு வடிவமைத்தனர் நாயக்கர் காலத்துச் சிற்பிகள். மதுரை புதுமண்டபம், கிருஷ்ணாபுரம் கோவில், நெல்லையப்பர் கோவில் போன்ற பல கோவில்களில் உள்ள நாயக்கர் காலச் சிற்பங்களின் அழகு வர்ணிக்க இயலாது.

மதுரை கம்பத்தடி மண்டபத்தில் உள்ள அக்னி வீரபத்திரர், அகோர வீரபத்திரர், காளியம்மன், நடராஜரின் ஊர்த்துவதாண்டவ மூர்த்தம் ஆகியவையும் ஆயிரங்கால் மண்டபத்தில் உள்ள சிற்பங்களும் கிருஷ்ணாபுரம் கோவிலில் உள்ள கல்யாண மண்டபத்தில் அமைந்திருக்கும் குறவன் குறத்தி சிற்பங்களும் நாயக்கர் காலச் சிற்பக்கலைக்குச் சிறந்த உதாரணங்களாகும்.

இலக்கியம்

நாயக்கர்கள் தெலுங்கைத் தாய்மொழியாகக் கொண்டிருந்தாலும் தமிழுக்கு அவர்கள் சிறப்பான இடத்தை அளித்திருந்தனர் என்பது அவர்களுடைய ஆட்சிக்காலத்தில் இயற்றப்பட்ட பல்வேறு தமிழ் இலக்கியங்களிருந்து தெரிகிறது. நாயக்கர்கள் வம்சத்தில் முதலாவதாக ஆட்சி செய்த விஸ்வநாத நாயக்கர் காலத்தில் அவருடைய நண்பராக இருந்தவரும் தென்காசிப் பாண்டிய அரசருமான அதிவீரராம பாண்டியர் ‘வெற்றி வேற்கை’, ‘நைடதம்’, ‘காசி காண்டம்’, ‘கூர்ம புராணம்’, ‘லிங்க புராணம்’ ஆகிய நூல்களை இயற்றியிருக்கிறார். ‘நைடதம் புலவருக்கு ஔடதம்’ என்று பெருமையுடன் இவரது நூல் பேசப்படுவதிலிருந்து இவரது தமிழறிவு நன்கு விளங்கும்.

அநதாரி என்ற தொண்டைமண்டலத்தைச் சேர்ந்த புலவர் ஒருவர் சிங்கராயன் என்பவனிடம் சிறிதுகாலம் அடிமையாக இருந்தார். தண்டாயுத மகிபன் என்பவனால் அடிமைத்தளையிலிருந்து விடுபட்டு மதுரை சென்ற அநதாரி, அங்கே வீரப்ப நாயக்கரின் அமைச்சராக இருந்த திருவிருந்தான் என்பவரிடம் ஆதரவு பெற்று வாழ்ந்துவந்தார். திருவிருந்தானின் வேண்டுகோளுக்கு இணங்க சுந்தரபாண்டியம் என்ற நூலைத் தமிழில் மொழியாக்கம் செய்தார். இது வடநூல் என்றும் சுந்தரேசப் பெருமானின் திருவிளையாடல் களைச் சொல்லும் நூல் என்றும் தெரிகிறது. அதைத் தமிழில் அநதாரி எழுதியதை,

மதுரை நாயகன் சுந்தர பாண்டிய வடநூற்
கதிரு லாமணி யாறுகாற் பீடத்திற் கல்லூர்
அதிப நாந்திரு விருந்தவன் அவையினில் வாயற்
பதியில் வாழந தாரிசெந் தமிழினிற் பகர்ந்தான்

என்ற பாடல் எடுத்துச் சொல்கிறது. இதிலிருந்து மதுரை மீனாட்சி அம்மன் கோவில் ஆறுகால் பீடத்தில் இந்த நூல் இயற்றப்பட்டது தெரிகிறது.

ஸ்ரீவைகுண்டத்திற்கு அருகில் பிறந்தவர் குமரகுருபரர். பிறவியில் பேச்சுத்திறன் இல்லாத குமரகுருபரர் திருச்செந்தூர் முருகப் பெருமான் அருளால் பேச்சு வரப்பெற்றவர். ‘கந்தர் கலி வெண்பா’வை இயற்றிய குமரகுருபரர், திருமலை நாயக்கரின் ஆட்சிக்காலத்தில் மதுரைக்கு வந்தார். தம்முடைய அரசவையில் தமிழ் நூல் ஒன்று அரங்கேற வேண்டும் என்ற பேராவல் திருமலை நாயக்கருக்கு இருந்தது. அதற்கு இணங்கிய குமரகுருபரர் ‘மீனாட்சியம்மை பிள்ளைத் தமிழ்’ என்ற நூலை இயற்றினார். அதன் பின் தாம் எழுதிய ‘மீனாட்சியம்மை குறம்’ என்ற நூலில்,

நீர்வாழி !தென்மதுரை நின்மலனார் அருள்வாழி !
கார்வாழி ! அங்கயற்கண் கன்னிதிரு வருள்வாழி !
சீர்வாழி ! கூடல்நகர்த் திருமலைபூ பதிவாழி !
பேர்வாழி ! அவன்செல்வம் பெரிதூழி வாழியவே !

என்று திருமலை நாயக்கரை குமரகுருபரர் வாழ்த்தியிருக்கிறார்.

அதன்பின் திருக்குறளை எளிதாகத் தமிழில் தருமாறு திருமலை நாயக்கர் வேண்டவே, அதற்கு இணங்கிய குமரகுருபரர் ‘நீதிநெறி விளக்கம்’ என்ற நூலை இயற்றினார்.

மணவாளதாசர் என்ற பிள்ளைப் பெருமாள் ஐயங்கார், திருமலை மன்னரிடம் பணிபுரிந்தவர் என்பர். இவர் 'அழகர் அந்தாதி', 'திருவரங்கக் கலம்பகம்', 'திருவரங்கத்து அந்தாதி', 'திருவரங்கத்து மாலை திருவரங்கத்து ஊசல்', 'திருவேங்கடத்து அந்தாதி', 'திருவேங்கட மாலை', 'நூற்றெட்டுத் திருப்பதி அந்தாதி' ஆகிய எட்டு நூல்களை இயற்றினார். இவை அஷ்டப்பிரபந்தம் எனப்படும்.

விஜயரங்க சொக்கநாத நாயக்கரிடம் கணக்கராக இருந்தவர் தாயுமானவர். அவரது தந்தையும் நாயக்கர்களிடம் கணக்கராக இருந்தவரே. பின்பு துறவறம் பூண்ட தாயுமானவர், பல பாடல்களைப் பாடியிருக்கிறார். அவற்றின் தொகுப்பு 'தாயுமானவர் பாடல்' என்று அழைக்கப்படுகிறது.

விஜயரங்க சொக்கநாதர் காலத்தில் வாழ்ந்த மற்றொரு புகழ்பெற்ற புலவர் திரிகூட ராசப்பக் கவிராயர். 'திருக்குற்றாலக் குறவஞ்சி' என்ற பிரபலமான நூலை இவர் இயற்றினார். அதற்காக விஜயரங்க சொக்கநாதர் கவிராயருக்கு குற்றாலத்திற்கு அருகில் நிலங்களைத் தானமாக வழங்கினார். அது தற்போது குறவஞ்சிமேடு என்று அழைக்கப்படுகிறது. இந்த நூலைத் தவிர 'திருக்குற்றாலத் தல புராணம்', 'திருக்குற்றால உலா', 'திருக்குற்றால வெண்பா அந்தாதி', 'வாய்மொழி கலிப்பா' போன்ற பல நூல்களைக் கவிராயர் இயற்றினார்.

இவர்களைத் தவிர, ஆழ்வார் திருநகரியில் வாழ்ந்துவந்த திருக்குருகைக் கவிராயர் என்பவர் 'மாறன் அலங்காரம்', 'மாறன் அகப்பொருள்' போன்ற நூல்களை இயற்றியிருக்கிறார். இங்கே மாறன் என்று அவர் புகழ்ந்து பாடியது திருக்குருகூர் மாறன் என்று புகழ்பெற்ற நம்மாழ்வாரை. போலவே 'திருவிளையாடல் புராணம்' பாடிய பரஞ்சோதி முனிவர், 'அருணாசல புராணம்' இயற்றிய எல்லப்ப நாவலர், 'நன்னெறி'யைப் பாடிய சிவப்பிரகாசர் போன்ற பல தமிழ்ப்புலவர்கள் நாயக்கர் காலத்தவராவார்.

அத்தியாயம் 16

நிறைவாக

விஜயநகர அரசின் பிரதிநிதிகளாக பொயு பதினாறாம் நூற்றாண்டின் ஆரம்பத்தில் தமிழகத்தில் நியமிக்கப்பட்ட மூன்று நாயக்க அரசுகளில் பரப்பளவில் பெரியது மதுரை நாயக்க அரசாகும். மதுரை சுல்தான்கள் ஆட்சியில் முற்றிலுமாகச் சீர்குலைந்திருந்த மக்களின் வாழ்வாதாரம், நிர்வாகம் போன்ற வற்றை அவர்களுக்கு முன்பு இருந்த விஜயநகர அரசின் நேரடிப் பிரதிநிதிகள் ஓரளவுக்குச் சரிசெய்திருந்தாலும், அவற்றை முற்றிலுமாக மீட்டெடுத்து மக்களின் வாழ்வை முன்புபோல, அதாவது தமிழ் அரசர்களின் காலத்தில் இருந்தது போல சீரமைக்கும் பெரும்பணி நாயக்கர்களிடம் இருந்தது.

விஸ்வநாத நாயக்கர் காலம் முதலே, இந்த சீரமைப்பு துவங்கி விட்டது. அரியநாத முதலியாரின் உதவியுடன், காடுகளை அழித்து கள்ளர், விலங்குகளின் பயமின்றி மக்கள் வாழ வழிசெய்தல், மக்கள் நலத்திட்டங்கள், கட்டமைப்பைப் பெருக்குவது, கோவில் திருப்பணிகளைச் செய்வது என்று பல்வேறு பணிகளை தொடக்கம் முதலே இவ்விருவரும் மேற்கொண்டனர். சில தசாப்தங்களுக்கு முன்பு கொடிய விலங்குகளும் அதைவிடக் கொடிய கொள்ளையர் களும் உலவிய நாடு, நாகரிகமான மக்கள் வாழும் இடங்களாக நாயக்க மன்னர்களால் மாற்றப்பட்டது. இந்தப் பரம்பரையில் வந்த திருமலை நாயக்கர் தன்னுடைய வீரத்தாலும் விவேகத்தாலும் நாயக்கர்களின் நிர்வாகத்தைச் செப்பனிட்டு அந்த அரசை

தன்னாட்சி பெற்றதாக ஆக்கினார். தமிழ்நாட்டின் 'ஏதென்ஸ்' என்று புகழப்படும் இடமாக மதுரை நகரைப் பெருமை பெறச் செய்தார்.

அழிந்து போயிருந்த பல சாலைகள் நாயக்க அரசர்களால் புனரமைப்புச் செய்யப்பட்டன. நீர்ப்பாசன வசதிகள் பெருக்கப் பட்டன. சில தடவை பெரும் பஞ்சங்களைச் சந்தித்தாலும் அவற்றிலிருந்து விரைவாக அரசு மீண்டதற்கு ஆட்சியாளர் களின் திறமை முக்கியமான காரணமாகும். காலத்திற்கேற்ப நிர்வாகத்திலும் பல சீர்திருத்தங்களை நாயக்க மன்னர்கள் செய்தனர். அவர்கள் கொண்டுவந்த பாளையக்கார முறை பின்னாளில் பிரிட்டிஷ் அரசுக்குக் கடும் சவாலைக் கொடுத்தது என்றால் அதன் அடிப்படை அவ்வளவு உறுதியாக அமைக்கப் பட்டிருந்தது ஒரு காரணமாகும். மதுரை சுல்தான்களின் ஆட்சியில் மிகுந்த அச்சத்தோடு வாழ்ந்த ஹிந்துக்கள் பெருமிதமடையும் வண்ணம் ஆட்சி செய்த புகழ் மதுரை நாயக்கர்களையே சாரும்.

நாயக்கர்கள் மற்ற நாடுகளின் மீது படையெடுத்து அவற்றை வெல்லவேண்டும் என்று எப்போதும் கருதியதில்லை என்பதையே அவர்களின் வரலாறு எடுத்துக்காட்டுகிறது. அவர்களின் பெரும் போர்கள் தற்காப்பிற்காகவும் சிற்றரசர்கள் திறை செலுத்த மறுத்த போதும் நடந்ததே தவிர, ஆக்கிரமிப்பிற்கான போர்களை அவர்கள் முன்னெடுத்துச் செல்லவில்லை. தமிழகத்தை ஆட்சி செய்த மற்ற இரு நாயக்க அரசுகளோடு ஒப்புநோக்கிப் பார்த்தாலும், மதுரை நாயக்க அரசே சிறந்து விளங்கியது என்பதற்கு அவர்களது நீண்ட கால ஆட்சி ஒரு சான்றாகும்.

அதற்காக அவர்களது ஆட்சியில் குறைகளே இல்லையென்று சொல்லமுடியாது. எப்போதெல்லாம் வலிமையும் திறமையும் அற்ற அரசர்கள் ஆட்சி செய்தார்களோ, அப்போதெல்லாம் நாடு பெரும் சிக்கல்களைச் சந்தித்தது. வாரிசுகளைச் சரியாக நியமிக்காத காரணத்தால் அடிக்கடி வாரிசுரிமைப் போர்களில் சிக்குண்டு கடைசியில் அதன் காரணமாகவே அழிந்துபோன அரசு மதுரை நாயக்கர்களுடையது. எந்தெந்த நேரங்களில் சிற்றரசர்களைப் பொறுத்துக்கொண்டு செல்லவேண்டும் எந்தெந்த நேரங்களில் அவர்களை எதிர்க்கவேண்டும் என்ற யோசனை இல்லாமல், வலிமை மிக்க கிழவன் சேதுபதி போன்ற அரசர்களோடு மோதி, நாயக்க அரசை வலிமையிழக்கச் செய்த மன்னர்களையும் அதிகாரிகளையும் கொண்டதாகவும் நாயக்கர்களுடைய அரசு இருந்தது.

நாயக்கர்கள் வரலாற்றை நன்கு திறனாய்வு செய்து எழுதிய சத்தியநாத ஐயர், அவர்களது ஆட்சியைப் பற்றி நெல்சனும் கால்டுவெல்லும் கூறிய குறைகளை அபத்தமானவை என்று குறிப்பிட்டிருக்கிறார். நெல்சன் மதுரை நாயக்க அரசு மறைந்தது மதுரை மக்களுக்கு பெரும் வரமாகும் என்று கூறியதைக் கண்டிக்கும் ஐயர், நாயக்கர் ஆட்சியில் மதுரை மக்கள் அடைந்த எண்ணற்ற நன்மைகளைப் பற்றி நெல்சனுக்குத் தெரிந்திருக்க வில்லை என்கிறார். போலவே நாயக்கர்களுடைய ஆட்சி மோசமானது என்று குறிப்பிட்டிருக்கும் கால்டுவெல்லின் வாதமும் அடிப்படை இல்லாதது, அவர்களைப் பற்றி ஆராயாமல் கூறப்பட்ட ஒன்று என்கிறார் சத்தியநாத ஐயர்.

விஜயநகர ஆட்சி வடக்கிலிருந்து தொடர்ந்து வந்த சுல்தானியப் படையெடுப்புகளைத் தடுத்து நிறுத்தி ஒரு வகையில் தென்னகத்தில் ஏற்பட்ட ஹிந்து சமய மறுமலர்ச்சிக்கும் மக்கள் நல்வாழ்விற்கும் வழிசெய்தது என்றால், அந்த அரசு தலைக்கோட்டைப் போரில் படுதோல்வி அடைந்து சின்னாபின்னமான போதிலும், தமிழகத்தை முகலாயர்களிடமிருந்தும் பாமினி சுல்தான்கள் போன்றவர்களிடமிருந்தும் காப்பாற்றி மக்களுக்குச் சீரான வாழ்க்கைத் தரத்தை அளித்த பெருமை நாயக்கர்களையே சேரும்.

ஏ.ஜே. ஸ்டூவர்ட் என்ற அறிஞர் நாயக்கர்களின் ஆட்சியைப் பற்றிக் கூறும்போது, ‘மக்களின் நல்வாழ்விற்காக தன்னிடமிருக்கும் வளங்கள் அனைத்தையும் கொடுக்கத் தயாராக இருந்த அரசாக நாயக்கர்களின் அரசு இருந்தது. அவர்களால் உருவாக்கப்பட்ட எண்ணற்ற நீர்ப்பாசனத் திட்டங்களே அதற்கு ஒரு உதாரணம். அந்த ஆட்சியில் மக்கள் வளத்தோடும் நிம்மதியாகவும் வாழ்ந்தனர். அவர்களுடைய கலையறிவும் கல்வியறிவும் அக்காலத்தில் எழுப்பப்பட்ட கோவில்களின் மண்டபங்களிலும் சிற்பங்களிலும் பிரதிபலிக்கின்றன’ என்கிறார். அந்த வகையில் தமிழகத்திற்கு நாயக்கர்கள் ஆட்சி எண்ணற்ற கொடைகளை வழங்கியிருக்கிறது. அவர்கள் விட்டுச்சென்ற கலைச்செல்வங்களை சேதமில்லாமல் காப்பது நம் கடமையாகும்.

மதுரை நாயக்க ஆட்சியாளர்கள்

விஸ்வநாத நாயக்கர் *(1529 - 1563)*

குமார கிருஷ்ணப்ப நாயக்கர் *(1564 - 1572)*

வீரப்ப நாயக்கர் *(1572 - 1595)*

இரண்டாம் கிருஷ்ணப்பர் *(1595 - 1602)*

முத்து கிருஷ்ணப்ப நாயக்கர் *(1602 - 1609)*

முத்து வீரப்ப நாயக்கர் *(1609 - 1623)*

திருமலை நாயக்கர் *(1623 - 1659)*

இரண்டாம் முத்து வீரப்ப நாயக்கர் *(1659 - 1659)*

சொக்கநாத நாயக்கர் *(1659 - 1682)*

மூன்றாம் முத்து வீரப்ப நாயக்கர் *(1682 - 1689)*

மங்கம்மாளின் ஆட்சி *(1689 - 1706)*

விஜயரங்க சொக்கநாதர் *(1706 - 1732)*

ராணி மீனாட்சி *(1732 - 1736)*

மேற்கோள் நூல்களின் பட்டியல்

- *A History of the Nayaks of Madura,* Prof. A Sathyanatha Aiyar
- *Tamilaham in the 17th Century,* Prof. A. Sathyanatha Aiyar
- *South India and her Mohammadan Invaders,* A Krishnaswamy Iyengar
- *Madurai through the Ages,* Dr. D. Devakunjari
- *Epigraphia India Volumes,* Archealogical Survey of India
- *South Indian Inscriptions Volumes,* Archealogical Survey of India
- *South Indian Temple Inscriptions*
- *Tirumalai Tirupati Devasthanam Inscriptions, 6 Volumes*
- *The Forgotten Empire,* Robert Sewell
- *The Vijayanagara Empire,* Domingos Paes & Fenao Nuniz
- *Sources of Vijayanagar History,* Dr. S. Krishnaswami Iyengar
- *The Tamil Country under Vijayanagar,* Dr. A Krishnaswami
- *Administration and Social Life Under Vijayanagar Parts I & II,* T. V. Mahalingam
- *A History of South India,* K. A. Nilakanta Sastri
- *Foreign Notices of South India,* K.A. Nilakanta Sastri
- *Maratha Rajas of Tanjore,* Prof. K. R. Subramanian
- *Nayaks of Tanjore,* Prof. Viruthagireesvaran
- *திருமலை நாயக்கர் சரித்திரம்,* மு. கோவிந்தசாமி ஐயர்
- *மதுரை திருப்பணி மாலை*
- *ராமப்பையன் அம்மானை*
- *தமிழகப் பாளையக்காரர்களின் தோற்றமும் வளர்ச்சியும்,* கே.ராசைய்யன்
- *பாண்டியர் வரலாறு,* சதாசிவப் பண்டாரத்தார்
- *மதுரை நாயக்கர் வரலாறு,* அ.கி.பரந்தாமனார்
- *தமிழகக் கோபுரக்கலை மரபு,* குடவாயில் பாலசுப்பிரமணியன்
- *தஞ்சாவூர் நாயக்கர் வரலாறு,* குடவாயில் பாலசுப்பிரமணியன்

நீங்கள் விரும்பும் புத்தகம் உங்கள்
வீடு தேடி வர அழையுங்கள்

Dial for Books

94459 01234 | 9445 97 97 97

WhatsApp No: 95000 45609

dialforbooks.in | amazon.in | flipkart.com

KizhakkuToday.in

ஒரு புதிய இணைய இதழ்